കെ.എസ്. മിനി

കണ്ണൂർജില്ലയിലെ കിഴുന്നയിൽ ജനനം.

അച്ഛൻ: പുത്തൻപുരയിൽ ഗോപാലൻ, അമ്മ: പള്ളിവളപ്പിൽ യശോദ

32 വർഷത്തെ അദ്ധ്യാപന ജീവിതം. സർക്കാർ ഹൈസ്കൂളിൽ പ്രധാന അദ്ധ്യാപിക ആയിരിക്കെ വിരമിച്ചു. കഥകളും ലേഖനങ്ങളും നർമ്മങ്ങളും എഴുതിയിട്ടുണ്ട്. സാംസ്ക്കാരിക സംഘടനകളിൽ അംഗമാണ്. രചനാ മത്സരങ്ങളിൽ സമ്മാനങ്ങളും പുരസ്കാരങ്ങളും നേടിയിട്ടുണ്ട്.

പുസ്തകങ്ങൾ : ടെറസ്സിലെ കൃഷിപാഠങ്ങൾ, ടെറസ്സിലെ കൃഷികൾ (കാർഷികം), അനിയൻബാബു ചേട്ടൻബാബു, മനസ്സിൽ ലഡ്ഡുപൊട്ടുമ്പോൾ, മിനിനർമകഥകൾ, പുട്ടും കടലയും, പുരനിറഞ്ഞ പുരുഷൻ, കുട്ടിയമ്മയുടെ ആണി (ഹാസ്യകഥകൾ), മാക്രി മെമ്മോറിയൽ ഹൈസ്കൂൾ, കാക്കത്തുരുത്തിലെ കൂട്ടുകാരും പറക്കുംതളികയും, കാക്കക്കുയിലേ ചൊല്ലൂ, ശിവാനിയുടെയും ശ്രീലക്ഷ്മിയുടെയും അത്ഭുതയാത്രകൾ, ഇംഗ്ലീഷ്മീഡിയം കാക്കകൾ (ബാലസാഹിത്യം), എട്ട് സുന്ദരികളും ഒരു സിനിമയും, പെൻഡ്രൈവ്, ചോക്കും ചൂരലും പിന്നെ ഞാനും (സ്മരണകൾ)

ഭർത്താവ് : സി കെ. മുകുന്ദൻ മാസ്റ്റർ,

മക്കൾ : സിമി, സ്മിജ, മരുമക്കൾ : സുശാന്ത്, അനുരൂപ്

ചെറുമക്കൾ : നവശ്രീ, ശ്രീപാർവണ, രേവന്ത്

വിലാസം : സീ.കെ. ഹൗസ്, ചക്കരക്കല്ല്, പോസ്റ്റ് ഇരിവേരി, കണ്ണൂർ.

പിൻ: 670613

ഫോൺ : 04972852079, 9847842669,

ഇ മെയിൽ : souminik@gmail.com

Malayalam Language
Olichukalikkusesham
(Children's Novel)
by
K S Mini
♦
Published in December 2021
by Kairali Books Private Limited
Thalikkavu Road, Kannur.
Ph : 0497-2761200
E-Mail : Kairalibooksknr@gmail.com
♦
Cover Design :
Prasanth Mangad
♦

76/21-22/Sl.No.1267/500/NS 18.6
ISBN 978-93-49727-22-9

ഒളിച്ചുകളിക്കുശേഷം

കെ.എസ്. മിനി

കൈരളി ബുക്സ്

പ്രസാധകക്കുറിപ്പ്

കുട്ടികൾക്കു വേണ്ടിയുള്ള സാഹിത്യരചനയെക്കുറിച്ചുള്ള സംവാദങ്ങളിൽ പലപ്പോഴും ഉയർന്നു വരാറുള്ള ചോദ്യങ്ങളിൽ ഒന്നാണ് അടിസ്ഥാനപരമായി ബാലസാഹിത്യം ആരെ ടാർജറ്റ് ചെയ്ത് എഴുതപ്പെടുന്നു എന്നുള്ളത്. മലയാളത്തിൽ വർഷം തോറും നിരവധി ബാലസാഹിത്യ കൃതികൾ പ്രസിദ്ധീകരിക്കപ്പെടുന്നുണ്ട്. അവയിൽ എത്രയെണ്ണം നമ്മുടെ കുട്ടികളുടെ ചിന്താമണ്ഡലങ്ങളെ സ്വാധീനിക്കുന്നു, കുട്ടികളുടെ പക്ഷത്തു നിന്നു കൊണ്ട് എഴുതപ്പെടുന്നു എന്നുള്ള കാര്യങ്ങളെല്ലാം ചർച്ച ചെയ്യപ്പെടേണ്ടതുണ്ട്.

ഈ വർഷം കൈരളി ബുക്സ് സംഘടിപ്പിച്ച ബാലസാഹിത്യ നോവൽ മത്സരത്തിന് എൺപതിലധികം രചനകളാണ് അയച്ചു കിട്ടിയത്. മികച്ച സൃഷ്ടികൾ ആ കൂട്ടത്തിലുണ്ടായിരുന്നു. മുകളിൽ സൂചിപ്പിച്ച ഘടകങ്ങൾ ഒരു പരിധി വരെയെങ്കിലും കാത്തു സൂക്ഷിച്ചു പോന്ന ആറ് രചനകൾ അവസാന ചുരുക്കപ്പട്ടികയിലെത്തുകയും അവയിൽ നിന്ന് മികച്ച ഒരു രചനയായ കെ.എസ്. മിനി ടീച്ചറുടെ 'ഒളിച്ചുകളിക്കുശേഷം' എന്ന നോവൽ സമ്മാനാർഹമാവുകയും ചെയ്തു. ദീർഘകാലമായി കുട്ടികൾക്കു വേണ്ടി രചന നടത്തുന്ന എഴുത്തുകാരിയാണ് കെ.എസ്. മിനി ടീച്ചർ. കുട്ടികളുടെ മനസ്സറിഞ്ഞ ഒരു രചന തന്നെയാണ് 'ഒളിച്ചുകളിക്കുശേഷം'. ടീച്ചർക്ക് എല്ലാവിധ ആശംസകളും നേരുന്നതോടൊപ്പം ഈ കൃതി നമ്മുടെ കുട്ടികൾക്കായി സമർപ്പിക്കുന്നു.

സ്നേഹത്തോടെ

ഒ. അശോക് കുമാർ

മാനേജിംഗ് എഡിറ്റർ

കാഴ്ചകൾ

1

സീരിയസ് പണിഷ്മെന്റ്

സീസൈഡ് ഇംഗ്ലീഷ്മീഡിയം പ്രൈമറി സ്കൂൾ കോമ്പൗണ്ടിൽ നിർത്തിയ ബസ്സിൽനിന്ന് ഇറങ്ങിയപ്പോഴേക്കും ആദിഷിന്റെ കൂടെയുള്ളവരെല്ലാം ഗ്രൗണ്ടിലൂടെ ഓടി താഴോട്ടുള്ള സ്റ്റെപ്പുകൾ ചാടിക്കടന്നിരുന്നു. അവിടെനിന്നും പതുക്കെനടന്ന് അസംബ്ലി നടക്കുന്ന കോർട്ട്യാർഡിൽ എത്തിയപ്പോൾ അവനാകെ ക്ഷീണിച്ചു. എങ്ങനെ ക്ഷീണിക്കാതിരിക്കും.

തേർഡ് സ്റ്റാന്റേർഡിൽ പഠിക്കുന്ന അവനെക്കാൾ ഭാരം സ്കൂൾ ബേഗിനകത്ത് കുത്തിനിറച്ചിട്ടുണ്ട്. പുസ്തകങ്ങളോടൊപ്പം സ്നാക്സും ഫുഡും സ്റ്റീൽ ബോട്ടിൽ നിറയെ വാട്ടറും ഒപ്പമൊരു ബനാനയും നിറച്ച ബേഗ് ചുമലിലേറ്റി മുന്നോട്ട് കുനിഞ്ഞ് വളഞ്ഞാണ് നടത്തം. ക്ലാസുകൾ ഓരോന്നായി പിന്നിട്ടശേഷം തേർഡ് സ്റ്റാന്റേർഡ് ബീ ഡിവിഷന്റെ മുന്നിലെത്തിയ ആദിഷിന്റെ യൂനിഫോം വിയർപ്പിൽ മുങ്ങി. അപ്പോഴാണ് അവനൊരു കാര്യം ചിന്തിച്ചത്,

'ഓരോ ക്ലാസ്റൂമിന്റെ മുന്നിലും സ്കൂൾ ബസ് വരികയാണെങ്കിൽ എത്ര നന്നായിരിക്കും'

ക്ലാസിൽകടന്ന് സ്വന്തം ചെയറിൽ ഇരുന്നശേഷം മുന്നിലെ ടേബിളിൽ ഇറക്കിവെച്ച ബാഗിന്റെ ഒരു വശത്തുള്ള സിബ് താഴ്ത്തി വാട്ടർബോട്ടിലെടുത്ത് തുറന്നു. അതിനകത്തെ മധുരിക്കുന്ന വെള്ളം മുഖത്തണിഞ്ഞ കറുപ്പ് നിറമുള്ള മാസ്ക് താഴ്ത്തിയിട്ട് കുടിച്ചു. അങ്ങനെ ദാഹം തീർന്ന് ആശ്വാസമായ ആദിഷ് ചുറ്റും നോക്കിയപ്പോൾ എല്ലാ ചെയറിലും കുട്ടികൾ ഉണ്ട്. ലാസ്റ്റാമനായിട്ട് വന്നതിൽ ചെറിയൊരു വിഷമം തോന്നി.

എല്ലാവരും ബഹളം വെക്കുന്നതിനാൽ 'ലാസ്റ്റ്ബോയ്, ബ്ലേക്ക്ബോയ്, അഗ്ലിബോയ്' എന്നൊക്കെ വിളിച്ചുകൂവി കളിയാക്കിയി

ല്ല. മൺഡേ ആയാൽ ചിലർ ലെയ്റ്റാവുമെങ്കിലും ആബ്സന്റ് ആവാറില്ല. ചിലർ ഉച്ചത്തിൽ സംസാരിച്ചും മറ്റുചിലർ പിടിവലി നടത്തിയിട്ടും പലതരം കളികളിലാണ്. മാഡം വരുന്നതിനു മുൻപുള്ള ഇത്തിരി നേരത്തിന്റെ സ്വാതന്ത്ര്യം അവരെല്ലാം ചേർന്ന് മലയാളത്തിൽ മിണ്ടിയും പറഞ്ഞും അടിപിടി കൂടി ആഘോഷിക്കുന്നു. സ്റ്റാന്റപ്പ് ആയവരുടെ പേരെഴുതാൻ ക്ലാസ് മോണിറ്റർ ജീവേഷ് നായർ കഴുകൻ കണ്ണുകളുമായി ബ്ലാക്ക്ബോർഡിന്റെ അരികിലുണ്ട്; എഴുന്നേറ്റാൽ പണിഷ്മെന്റ് ഉറപ്പാണ്.

ക്ലാസ് തുടങ്ങിയാൽ മലയാളം പറയാൻ പെർമിഷൻ ഇല്ലാത്തതുകൊണ്ട് ഇപ്പോൾ തിരക്കിട്ട് പറഞ്ഞു തീർക്കുകയാണ്,, മാസ്ക്കിന്റെ മറ ഉള്ളതുകൊണ്ട് മനസ്സിലുള്ള കാര്യം പലരും കണ്ണിലൂടെയാണ് പ്രകടിപ്പിക്കുന്നത്.

പെട്ടെന്നാണ് പ്രിൻസിപാളിന്റെ അനൌൺസ്മെന്റ് കേട്ടത്,

'ഡിയർ സ്റ്റുഡന്റ്സ് ആന്റ് ടീച്ചേർസ്, ദേയർ വിൽ ബി ഏൻ ഓപ്പൺ അസബ്ലി റ്റുഡെ. ഓൾ സ്റ്റുഡന്റ്സ് ഡു കം റ്റു ദി ഫ്രണ്ട് യാർഡ് വിത്ത് ഡിസിപ്ലിൻ. ദോസ് ഹു വയലേറ്റ് വിൽ ബി പണിഷ്ഡ്'

മൈക്കിലൂടെ വരുന്ന അനൌൺസ്മെന്റ് പകുതി ആവുമ്പോഴേക്കും അതുവരെ കളിച്ചു ചിരിച്ചവരെല്ലാം സയലന്റ് ആയി. മോണിറ്റർ ജീവേഷിന്റെ പിന്നിൽ മറ്റുള്ളവർ അണിനിരന്ന് ക്ലാസിൽ നിന്നും അറ്റൻഷനായി നടന്ന് ഓഫീസിന് സമീപത്തെ സ്റ്റേജിന്റെ മുന്നിലുള്ള തണലിൽ വൺ ബൈ വൺ ആയി നിന്നു. ആരെങ്കിലും മാസ്ക് താഴ്ത്തുകയോ ക്രമം തെറ്റുകയോ ചെയ്തെങ്കിൽ ആ നിമിഷം പണിഷ്മെന്റ് കൊടുക്കാൻ ചൂരലുമായി പി.ടി.സാർ രാജീവ് വാരിയർ ഓടിനടക്കുന്നു. അദ്ധ്യാപകർ പോലും ഭയപ്പെടുന്ന ഇടിയൻ രാജു എന്ന് വിളിക്കുന്ന പി.ടി.സാർ മീശപിരിച്ചാൽ കുട്ടികളിൽ ചിലർ മൂത്രം ഒഴിക്കാറുണ്ട്.

എൽ.കെ.ജി. മുതൽ ഫോർത്ത് സ്റ്റാന്റേർഡ് വരെയുള്ള കുട്ടികൾ അറ്റൻഷൻ ആയി നിരന്നപ്പോൾ ക്ലാസ് ടിച്ചേർസ് അവരുടെ ഡിവിഷനിലെ കുട്ടികൾക്ക് പിന്നിൽ നിന്നു. മൈക്ക് പോയിന്റിൽ പ്രിൻസിപാൾ സുഹാസിനി ജോസഫ് എത്തി.

'മൈ ഡിയർ സ്റ്റുഡന്റ്സ് ആന്റ് ടീച്ചേർസ് ഓഫ് സീസൈഡ് ഇംഗ്ലിഷ് മീഡിയം പ്രൈമറി സ്കൂൾ, ലറ്റസ് സ്റ്റാർട്ട് ദി അസബ്ലി വിത്ത് പ്രയർ'

ഫോർത്ത് സ്റ്റാന്റേർഡിലെ ദിവ്യ മഹേഷും ദിൽന മുഹമ്മദും

പ്രയർ തുടങ്ങി.

'തേങ്ക് യൂ ഗോഡ് ഫൊർ ദി വേൾഡ് സൊ സ്വീറ്റ്
തേങ്ക് യൂ ഗോഡ് ഫൊർ ദി ഫുഡ് വി ഈറ്റ്
തേങ്ക് യൂ ഗോഡ് ഫൊർ ദി ബേഡ്സ് ദാറ്റ് സിങ്ങ്
തേങ്ക് യൂ ഗോഡ് ഫൊർ എവരിത്തിങ്ങ്'

പിന്നെയെല്ലാം പതിവുപോലെ, അനൌൺസ്മെന്റ്, മോറൽ സ്പീച്ച്, ദേശിയഗാനം..

അസംബ്ലി പിരിഞ്ഞുപോകാൻ നേരത്താണ് പി.ടി. സാറിന്റെ വിളി കേട്ടത്,

"ഹലോ ബോയ്. കം ഹിയർ. ടെൽ മി യുവർ ഗുഡ് നെയിം?"

ആദിഷ് പേടിച്ചുവിറച്ചു. ഇടിയന്റെ മുന്നിലാണ് കുടുങ്ങിയത്. ഇതിനുമാത്രം എന്തുപറ്റി?

'ഗുഡ് മോർണിങ്ങ് സർ, ഐ ആം ആദിഷ് മേനോൻ. വാട്ട്'സ് ദി മാറ്റർ സർ?'

"ആദിഷ്, വെയർ ഈസ് യുവർ വൈറ്റ് സോക്സ്? വൺ ഓഫ് ദം ഐ കേൻ സീ ബ്ലൂ"

അപ്പോഴാണ് ആദിഷ് സ്വന്തം കാലുകളിൽ നോക്കിയത്. ഇടത്തെ കാലിൽ വെള്ള സോക്സ്, വലതുകാലിൽ നീല.. സ്കൈ ബ്ലൂ. ഇതെങ്ങിനെ പറ്റി? ഓ.. പുറപ്പെടാൻ നേരത്തുള്ള തിരക്കിനിടയിൽ കളർ മാറിപ്പോയി. അതാണ് നേരെപോയി ഇടിയന്റെ കണ്ണിലുടക്കിയത്.. ഇനി പിടിച്ചുനിൽക്കുക തന്നെ.

"സർ, മൈ മദർ ഡിഡ് നോട്ട് വാഷ് മൈ ഡേർട്ടി സോക്സ്.. സോറി സർ."

"സൊ യു ആർ നോട്ട് ഇൻ കരക്റ്റ് യൂനിഫോം. ദാറ്റ് ഈസ് എ ഗെൻസ്റ്റ് ദി സ്കൂൾ റൂൾസ്."

"സോറി സർ. ഏക്സിഡന്റ്ലി പുട്ട് ഓൺ ദി സോക്സ് വിത്തൗട്ട് ലുക്കിങ്ങ് ഇറ്റ്സ് കളർ ഇൻ എ ഹറി. മോറൊവർ ദി സോക്സ് ഗൊ ഇൻസൈഡ് മൈ ഷൂസ്, സൊ നോബഡി വിൽ സീ. ഇൻ ഫ്യൂച്ചർ ഐ വിൽ നോട്ട് ഡു സച്ച് കെയർലസ്നസ്."

"വാട്ട് ആർ യൂ ടോക്കിങ്ങ്? ഹൗ ഡേർ യൂ സേ സോറി. ഐ വിൽ ടെയ്ക് യൂ സ്റ്റ്രെയ്റ്റ് റ്റു ദി പ്രിൻസിപാൾ ആന്റ് ഗെറ്റ് യൂ സീരിയസ് പണിഷ്മെന്റ്."

ഇനി രക്ഷയില്ലാ. ആദിഷ് ഭയപ്പെട്ട് വിറച്ചു. അങ്ങോട്ട് പോയാൽ പ്രിൻസിപാൾ തരുന്ന പണിഷ്മെന്റ് ചെറുതായിരിക്കില്ലെ

ന്ന അനുഭവം ഉണ്ട്. വീട്ടിൽനിന്നും ഇറങ്ങാൻ നേരത്ത് ഷെൽഫിൽ നിന്നും സോക്സ് എടുത്ത് കാലിൽ ഇടുമ്പോൾ കൂടുതൽ ശ്രദ്ധിക്കാത്തത് വലിയൊരു കുറ്റമായി മാറി ഇടിയന്റെ കണ്ണിൽ പെട്ടിരിക്കുന്നു. അതങ്ങനെയാണ്.

കുട്ടികളുടെ കുറ്റം കണ്ടുപിടിക്കാൻ നടക്കുന്ന സാറിന്റെ കണ്ണിൽ തന്നെ നിറംമാറ്റം പതിയും. ഡ്രസിന്റെ കളർ മാറിയാൽ, മാസ്കിന്റെ പൊസിഷൻ തെറ്റിയാൽ, ഐഡി കാർഡ് മറന്നാൽ, മുൻപ് മിലിറ്ററിയിൽ ജോലി ചെയ്തിട്ടുണ്ടെന്ന് പറഞ്ഞിട്ടുണ്ട്, അവിടുന്ന് പഠിച്ച ശീലമായിരിക്കും. പ്രിൻസിപ്പാളിനോട് സോറി പറഞ്ഞ് എസ്കെയ്പ്പ് ചെയ്യാൻ ശ്രമിക്കാം.

അസംബ്ലി കഴിഞ്ഞശേഷം പ്രിൻസിപ്പാൾ ഓഫിസിലുണ്ടാവും. അരികിലെത്തിയപ്പോൾ അകത്തുനിന്നും ആരെയോ വഴക്കു പറയുന്ന ശബ്ദം; പറയുന്നത് മുന്നിലുള്ളവരെ ആണോ മൊബൈലിൽ ആണോ എന്ന് മനസ്സിലാവുന്നില്ല. പെർമിഷൻ ചോദിച്ച് അകത്തു കടക്കാനായി ഡോറിന്റെ മുന്നിലെത്തിയപ്പോൾ കണ്ടത് സാൻവിയ മാം കരഞ്ഞുകൊണ്ട് ഇറങ്ങിപ്പോകുന്നതാണ്. കുട്ടികളെല്ലാം ഇഷ്ടപ്പെടുന്ന മാഡത്തിന് എന്തുപറ്റി? മാഡത്തിനും പണിഷ്മെന്റ് കൊടുത്തിരിക്കുമോ? അങ്ങനെയും ചെയ്യും, ഡവിൾ, ആദിഷ് മുന്നോട്ട് കടന്ന് പെർമിഷൻ ചോദിച്ചു,

"മെ ഐ കം ഇൻസൈഡ് മാം?"

"യെസ് കം ഇൻ."

അകത്തുകടന്നപ്പോൾ പിന്നാലെ പി.ടി. സാർ വന്നു. പ്രിൻസിപ്പാൾ ചോദിച്ചു,

"വാട്ട് ഹേപ്പന്റ് റ്റു യൂ മൈ ബോയ്?"

"ഗുഡ്മോർണിങ്ങ് മാം, ഐ ഹേവ് മെയ്ഡ് ഏ മിസ്റ്റെയ്ക്."

"വാട്ട് മിസ്റ്റെയ്ക് മൈ ബോയ്?"

പെട്ടെന്ന് പി.ടി. സാർ അവനെ തടഞ്ഞുകൊണ്ട് പറഞ്ഞു.

"മാഡം, ദിസ് ബോയ് ഈസ് നോട്ട് ഇൻ കരക്റ്റ് സ്കൂൾ യൂനിഫോം. ദെയർ ഈസ് വൺ ഡിസ്ക്രിപൻസി."

"വാട്ട് ഡിസ്ക്രിപെൻസി?"

"വൺ ഓഫ് ഹിസ് സോക്സ് ഈസ് ഇൻ ബ്ലൂ കളർ."

മുഖത്തെ നീലമാസ്ക് താഴ്ത്തിയപ്പോൾ കണ്ടത് പ്രിൻസിപ്പാളിന്റെ ചുവന്ന കണ്ണുകൾ. മൂക്കിന്റെ അറ്റം വിറച്ചപ്പോൾ വലതു കൈയിൽ ചൂരൽ കയറിവന്നു,

"ഓ, ദാറ്റ് ഈസ് എഗെൻസ്റ്റ് ദി റൂൾസ് ഓഫ് ഔവർ സ്കൂൾ. ഷോ മി യുവർ സോക്സ്."

"സോറി മാം. ഐ മെയ്ഡ് എ മിസ്റ്റേയ്ക്. വൺ ഓഫ് ദി സോക്സ് ഈസ് ഡിഫറന്റ്."

"യൂ സ്റ്റുപിഡ് ബോയ്. വാട്ട് ഈസ് യുവർ നെയിം?"

"അയാം ആദിഷ് മേനോൻ ഇൻ തേർഡ് സ്റ്റാന്റേർഡ്. റ്റുമാറോ ഓൺവേഡ്സ് ഐ വിൽ നോട്ട് മെയ്ക് സച്ച് മിസ്റ്റെയ്ക് മാം."

"ബട്ട് റ്റുഡേ യൂ വിൽ ഗെറ്റ് മൈ പണിഷ്മെന്റ്; ഷോ മീ യുവർ പാം."

അവനെക്കാൾ ഉയരമുള്ള ചൂരൽകൊണ്ട് കൈവെള്ളയിൽ അടികൊണ്ടപ്പോൾ അസഹ്യമായ വേദനയാൽ പുളഞ്ഞു. നീട്ടിപ്പിടിച്ച ഓരോ കൈയിലും രണ്ട് അടിവീതം കിട്ടിയപ്പോൾ വേദന സഹിക്കാനായില്ല. മാസ്കിനടിയിലൂടെ ഒഴുകിയിറങ്ങിയ കണ്ണുനീർ വെള്ള യൂനിഫോമിൽ വീഴാതിരിക്കാൻ ശ്രദ്ധിച്ചു. അപ്പോൾതന്നെ മമ്മിയെ ഫോൺചെയ്ത് മകന്റെ ഭീകരമായ തെറ്റിനെകുറിച്ച് അറിയിച്ചു. നാളെത്തന്നെ പേരന്റ്സ് ആരെങ്കിലും സ്കൂളിൽ വരണമെന്ന് പറഞ്ഞശേഷം പ്രിൻസിപ്പാൾ ഷൗട്ട് ചെയ്തു,

"ഗോ റ്റു ദി ക്ലാസ് നൗ. റസ്റ്റ് ഈസ് ലെയ്റ്റർ. ഇൻ ഫ്രണ്ട് ഓഫ് യുവർ പേരന്റ്സ്."

അപ്പോൾ നാളത്തെ കാര്യം ആകെ പ്രശ്നമായി.

പ്രിൻസിപ്പാളിന്റെ റൂമിൽനിന്നും ഇറങ്ങിയപ്പോൾ ആദിഷിന് സഹിക്കാൻ വയ്യാതായി. അതുവരെ അടക്കിവെച്ച വേദനമുഴുവൻ കണ്ണുനീരായി ഒഴുകിയിറങ്ങി. ഇങ്ങനെയുണ്ടോ ഒരു സ്കൂളും പ്രിൻസിപ്പാളും. ആരുടെയും കണ്ണിൽപെടാത്ത സോക്സിന്റെ നിറം മാറിയതിന് ഇങ്ങനെ അടിക്കേണ്ടതുണ്ടോ? സോക്സിനു പകരം ഷർട്ടിന്റെയോ മാസ്കിന്റെയോ നിറം മാറിയെങ്കിൽ എന്തായിരിക്കും പണിഷ്മെന്റ്. കൊന്നുകളയില്ലേ?

ഫ്രന്റ്സിന്റെ കളിയാക്കലുകൾ എന്തായിരിക്കുമെന്ന് ചിന്തിച്ചുകൊണ്ട് ആദിഷ് തേർഡ് സ്റ്റാന്റേർഡ് ബി. ഡിവിഷന്റെ മുന്നിലെത്തി. സഹപാഠികളുടെ പരിഹാസം കേൾക്കുന്ന കാര്യം ഓർത്തപ്പോൾ അവനാകെ വിഷമമായി.

*** ****

2

ഹൈഡ് ആന്റ് സീക്ക്

തിങ്കളാഴ്ച രാവിലെതന്നെ പണിഷ്മെന്റ് ലഭിച്ചപ്പോൾ ആദിഷിന് വിഷമം തോന്നി. വലതുകാലിലുള്ള സോക്സ് വെള്ളനിറത്തിന് പകരം സ്കൈബ്ലൂ ആയതിനാണ് ഇത്രയും വലിയൊരു പണിഷ്മെന്റ്. നല്ല വേദനയുണ്ട്. ഇരുകൈകളും ചേർത്തുപിടിച്ച് ശക്തമായി ഊതിയപ്പോൾ ആശ്വാസം തോന്നി. ഇങ്ങനെയാണെങ്കിൽ ഉയർന്ന ക്ലാസുകളിൽ എത്തുമ്പോൾ എന്തെല്ലാം അനുഭവിക്കണം.

ഉള്ളം കൈയിൽ ചൂരൽകഷായവും വാങ്ങി ക്ലാസിൽ വരുമ്പോൾ അവനു മുൻപെ സാൻവിയ മാം ക്ലാസിൽ എത്തിയിട്ടുണ്ട്. പ്രിൻസിപ്പാളിന്റെ വഴക്ക് കേട്ടതു കൊണ്ടാവാം സുന്ദരമായ മാഡത്തിന്റെ മുഖമാകെ കടന്നൽ കുത്തിയതു പോലെ ചുവന്നിട്ടുണ്ട്.

ആദിഷ് ചോദിച്ചു,

“മേ ഐ എന്റർ ദി ക്ലാസ് മാം?”

“ഓക്കെ, ഗെറ്റ് ഇൻ. വാട്ട് ഹാപ്പന്റ് റ്റു യൂ?”

“വൺ ഓഫ് മൈ സോക്സ് കളർ ഗോട്ട് ചെയിഞ്ച്ഡ് ബൈ മിസ്റ്റെയ്ക്. സൊ ഐ ഗോട്ട് പണിഷ്മെന്റ്.”

“ഓക്കെ ഗുഡ്. കം റ്റു ദി ക്ലാസ്”

പണിഷ്മെന്റ് നല്ലതാണ് പോലും. ക്ലാസിലേക്ക് കടന്നപ്പോൾ സഹപാഠികളെല്ലാം കളിയാക്കി ചിരിക്കാൻ തുടങ്ങി. ഓ ഇതിലെന്ത് ചിരിക്കാനുണ്ട്? നാളെ നിങ്ങൾക്കും പണിഷ്മെന്റ് കിട്ടും. അപ്പോൾ നോക്കിക്കോ.

മാഡം അറ്റന്റൻസ് എടുക്കാൻ രജിസ്റ്റർ തുറന്നു,

“ഡിയർ സ്റ്റൂഡന്റ്സ്, നൗ ഐ ആം ഗൊയിങ്ങ് റ്റു ടെയ്ക് അറ്റന്റൻസ്. റോൾ നമ്പർ വൺ, ആസിയ അഹമ്മദ്.”

"പ്രസന്റ് മാം."

"നമ്പർ റ്റു ആദിഷ് മേനോൻ."

"പ്രസന്റ് മാം"

"നമ്പർ ത്രീ അസീൻ നായർ"

എല്ലാവരെയും വിളിച്ചശേഷം രജിസ്റ്റർ അടച്ചുവെച്ച് മാഡം പറഞ്ഞു,

"ഓക്കെ മൈ സ്റ്റൂഡന്റ്സ്. ഓൾ ആർ പ്രസന്റ്, ഗുഡ്."

"തേങ്ക്സ് മാം"

"നൗ ഓൾ ഓഫ് യൂ ടെയ്ക് യുവർ ഇംഗ്ലീഷ് ടെക്സ്റ്റ് ബുക്ക് ആന്റ് ഓപ്പൺ പേജ് നമ്പർ സെവന്റീൻ."

"ഓക്കെ മാം, വി ആർ ഓപ്പനിങ്ങ് പേജ് നമ്പർ സെവന്റീൻ."

"ഡിയർ സ്റ്റൂഡന്റ്സ് റീഡ് ദി പോയം ഇൻ മൈന്റ്. ഐ വിൽ ആസ്ക് ക്വസ്റ്റൻസ് ലെയ്റ്റർ."

ആദിഷിന് മടുപ്പ് തോന്നി, എത്ര തവണയാ ഒരേ പാഠം വായിക്കേണ്ടത്? മനസ്സിലുള്ളത് മര്യാദക്ക് പറയാനും വയ്യ. എന്തൊക്കെ ചോദ്യങ്ങൾ ആയിരിക്കും വരുന്നത്. പെട്ടെന്നാണ് മാഡത്തിന്റെ ശബ്ദം ഉയർന്നത്,

"ഹെയ് ആദിഷ്, വാട്ട് യൂ ആർ സെയിങ്ങ്? ഓൺലി സയലന്റ് റീഡിംഗ് ഈസ് പെർമിറ്റഡ് ഇൻ ദി ക്ലാസ്റൂം."

"യസ് മാം"

മടുത്തുപോയി. ചോദ്യം ഉത്തരം. പണിഷ്മെന്റ്. മാസ്കിന്റെ ഉള്ളിൽ ശ്വാസം പിടിച്ച് അനങ്ങാതെ ഇരിക്കണം, ചോദിച്ചതിനു മാത്രം ആൻസർ പറയണം, മറ്റൊന്നും ഇല്ല.

അതിനിടയിൽ, കഴിഞ്ഞ ആഴ്ചയാണ് രസകരമായ സംഭവം നടന്നത്, ക്ലാസിൽ മലയാളം പറയരുത് എന്നാണ് നിയമം, മലയാളത്തിൽ പറഞ്ഞാൽ അസംബ്ലിയിൽ വെച്ച് പരസ്യമായി പണിഷ്മെന്റ് ലഭിക്കും. തല്ലുകയില്ലെങ്കിലും ആ നേരത്ത് പ്രിൻസിപ്പാളിന് തോന്നുന്ന ടോപ്പിക്കിനെകുറിച്ച് പത്ത് വാചകങ്ങൾ പറയിപ്പിക്കും. എബൗട്ട് ഔവർ സ്കൂൾ, ഡിസിപ്ലിൻ, യുവർ ഹോം, ഔവർ കൺട്രി എന്നൊക്കെയാവും സബ്ജക്റ്റ്. ഫോർത്ത് സ്റ്റാന്റേർഡിലെ സാൻസ്കൃതി ഷെറീഫ് മലയാളം പറഞ്ഞപ്പോൾ പണിഷ്മെന്റായി പറയാൻ കൊടുത്ത ടോപ്പിക്ക് 'ഔവർ ഫുഡ്'. അവളാരാ മോൾ!

അസംബ്ലിയിൽ എല്ലാവരും കേൾക്കെ മൈക്ക്പോയിന്റിൽ വ

ന്ന് പറയാൻ തുടങ്ങി,

'ചിക്കൻ ബിരിയാണി, ഫ്രൈഡ് റൈസ്, പൊറോട്ട, ബീഫ്ഫ്രൈ, മട്ടൺചാപ്സ്, ഫിഷ്മോളി, മുട്ടറോസ്റ്റ്, ഗോപിമഞ്ചൂരി, ചപ്പാത്തി, ചില്ലിചിക്കൻ, ചോറ്, മത്തിക്കറി, മാങ്ങാച്ചമ്മന്തി, സാമ്പാർ, ഓലൻ, കാളൻ, അച്ചാർ, പപ്പടം, പായസം, അലുവ, ലഡു, ജിലേബി"

പിന്നെയെന്ത് പറയാൻ! വായിൽ കപ്പലോടിച്ച് സ്റ്റൂഡന്റ്സും ടീച്ചേർസും ചിരിയോട് ചിരി. അതുകേട്ട് സ്വന്തം വായിൽനിറയുന്ന വെള്ളം ഇറക്കിയിട്ട് പ്രിൻസപ്പാൾ ഷൗട്ട് ചെയ്തു.

"സ്റ്റോപ് യുവർ നോൺസെൻസ്"

"മാം ദിസ് ഈസ് നോട്ട് നോൺസെൻസ്, ദെ ആർ ഫുഡ് ഐറ്റംസ്"

"ഐ സേ യൂ സ്റ്റോപ്പ്"

"മാം ഡു യൂ വാണ്ട് എനി മോർ ഫുഡ് ഐറ്റംസ്?"

"എനിക്ക് മതിയായേ. നീയൊന്ന് പോയാട്ടെ."

പച്ചമലയാളത്തിൽ പ്രിൻസിപ്പാൾ പറയുന്നതുകേട്ട് എല്ലാവരും ഞെട്ടി, അടുത്തനിമിഷം പ്രിൻസിപ്പാൾ ചിരിച്ചപ്പോൾ സ്കൂൾ അസംബ്ലിയിൽ കൂട്ടച്ചിരി അരങ്ങേറി.

ലഞ്ച് ബ്രെയ്ക്കിന്റെ സമയത്താണ് ആശ്വാസം തോന്നിയത്. ബോയ്സും ഗേൾസും അകന്നുമാറി ഇരുന്നാണ് ഭക്ഷണം. ഗേൾസിനെ ടച്ച് ചെയ്താലും മിണ്ടിയാലും കംപ്ലെയ്ന്റ് ചെയ്താൽ പണിഷ്മെന്റ് കിട്ടും. സമയം പതിനൊന്നര ആയപ്പോൾ ജൂസിന്റെ കൂടെ സ്നാക്സ് ആയ ബിസ്കറ്റ് കഴിച്ചതിനാൽ വിശപ്പ് തോന്നിയതേയില്ല. ലഞ്ച്ബോക്സ് തുറന്നപ്പോൾ ചോറിനു മുകളിലുള്ള ഫിഷ്ഫ്രൈ ബെസ്റ്റ്ഫ്രന്റ് ആയ ഉണ്ണികൃഷ്ണനുമായി ഷെയർ ചെയ്തു. അവന്റെ വീട്ടിൽ അതൊന്നും ഉണ്ടാവില്ല, വെജിറ്റേറിയൻസ് ആണ്. എങ്കിലും ഫ്രന്റ്സ് കൊടുക്കുന്ന ചിക്കനും ഫിഷും ആർത്തിയോടെ തിന്നും. പകരം അച്ചാർ, പുളിശ്ശേരി, ഉപ്പേരി തുടങ്ങിയവ ധാരാളം കൊണ്ടുവന്ന് കൂട്ടുകാർക്ക് കൊടുക്കും. ഉണ്ണിയുടെ കടുമാങ്ങാ അച്ചാർ കിട്ടിയതിനാൽ ചോറ് മുഴുവനും തിന്നാൻകഴിഞ്ഞു.

ആഫ്റ്റർനൂൺ ക്ലാസുകളെല്ലാം ആദിഷിന് ഇഷ്ടമുള്ളവയാണ്. ഫസ്റ്റ് പിരീഡ് ഹിന്ദി, പഠിക്കാൻ ഇഷ്ടമില്ലെങ്കിലും ഹിന്ദി മാമിനെ ഇഷ്ടമാണ്. നിത്യേന പുതുപുത്തൻ ചൂരീദാർ അണിഞ്ഞ് വെറൈ

റ്റി ഹെയർ സ്റ്റൈലിൽ മുഖത്ത് സ്കൈബ്ലൂ മാസ്ക് ഉണ്ടെങ്കിലും കണ്ണിൽ പുഞ്ചിരിയുമായി വരുന്ന ഹിന്ദി മാഡം എല്ലാവരുടേയും ഫേവററ്റ് ആണ്. പിന്നെ ഇ.വി.എസ്.ഉം പി.ടി.യുമാണ്. ഈ.വി.എ സ്. എന്ന എൻവയർമെന്റൽ സ്റ്റഡീസിൽ രഘുരാമൻ സാർ പലത രം ഫോട്ടോസും ചാർട്ട്സും കാണിച്ചുതരും. ലാസ്റ്റ് പിരീഡ് പി.ടി. ക്ലാസ്, ഗ്രൗണ്ടിൽ എത്തിയാൽ എല്ലാവർക്കും കളിച്ചു തിമർക്കാം.

ബെല്ലടിച്ചതോടെ എല്ലാവരും ചെയറിൽ ഇരുന്നപ്പോൾ ക്ലാസിൽ നിശബ്ദമായ അന്തരീക്ഷമായി. ബാഗ് തുറന്ന് ഹിന്ദി നോട്ട്ബുക്കും ടെക്സ്റ്റും എടുത്തപ്പോഴണ് ഹിന്ദി മാഡം നതാലിയ ദേവ് ക്ലാസി ലെത്തിയത്.

“ഗുഡ് ആഫ്റ്റർനൂൺ മാം”

“ഗുഡ് ആഫ്റ്റർനൂൺ ചിൽഡ്രൻ, ഓൾ ഓഫ് യൂ സിറ്റ്ഡൗൺ”

“തേങ്ക് യൂ മാം”

“ടെയ്ക്ക് യുവർ ഹിന്ദി ടെക്സ്റ്റ് ബുക്ക് ആന്റ് നോട്ട് ബുക്ക്.”

“ഓക്കെ മാം”

“ഹിന്ദി ഈസ് ഔർ രാഷ്ട്രഭാഷ, ആന്റ് വി സ്പീക് ഓൺലി ഹിന്ദി ഇൻ മൈ ക്ലാസ് റ്റുഡേ ഓൺവേഡ്സ്.”

ഇംഗ്ലീഷ് പോരാഞ്ഞിട്ട് ഇനി ഹിന്ദിയിൽ പറയണം പോലും. വല്ലാത്ത ചതിയാണല്ലോ. മാഡം ഹിന്ദിയിൽ തുടങ്ങി.

“ബച്ചോം ആജ് ഹം അപ്നാ രാഷ്ട്രഭാഷാ ഹിന്ദി സിഖേംഗേ. അപ്നാ ഹിന്ദി കിത്താബ് ഖോലോ ഔർ ദേഖോ പാഠ് ഛേ.”

“ഠീക്ക് ഹൈ മാം”

“ജീവേഷ് ഇധർ ആഓ ഔർ അപ്നാ ഹിന്ദി കിത്താബ് ദേക്കോ”

“ഠീക്ക് ഹൈ മാം”

ഹിന്ദിയിൽ തുടരുകയാണ്. ആദിഷിന് മടുപ്പ് തോന്നി. ഇംഗ്ലീഷ്, ഹിന്ദി, എല്ലാം കുഴഞ്ഞു മറിഞ്ഞിരിക്കുന്നു. മര്യാദക്ക് പറയാൻ ഇഷ്ടപ്പെടുന്നതാണ് മലയാളം. അതിവിടെ മിണ്ടിയാൽ പണിഷ് മെന്റും ഫൈനും. വീട്ടുകാരും നാട്ടുകാരും പറയുന്നതുപോലെ സ്കൂളിൽ പറഞ്ഞാൽ വലിയ കുറ്റം. ഇതെന്തൊരു സ്കൂളാണപ്പാ.

ഹിന്ദിക്ക് പിന്നാലെ ഇ.വി.എസ്. ക്ലാസിൽ രഘുരാമൻ സാർ വ ന്നപ്പോൾ ആശ്വാസം തോന്നി. കുറച്ചെങ്കിലും മലയാളത്തിൽ പറ യാനാവുന്നത് ഇ.വി.എസ്. ക്ലാസിലാണ്. പലതരം പ്ലാന്റ്സിന്റെ

ചിത്രങ്ങൾ സാർ പരിചയപ്പെടുത്തുമ്പോൾ കൗതുകം തോന്നി.

കാത്തിരിപ്പിന്റെ ഒടുവിൽ ബെല്ലടിച്ചു. ഇന്റർവെൽ കഴിഞ്ഞ് പി.ടി. ക്ലാസ് ആയപ്പോൾ ആദിഷിന് ആഹ്ലാദമായി. പി.ടി. ചുമതലയുള്ള രാജീവ് സാർ വന്നപ്പോൾ കുട്ടികൾ എഴുന്നേറ്റു.

“ഗുഡ് ഈവിനിങ്ങ് സാർ”

പി.ടി. സാർ മീശ പിരിച്ചുകൊണ്ട് എല്ലാവരെയും നോക്കിയിട്ട് പറഞ്ഞു,

“ഗുഡ് ഈവിനിങ്ങ്, വെൽകം സ്റ്റൂഡന്റ്സ്, ഓൾ ഓഫ് യൂ സ്റ്റാന്റ് അപ് ആന്റ് ഗോ ഇൻ എ സ്റ്റ്രെയ്റ്റ് ലൈൻ റ്റു ദി പ്ലേഗ്രൗണ്ട് വിത്തൌട്ട് മെയ്ക്കിങ്ങ് എനി നോയ്സ്. ഇഫ് ഐ ഫൗണ്ട് എനിബഡി മെയ്ക്കിങ്ങ് നോയ്സ് വിൽ ഗെറ്റ് സിവിയർ പണിഷ്മെന്റ്”

“തേങ്ക് യൂ സർ”

“യെസ്, വാക്ക് ഇൻ എ സ്ട്രെയ്റ്റ് ലൈൻ, വൺ, റ്റൂ, ത്രീ, ഫോർ...”

അടക്കിവെച്ച ആഹ്ലാദത്തോടെ 32 കുട്ടികളും വിദ്യാലയത്തിനു പിന്നിൽ പടിഞ്ഞാറ് ഭാഗത്തുള്ള പ്ലേഗ്രൗണ്ടിൽ എത്തിച്ചേർന്നു. പിന്നാലെ വരുന്ന അദ്ധ്യാപകൻ മാർച്ച് പാസ്റ്റും വാംഅപ്പും കുട്ടികളെക്കൊണ്ട് ചെയ്യിച്ചാൽ ബാക്കിസമയം ഇഷ്ടാനുസരണം കളിക്കാം. അതിനുവേണ്ടി കാത്തിരിക്കുകയാണവർ.

ഗ്രൗണ്ടിലെത്തിയ അദ്ധ്യാപകൻ വിവിധ എക്സർസൈസ് ചെയ്യിച്ചശേഷം സ്ഥലം വിട്ടതോടെ കുട്ടികൾ കളിക്കാൻ തുടങ്ങി. ഗേൾസ് എല്ലാവരും ഗ്രൗണ്ടിന്റെ വെസ്റ്റ് സൈഡിൽ ഉയരമുള്ള മതിലിനോട് ചേർന്ന് വട്ടത്തിൽ ഇരുന്ന് അവർക്കുമാത്രം അറിയാവുന്ന ഏതോ കളിയിൽ ഏർപ്പെട്ടപ്പോൾ ചിലർ ‘റിങ്ങാ റിങ്ങാ റോസ്’ കളിയിലാണ്. മതിലിന്റെ പിന്നിലുള്ള പാറകൾക്കും വട്ടക്കൽ ടൂറിസ്റ്റ് കോംപ്ലക്സുകൾക്കും പിന്നിൽ അറേബ്യൻ സീ ആയതിനാൽ അതിലൂടെ കുട്ടികളാരും പോകാറില്ല. ഗ്രൗണ്ടിന്റെ നോർത്ത് സൈഡിൽ ട്രീസും പ്ലാന്റ്സും വളരുന്ന ചെറിയൊരു ഫോറസ്റ്റ് അകലെനിന്നും കാണാം. അതിന്റെ അരികിലുള്ള കിണറിൽ നിന്നാണ് സ്കൂളിലേക്ക് വാട്ടർ ലഭിക്കുന്നത്. ചുറ്റുപാടും നോക്കിയിരിക്കെ ശിവദേവ് വിളിച്ചു കൂവുന്നത് കേട്ടു,

“ഹായ് ബോയ്സ്, കം ലറ്റ് അസ് പ്ലേ”

“വാട്ട് വിൽ വി പ്ലേ?”

ഒളിച്ചുകളിക്കുശേഷം

"റ്റുഡേ വി ആർ പ്ലെയിങ്ങ് ഹൈഡ് ആന്റ് സീക്ക്"

"ദൻ ഐ വിൽ ബികെയ്ം ദി സേർച്ചർ വൺ, റ്റു, ത്രീ, ഫോർ..."

കൂട്ടത്തിൽനിന്നും നിഷാൽ മുന്നോട്ടുവന്ന് ഗ്രൗണ്ടിന്റെ തെക്കു ഭാഗത്തുള്ള തെങ്ങുകളിൽ ഒന്നിനെ ചുറ്റിപ്പിടിച്ച് എണ്ണാൻ തുടങ്ങിയപ്പോൾ മറ്റുള്ളവരെല്ലാം ഒളിക്കാനായി ഓടി.

*** ***

3

സ്വീറ്റ് മഷ്റൂം

ഹൈഡ് ആന്റ് സീക്ക് കളിയിൽ 'അച്ച്' ആയ തെങ്ങിനെ ഇരുകൈകൊണ്ടും പിടിച്ചശേഷം നിഷാൽ കണ്ണടച്ച് എണ്ണാൻ തുടങ്ങി.

"വൺ, റ്റൂ, ത്രീ, ഫോർ, ഫൈവ്, സിക്സ്.. ട്വന്റി ഫോർ, ട്വന്റി ഫൈവ്.."

"യെസ്, ഐ ആം കമിങ്ങ് റ്റു സേർച്ച് യു ഓൾ"

സ്കൂൾ ഗ്രൗണ്ടിനു സമീപം വളരുന്ന ഉയരംകുറഞ്ഞ തെങ്ങിനെ ചുറ്റിപ്പിടിച്ച് കണ്ണടച്ചുകൊണ്ട് 25 വരെ എണ്ണിയശേഷം നിഷാൽ കണ്ണുതുറന്ന് പരിസരം ശ്രദ്ധിച്ചു. കൂട്ടുകാർ ആരെയും കാണാനില്ല; പലരും പലയിടങ്ങളിലായി ഒളിച്ചിരിക്കുമെന്ന് ഉറപ്പായപ്പോൾ ഉച്ചത്തിൽ പറഞ്ഞു,

"ഹൈ ഫ്രന്റ്സ്, ഐ ആം സേർച്ചിങ്ങ്, വേർ ആർ യൂ ഹൈഡിങ്ങ്?"

ഒളിച്ചിരിക്കുന്ന ഫ്രന്റ്സിനെ വൺ ബൈ വൺ ആയി കണ്ടുപിടിക്കാൻ നിഷാൽ പുറപ്പെട്ടു. സ്കൂളിന്റെ പിൻവശത്തുള്ള ഗ്രൗണ്ടിന് അതിരിടുന്ന മതിലിനു പിറകിലായി ഏതാനും കോക്കനട്ട് ട്രീസ് ഉണ്ട്. അതിനപ്പുറം താഴോട്ട് ഇറങ്ങിയാൽ അറേബ്യൻ സീ ആണ്. സീഷോറിന് സമീപം ഹിൽടോപ്പിലാണ് സ്കൂൾ. സീ വെവ്സിന്റെ സൗണ്ട് കേൾക്കാമെങ്കിലും കാഴ്ച മറച്ചുകൊണ്ട് ഉയരമുള്ള മതിൽ പണിതിട്ടുണ്ട്.

ഗ്രൗണ്ടിന്റെ നോർത്ത് സൈഡിൽ നിറയെ ലാർജ് ട്രീസ് കാണാം. അങ്ങോട്ട് പോകാൻ മാത്രമല്ല നോക്കാനും കൂടി പലർക്കും പേടിയാണ്. വന്മരങ്ങളെ ചുറ്റിയ വള്ളികളും കുറ്റിച്ചെടികളും എല്ലാം ചേർന്ന ഫോറസ്റ്റ് ആണ്. അതിനടുത്തു കൂടി ഡേ ടൈമിൽ

പോലും വൈൽഡ് ആനിമൽസ് ഓടുന്നത് കണ്ടിട്ടുണ്ട്. സ്കൂളിലേക്ക് ആവശ്യമായ വെള്ളം ലഭിക്കുന്ന കിണർ ഫോറസ്റ്റിന് സമീപത്താണ്. വികൃതികളായ കുട്ടികളും ആനിമൽസും വീഴുന്നത് ഒഴിവാക്കാൻ കിണറിനു മുകളിൽ ബലമുള്ള അയേൺ നെറ്റ് ഉണ്ട്.

ഹൈഡ് ചെയ്യാനായി ഇടംതേടിയ ആദിഷ് എത്തിയത് മുൻവശത്തെ സ്റ്റേജിനടുത്താണ്. അവിടെ ആദ്യമേ ഒളിച്ചിരുന്ന ജാവിസ് ഷൗട്ട് ചെയ്തു,

"യൂ അഗ്ലി ബ്ലേക്ക് ബോയ്, ദിസ് ഈസ് മൈ പ്ലെയ്സ്. ഗോ എവേ."

"യെസ് ഓക്കെ, സോറി ഫോർ ദി ട്രബിൾ."

അവിടെനിന്നും നോർത്ത് സൈഡിലേക്ക് നടക്കുമ്പോൾ വിഷമം തോന്നി. കളർ അല്പം കുറഞ്ഞതിന് ഇങ്ങനെ പറയണോ? മുന്നിലുള്ള കിണറിന്റെ ചുറ്റുമതിൽ കണ്ടപ്പോൾ അതിന്റെ മറുവശത്ത് ഒളിച്ചാൽ തന്നെയാർക്കും എളുപ്പത്തിൽ കണ്ടെത്താനാവില്ലെന്ന് തോന്നി. സേർച്ച് ചെയ്യുന്ന നിഷാൽ കിണറിനടുത്ത് എത്തുമ്പോൾ മറുവശത്തുകൂടി ഓടിച്ചെന്ന് അച്ച് തൊടാം. അങ്ങനെ വിജയി ആവണം. കിണറിനെ കവർ ചെയ്യുന്ന കമ്പിവലയെ തൊട്ടുകൊണ്ട് വിശാലമായ ഗ്രൗണ്ടും സ്കൂൾ ബിൽഡിങ്ങും നോക്കിയിട്ട് ആദിഷ് ഒളിച്ചിരുന്നു.

ഒരു വശത്ത് ഗേൾസ് റിംഗ് ടെന്നീസ് കളിക്കുന്നുണ്ട്. മറ്റൊരു മൂലയിൽ കുറച്ചുപേർ വട്ടത്തിൽ നിന്നുകൊണ്ട് റിങ്ങാ റിങ്ങാ റോസ് കളിയിലാണ്. ഓട്ടവും ചാട്ടവും ഗേൾസിന് അറിയില്ലല്ലോ. നിഷാൽ അച്ചിന്റെ ചുറ്റും ഓടിയിട്ട് ഫ്രൻസിനെ സേർച്ച് ചെയ്യുകയാണ്. ഇതുവരെ ആരെയും കണ്ടെത്തിയില്ലെന്ന് തോന്നുന്നു.

ഇളം കാറ്റിന്റെ തഴുകലിൽ പ്രത്യേക സുഖം തോന്നി. കിണറിന്റെ കരയിൽ നിഴലുള്ള വശത്ത് ആദിഷ് ഇരുന്നു. നല്ല സുഖം, അപ്പോഴാണ് ശബ്ദം കേട്ടത്,

"ആദിഷ്, ആദിഷ്."

മ്യൂസിക്കിന്റെ അകമ്പടിയുയുള്ള ശബ്ദംകേട്ട് ചുറ്റുപാടും നോക്കി; വീണ്ടും അതേ ശബ്ദം,

'ആദിഷ്.. ആദിഷ്.. ആദിഷ്.. ആദിഷ്.."

ഫോറസ്റ്റിന്റെ ഭാഗത്തുനിന്നാണ് വിളിക്കുന്നത്, ഏതോ പക്ഷിയാണ്.. ഇത്രയും മധുരമുള്ള ശബ്ദത്തിൽ ഏത് പക്ഷിയാണ് വിളി

ക്കുന്നത്?

"ആദിഷ്, ആദിഷ്.. ആദിഷ്, ആദിഷ്.."

കിണറ്റിൻ കരയിൽ ഹൈഡ് ചെയ്യുന്നത് മറന്നു, ആദിഷിന്റെ ശ്രദ്ധ അങ്ങോട്ടായി,

"ആദിഷ്, ആദിഷ്.. ആദിഷ്, ആദിഷ്.."

അവിടെയിരുന്ന് ഏതോ ബേർഡ് പാട്ടു പാടുകയാണ്. ഒപ്പം അനേകം ബട്ടർഫ്ളൈസ് പറക്കുന്നുണ്ട്. ചെടികൾക്കിടയിൽ ഒരു സ്‌ക്വിറൽ സാധാരണയിലും വലിയ അണ്ണാൻ. അവൻ മുന്നോട്ടുവന്ന് ആദിഷിനെ നോക്കി എന്തൊക്കെയോ ആഗ്യം കാണിച്ചു. തിരികെ നടക്കുമ്പോഴാണ് കണ്ടത്, ബാക്ക് സൈഡിൽ അഞ്ച് വരകൾ!

സാധാരണ സ്‌ക്വിറൽസിന് മൂന്ന് വരകൾ ആണെങ്കിലും ഇവിടെ വരകൾ അഞ്ചെണ്ണം. സ്‌ക്വിറലിന് വരകൾ ലഭിച്ചതിനെപറ്റി അമർചിത്രകഥയിൽ വായിച്ചിട്ടുണ്ട്. കഥയിൽ പറയുന്നത് ഗോഡ് ശ്രീരാമനാണ് ബാക്ക് സൈഡിൽ വരഞ്ഞതെന്നാണ്. അപ്പോൾ ഈ അണ്ണാന്റെ പുറത്ത് ശ്രീരാമൻ ഫൈവ് ഫിംഗേർസ് കൊണ്ടും വരഞ്ഞിരിക്കാം. അതാ, അണ്ണാൻ മുന്നോട്ടുവന്ന് എന്തോ പറയുന്നുണ്ടല്ലോ!

രണ്ടുകാലിൽ നിവർന്നുനിന്ന അണ്ണാൻ വിശറിപോലുള്ള വാൽ ഉയർത്തി വീശുകയാണ്. അതിനിടയിൽ 'ഛിൽ ഛിൽ' എന്നു പറഞ്ഞുകൊണ്ട് വലതുകൈ ഉയർത്തി ക്ഷണിക്കുന്നത് കണ്ടപ്പോൾ ആദിഷിന് ആശ്ചര്യമായി. നിൽക്കണോ. പോകണോ?

ഒരു നിമിഷം അവനെല്ലാം മറന്നു, ഹൈഡ് ആന്റ് സീക്ക് കളിയെ മറന്നു, ഒപ്പം കളിക്കുന്ന ഫ്രന്റ്സിനെ മറന്നു, സീസൈഡ് ഇംഗ്ലീഷ് മീഡിയം പ്രൈമറി സ്‌കൂളിനെ മറന്നു, പി.ടി.സാർ ഇടിയൻ രാജുവിനെ മറന്നു, അവനിപ്പോൾ വെറുമൊരു കുട്ടിയാണ്, ഒരു സാധാരണ കുട്ടി. മണ്ണും മരവും പൂക്കളും പൂമ്പാറ്റകളും പക്ഷികളും ജന്തുക്കളും എല്ലാം അവനെ വിളിക്കുകയാണ്.

കിണറിനു സമീപം ഒളിച്ചിരുന്ന ആദിഷ് തിരിഞ്ഞുനോക്കാതെ മരക്കൂട്ടത്തിന്റെ സമീപം നടന്നു. അടുത്ത് എത്താറായപ്പോൾ അണ്ണാൻ മുന്നോട്ടു നടക്കാൻ തുടങ്ങി. അവന്റെ കൂടെയെത്താൻ വേഗത്തിൽ നടന്നപ്പോൾ അണ്ണാൻ ഓടിയിട്ട് വലിയ മരത്തിനരികിൽ എത്തി. അതിന്റെ മറുവശത്തേക്ക് പോയ അണ്ണാന്റെ പിന്നാലെ

ഓടിയപ്പോൾ ആരെയും കാണാനായില്ല. 'അങ്ങനെ വിടാൻ പാടില്ല."

മരത്തിനു ചുറ്റുമായി അഞ്ചാറ് തവണ ഓടിയിട്ടും അണ്ണാന്റെ വാല്പോലും കാണാനില്ല. ആ നേരത്താണ് മരത്തെ ശ്രദ്ധിച്ചത്, ആദ്യമായിട്ടാണ് ഇത്രയും വലിയ മരം കാണുന്നത്. ആകാശം മുട്ടേ വളർന്നു പന്തലിച്ച മരത്തെ ചുറ്റിപ്പിടിക്കാൻ അഞ്ചോ ആറോ കുട്ടികൾ വേണ്ടിവരും. എന്തൊരു മരമാണിത്?

അണ്ണാനെ പിടിക്കാനായി മരത്തിനു ചുറ്റും ഓടിയിട്ട് ക്ഷീണിച്ച ആദിഷ് മരച്ചുവട്ടിൽ ഇരുന്ന് ഓരോന്നായി ആലോചിച്ചു. ഈ ട്രീയുടെ നെയിം എന്തായിരിക്കും? ഇതിനൊരു നെയിം ഉണ്ടായിരിക്കുമോ? വിളിച്ചുവരുത്തിയ സ്ക്വിറൽ എവിടെ പോയാണ് ഹൈഡ് ചെയ്തത്? അവനും ഹൈഡ് ആന്റ് സീക്ക് കളിയിൽ ആയിരിക്കുമോ? ആദിഷ് പലതും ചിന്തിച്ചു; പരിസരത്ത് തണുത്ത കാറ്റ് വീശുമ്പോൾ ആശ്വാസം തോന്നി.

മരച്ചുവട്ടിലിരുന്ന് സമീപമുള്ള ഗ്രാസുകൾക്കിടയിൽ നോക്കിയപ്പോൾ ആകർഷകമായ ദൃശ്യം. അവിടെ വെള്ളനിറത്തിൽ എന്തോ തിളങ്ങുന്നു. റൗണ്ട് ഷെയ്പിൽ ഇഡ്ഡലി പോലെ, ഒന്നല്ല, അനേകം ഉണ്ട്. ആദിഷ് എഴുന്നേറ്റ് കൈകാലുകളൊക്കെ കുടഞ്ഞുകൊണ്ട് അങ്ങോട്ടേക്ക് നടന്നു, അപ്പോൾ കണ്ടത്, മഷ്റൂംസ്.

വട്ടത്തിൽ വെള്ള നിറമുള്ള നൂറുകണക്കിന് കൂണുകൾ. എന്തൊരു തിളക്കം. എന്തൊരു വെളുപ്പ്, പച്ചിലക്കൂട്ടങ്ങൾക്കിടയിൽ പൊട്ടി വിടർന്ന കൂണുകൾ എന്തോ പറയുന്നതായി ആദിഷിന് തോന്നി. എന്തായിരിക്കും പറയുന്നത്? പൊട്ടിച്ചെടുത്ത് തിന്നാൻ തന്നെ. കൂണുകൾക്ക് വേറൊന്നും പറയാനാവില്ലല്ലോ. നല്ല വിശപ്പും ദാഹവും ഉണ്ട്.

മൂക്കും വായയും മറച്ചിരുന്ന മാസ്ക് ഊരി അകലേക്ക് വലിച്ചെറിഞ്ഞശേഷം കൂട്ടത്തിൽ വലിയ മഷ്റൂം പൊട്ടിച്ചെടുത്ത് വായിലിട്ട് ചവച്ചു, അത്ഭുതം! നല്ലരുചി. മമ്മിയോടൊപ്പം സ്റ്റാർ ഹോട്ടലിൽ നിന്നും കഴിച്ചിരുന്ന ഐറ്റത്തെക്കാൾ ഡലീഷ്യസ്, യുമാമി, യുമ്മി. ഇനിയും തിന്നണം, ഒന്നുകൂടി പറിച്ചെടുത്ത് തിന്നു. പിന്നെ മറ്റൊന്ന്, അങ്ങനെ കുറേയെണ്ണം.

മഷ്റൂംസ് തിന്നുതിന്ന് ആദിഷിന്റെ വിശപ്പും ദാഹവും മാറിയെങ്കിലും കൊതി മാറിയില്ല. പെട്ടെന്ന് ചെറിയൊരു മയക്കം, ആ

കെയൊരു സുഖം തോന്നി. ഉറക്കം വരികയാണോ? എങ്ങോട്ടോ സഞ്ചരിച്ച് കൊണ്ടിരിക്കെ അലിഞ്ഞ് ഇല്ലാതാവുകയാണ്. ആദിഷ് എന്ന തേർഡ് സ്റ്റാന്റേർഡ് സ്റ്റുഡന്റ് സ്വന്തം സ്കൂളിനടുത്തുള്ള കാടിനുള്ളിൽ വെറും നിലത്ത് ചെടികൾക്കിടയിൽ കിടക്കുകയാണ്. എല്ലാം മറന്ന് സുഖകരമായ ഉറക്കം.

പിറ്റേദിവസം രാവിലെ സീസൈഡ് ഇംഗ്ലീഷ്മീഡിയം പ്രൈമറി സ്കൂൾ പരിസരത്ത് വാഹനങ്ങളും ആളുകളും നിറഞ്ഞു. ബഹളം കൂട്ടുന്നവർക്കിടയിൽ ആദിഷ് മേനോന്റെ ഫാദർ, മിസ്റ്റർ സനേഷ് മേനോൻ വളരെ ദേഷ്യത്തിലാണ്. മകനെന്തോ അപകടം പറ്റിയതുകൊണ്ടാവാം തലേദിവസം വീട്ടിൽ വരാഞ്ഞതെന്ന് കരഞ്ഞുപറഞ്ഞ് അവന്റെ മമ്മി ശുഭാമേനോൻ മേശപ്പുറത്ത് തലചായ്ച്ച് കിടക്കുകയാണ്. ഫാദർ ഉച്ചത്തിൽ ഷൗട്ട് ചെയ്തു,

“ദിസ് ഈസ് നോട്ട് എലൗഡ് ഇൻ ദി സ്കൂൾ; വേർ ഈസ് മൈ സൺ?”

“കൂൾ ഡൗൺ സർ, പ്ലീസ്.”

“ഹൗ ഡേർ റ്റു സേ കൂൾ ഡൗൺ? ഐ ആം ഹിസ് ഫാദർ. മൈ സൺ ഈസ് മിസ്സിംഗ്. ദോ ഹിസ് കളർ മേ ബി ബ്ലേക്ക് ബട്ട് സ്റ്റിൽ ഐ ലൗ മൈ സൺ സോ മച്ച്”

മേനോനെ ആശ്വസിപ്പിക്കാൻ തുനിഞ്ഞ പ്രിൻസിപ്പാൾ പിന്നീടൊന്നും പറഞ്ഞില്ല.

നാട്ടുകാരും രക്ഷിതാക്കളുമായി സ്കൂൾ പരിസരം നിറയെ മനുഷ്യരാണ്. പോലീസുകാരും ക്യാമറകളുമായി വിവിധ പത്ര ചാനൽ പ്രവർത്തകരും ചേർന്ന് മാസ്ക്കൊണ്ട് മുഖം മറച്ചിട്ടുണ്ടെങ്കിലും, സോഷ്യൽ ഡിസ്റ്റൻസ് പാലിക്കാതെ തിക്കിത്തിരക്കുന്നു. ആളുകളെ നിയന്ത്രിക്കാൻ പോലീസ് ശ്രമിച്ചെങ്കിലും ഫലം കണ്ടില്ല. ആദിഷ് മേനോൻ എന്ന കുട്ടിയുടെ പിതാവിന്റെ മുന്നിൽ പ്രിൻസിപ്പാൾ സുഹാസിനി ജോസഫ് മറുപടി പറയാൻ ശ്രമിച്ചു,

“സർ, പ്ലീസ് ബി സീറ്റഡ്. ഹി വിൽ കം, യുവർ സൺ വിൽ കം സൂൺ”

“വാട്ട് യൂ ആർ സെയിങ്ങ്. ഇന്നലെ വൈകിട്ട് പി.ടി. പിരീഡ് കളിക്കാൻ പോയ കുട്ടിയെ കാണാനില്ലെന്ന് പറഞ്ഞ് കൈയൊഴിയുകയോ? നിങ്ങൾക്കെതിരായി പെറ്റീഷൻ കൊടുക്കും”

ആരൊക്കെയോ വന്ന് ആദിഷിന്റെ ഫാദറെ വീണ്ടും ആശ്വസി

പ്പിച്ചു.

"മിസ്റ്റർ മേനോൻ, സയലന്റ് ആവൂ. സി.സി.ടി.വി. ഓപ്പൺ ചെയ്ത് സ്കൂൾ പരിസരത്ത് ടോട്ടൽ സേർച്ച് നടക്കുന്നുണ്ട്. ആ നേരത്ത് കടന്നുപോയ വെഹിക്കിൾസിന്റെ നമ്പർ നോട്ട്ചെയ്ത് പരിശോധിക്കുന്നുണ്ട്"

"എന്ത് പരിശോധിക്കാനാണ്. രാത്രിയിലേ തുടങ്ങിയ സേർച്ചിങ്ങ് അല്ലേ? കുട്ടിയെ കാണാതായിട്ട് നൈന്റീൻ ഹവേർസ് കഴിഞ്ഞു. ഇങ്ങനെ പോയാൽ സ്കൂളിന് തീവെക്കും."

"അങ്ങനെ പറയല്ല സാർ, ഫയർഫോഴ്സ് വന്ന് കിണറ്റിലിറങ്ങി; ഇപ്പോൾ ബീച്ചിൽ ഇറങ്ങിയിട്ടുണ്ട്. എല്ലായിടവും സേർച്ച് ചെയ്യുകയാണ്"

"അയ്യോ.. എന്റെ പൊന്നുമോനേ."

ആദിഷിന്റെ മമ്മി പച്ചമലയാളത്തിൽ പറഞ്ഞ് നെഞ്ചത്തടിച്ച് കരഞ്ഞശേഷം ഭർത്താവ് മേനോനെ പിടിച്ചുവലിച്ച് ഉച്ചത്തിൽ പറഞ്ഞു,

"എനിക്കറിയാം നിങ്ങൾക്കാർക്കും അവനെ ഇഷ്ടമില്ലെന്ന്, എന്റെ മകൻ കറുത്തുപോയത് അവന്റെ കുറ്റമാണോ?"

*** ***

4

കണ്ണാരം പൊത്തിപ്പൊത്തി

"കണ്ണാരം പൊത്തിപ്പൊത്തി, കണ്ണിൽച്ചൂരൽ കുത്തിക്കുത്തി,,
കണ്ണാരം പൊത്തിപ്പൊത്തി, കണ്ണിൽച്ചൂരൽ കുത്തിക്കുത്തി,,
കാണാത്ത പിള്ളേരെല്ലാം ഒളിച്ചോ, ഒളിച്ചോ.
കാണാത്ത പിള്ളേരെല്ലാം ഒളിച്ചോ, ഒളിച്ചുകഴിഞ്ഞോ?
അന്നെപ്പോലത്തെ ചങ്ങായിമാരെ കാണാനായോ ആയോ? ആയോ?"

"ആയിന്, ആയിന്."

മറുപടി കിട്ടിയപ്പോൾ ഒളിച്ചിരിക്കുന്ന കൂട്ടുകാരെ കണ്ടുപിടിക്കാൻ കുട്ടികളുടെ സ്ഥിരം അച്ച് ആയ ചെമ്പകമരത്തിലെ പിടിവിട്ടുകൊണ്ട് ശീതള നടക്കാൻ തുടങ്ങി. അച്ചുപിടിച്ചുള്ള ഒറ്റിക്കൂക്കികളിയിൽ നാലാം ക്ലാസിലെയും അഞ്ചാം ക്ലാസിലെയും കുട്ടികളാണുള്ളത്. അതിൽ അച്ചുപിടിക്കുന്ന ശീതള ഒഴികെ ഒൻപതു പേരും പലയിടങ്ങളിലായി ഒളിച്ചിരിപ്പുണ്ട്. ആദ്യമേ അവരെയെല്ലാം കണ്ടിട്ട് അച്ചുതൊട്ടാൽ ശീതള ജയിക്കും. ഒപ്പം കളിക്കുന്നവരിൽ നാലുപേർ ആൺകുട്ടികളായതിനാൽ പ്രത്യേക ശ്രദ്ധവേണം. മരത്തിലോ മതിലിലോ കയറി ഒളിക്കാൻ കഴിയുന്നവർ ഏത് നേരത്താണ് ഓടിവന്ന് അച്ച് തൊടുന്നതെന്ന് പറയാനാവില്ല.

ഉച്ച ഭക്ഷണമായ ഉപ്പുമാവ് തിന്നശേഷം തെക്കുഭാഗത്തുള്ള തെങ്ങിൻതടത്തിൽ ഓടിക്കളിക്കുന്നത് ചേരണി എൽ.പി. സ്കൂൾ കുട്ടികളുടെ പതിവാണ്. ആ നേരത്ത് ഹെഡ്മാഷ് ആയ കുമാരൻ മാസ്റ്റർ വീട്ടിൽനിന്നും കൊണ്ടുവന്ന ചോറ് തിന്നശേഷം ആപ്പീസുമുറിയിലെ കസേരയിലിരുന്ന് മേശപ്പുറത്ത് തലചായ്ച്ച് ഉറങ്ങുമ്പോൾ മറ്റുള്ള അദ്ധ്യാപകർ സ്വന്തം ക്ലാസിലെ കസേരയിലിരുന്ന് ഉറങ്ങും. ഒന്നാം തരത്തിലെ രോഹിണി ടീച്ചറുടെ വീട് അടുത്തായതിനാൽ

ചോറുണ്ണാൻ അങ്ങോട്ടേക്ക് പോകും. ആ നേരത്തായിരിക്കും കുട്ടികളുടെ കളികൾ. മണിയടി കേൾക്കുന്നതുവരെ കളി തുടരും.

ഒളിച്ചുകളിയിൽ ജയിക്കാനായി ശീതളയുടെ പരിശ്രമം തുടരുകയാണ്. തെങ്ങുകളുടെ മറവിൽ ആരും ഒളിച്ചിരിപ്പില്ലെന്ന് ഉറപ്പുവരുത്തിയിട്ട് ഒന്നാം ക്ലാസിന്റെ ഭാഗത്തേക്ക് നോക്കി. ക്ലാസിലേക്ക് കയറുന്ന പടിയുടെ സമീപം ഒളിച്ചിരുന്ന മാലതിയെ കണ്ടപ്പോൾ പെട്ടെന്ന് അച്ചുതൊട്ടു. ജയിക്കുകയാണെങ്കിൽ അടുത്ത കളിയിലെ കാക്ക മാലതി തന്നെ. പിന്നീട് കണ്ടത് രമണിയെ ആണ്. മതിലിനടുത്ത് ഒളിച്ചിരുന്ന രമേശനേയും നാരായണനെയും കണ്ടതിനുശേഷം നളിനിയെ കണ്ടു. രാധികയെയും ഗീതയെയും വപ്പക്കായി മാവിന്റെ പിന്നിൽ കണ്ടെത്തി. ഒടുവിൽ കടപ്പുറത്ത് വട്ടക്കല്ലിന്റെ ഭാഗത്തേക്ക് ഇറങ്ങുന്ന വഴിയിൽ ഒളിച്ചിരുന്ന രാജനെയും ജയപ്രകാശനെയും കണ്ടിട്ട് അച്ചുതൊട്ടതോടെ ശീതള ജയിച്ചതായി പ്രഖ്യാപിച്ചു. തുടർന്ന് അടുത്ത കാക്ക മാലതി അച്ചുപിടിച്ച് കണ്ണടച്ചുകൊണ്ട് പറയാൻ തുടങ്ങി,

"കണ്ണാരം പൊത്തിപൊത്തി."

മറ്റുള്ളവർ ഒളിക്കാൻ ഓടുമ്പോൾ മാലതി ഉച്ചത്തിൽ പറഞ്ഞു,

"കടപ്പുറത്തേക്കുള്ള വഴീല് ഒളിച്ചാൽ ഹെഡ്മാഷോട് ഞാമ്പറയും"

"ആരാ ആട ഒളിച്ചത്'

"രാജനും പ്രകാശനും"

"നമ്മളങ്ങോട്ട് പോകുന്നില്ല"

കടപ്പുറത്തേക്കുള്ള വഴിയിൽ പോയില്ലെങ്കിലും അടുത്ത പറമ്പിലെ കുറ്റിക്കാട്ടിലാണ് രണ്ടുപേർ ഓടിയത്. അവിടെ ധാരാളം പുല്ല് വളർന്നിട്ടുണ്ട്. പൊര കെട്ടിമേയുന്ന മിനുസമുള്ള നെയ്പുല്ല്. അതിനുള്ളിൽ ഒളിക്കുന്നവരെ ആരും കാണുകയില്ലെങ്കിലും പുല്ലിന്റെ ഉടമ കുട്ടിരാമേട്ടൻ കണ്ടാൽ വടിയെടുത്ത് പിന്നാലെ ഓടും. നല്ല വില കിട്ടുന്ന പൊരപ്പുല്ലാണ്, കുട്ടികൾ ചവിട്ടി നശിപ്പിച്ചാലോ?

അടുത്ത പറമ്പിൽ ഓടിയ രമേശനും ഗീതയും കുറ്റിക്കാടിന്റെ അടുത്തൊരു കാഴ്ചകണ്ട് ഞെട്ടി; അവിടെ, അവിടെയൊരു കുട്ടി. അവരെപ്പോലുള്ള കുട്ടി വെറും നിലത്ത് കിടന്നുറങ്ങുകയാണ്. അ

വരെ ഞെട്ടിച്ചത് മറ്റൊന്നുമല്ല. അത്, അവനൊന്നും ഉടുത്തിട്ടില്ല. ഉച്ചവെയിലത്ത് ഒരു കുട്ടിയങ്ങനെ ശരീരം നിറയെ മണ്ണും പൊടിയും പിടിച്ച് കിടക്കുകയാണ്. ഇരുണ്ട നിറമുള്ള ആൺകുട്ടിയെ കണ്ടപ്പോൾ രണ്ടുപേരും തലയിൽ കൈവെച്ച് നിലവിളിച്ചു,

"അയ്യോ.. എല്ലാരും ഓടിവായേ"

രമേശന്റെയും ഗീതയുടേയും നിലവിളി കേട്ടപ്പോൾ ഒളിച്ചിരിക്കുന്നവരോടൊപ്പം മറ്റുള്ളവരും അങ്ങോട്ടേക്ക് ഓടി. വന്നവരെല്ലാം തിക്കിത്തിരക്കി മുന്നിൽ കയറിയിട്ട് അന്യോന്യം ചോദിച്ചു,

"ഇതാരാപ്പാ ഈടെയിങ്ങനെ കുപ്പായമിടാതെ ഉറങ്ങിക്കിടക്കുന്നത്?"

കുട്ടികളുടെ എണ്ണം കൂടി വരികയാണ്; പാരിജാതമരത്തിന്റെ തണലിൽ കുറ്റിക്കാടിന്റെ ഇടയിലായി ചിതൽപ്പുറ്റിനടുത്ത് വെറും നിലത്ത് ഉറങ്ങുന്ന കുട്ടി അവരെയെല്ലാം ആശ്ചര്യപ്പെടുത്തി. ഉച്ച കഴിഞ്ഞിട്ടും ഉണരാത്ത കുട്ടിയെ കണ്ടപ്പോൾതന്നെ രമേശനും ചന്ദ്രനും അദ്ധ്യാപകരെ വിളിക്കാനായി സ്കൂളിലേക്ക് ഓടി. അപ്പോൾ കുട്ടിയെ നോക്കിയിട്ട് അഞ്ചാം ക്ലാസിലെ ഇന്ദിര പറഞ്ഞു.

"ഇത് നമുക്ക് പരിചയമില്ലാത്ത കുട്ടിയാണല്ലോ"

തുടർന്ന് ഓരോ അഭിപ്രായങ്ങൾ വന്നു,

"ഇവൻ ഇന്നലെ ആയിരിക്കും ഇവിടെക്കിടന്ന് ഉറങ്ങിയത്"

"ഈ നാട്ടുകാരനല്ല, നല്ല തടിയുണ്ട്. ഏതോ വലിയവീട്ടിലെ കുട്ടി ആയിരിക്കണം"

"വലിയ വീട്ടിലെ കുട്ടിയെന്തിനാ മണ്ണിൽ കിടക്കുന്നത്?"

"അത് കുട്ടികളെ പിടിക്കുന്ന കള്ളന്മാർ കട്ട് കൊണ്ടുപോകുമ്പം ഇവിടെ ഇട്ടതായിരിക്കും"

"ഏതായാലും മാഷ് വരട്ടെ, എന്നിട്ട് എഴുന്നേല്പിക്കാം"

വിവരമറിഞ്ഞ് കോരൻ മാഷും അപ്പുമാഷും വന്നു. രണ്ടുപേരും ഒന്നിച്ച് ചോദിച്ചു,

"ആരെടാ ഇവിടെയിങ്ങനെ കിടന്നുറങ്ങുന്നത്?"

"ഞങ്ങൾക്കറിയില്ല മാഷേ?"

നിലത്ത് ചെടികൾക്കിടയിൽ കിടക്കുന്ന കുട്ടിയെ അദ്ധ്യാപകർ നോക്കി. പിറന്നപടി ദേഹത്തൊരു നൂലുപോലും ഇല്ലാതെ കിടക്കുന്നത് പത്ത് വയസ് പ്രായം തോന്നുന്ന തടിയൻ ആൺകുട്ടിയാ

ണ്. സൂര്യനുദിച്ച് ഉച്ചനേരമായത് അറിഞ്ഞിട്ടുണ്ടാവില്ല. പെട്ടെന്ന് കോരൻ മാഷിനൊരു സംശയം,

"കുട്ടി മരിച്ചുപോയോ? ആരെങ്കിലും കൊന്നിട്ട് ശവം കൊണ്ടിട്ടതാണോ?"

അപ്പുമാഷ് നിലത്ത് കുനിഞ്ഞിരുന്ന് മൂക്കിനു മുകളിൽ കൈ വെച്ചശേഷം പറഞ്ഞു,

"ശ്വാസം കഴിക്കുന്നുണ്ട്. ഇവന്റെ തടിയൊക്കെ നോക്കുമ്പോൾ ഏതോ പണക്കാരന്റെ വീട്ടില് ജനിച്ചതാണെന്ന് തോന്നുന്നു. ഇതെങ്ങിനെയാ ഇവിടെ എത്തിയത്? അതും ഒന്നും ഉടുക്കാതെ! ആരെങ്കിലും ഓടിപ്പോയിട്ട് കൊറച്ച് വെള്ളം കൊണ്ടുവാ?"

"ഞങ്ങള് പോകാം മാഷേ"

ഇന്ദിരയും സുശീലയും വെള്ളമെടുക്കാനായി കിണറ്റിനരികിലേക്ക് ഓടി. അപ്പോഴാണ് കോരൻ മാഷ് ഒരു കാര്യം ഓർമ്മിച്ചത്; അദ്ദേഹം പറഞ്ഞു,

"നമ്മക്ക് കുട്ടീനെ വിളിക്കാം, ഉറക്കം ഞെട്ടുമ്പോൾ ഉടുക്കാൻ എന്തെങ്കിലും വേണ്ടേ? എടാ പ്രകാശാ, നിന്റെ വീട് അടുത്തല്ലേ. വേഗം പോയി ഇവന് ഇടാൻ നിന്റെയൊരു കുപ്പായവും ട്രൗസറും എടുത്തിട്ട് വാ? മാഷ് പറഞ്ഞതാന്ന് പറഞ്ഞാൽ മതി"

പ്രകാശൻ കുപ്പായം എടുക്കാനായി ഓടിയപ്പോൾ മറ്റുള്ളവരുടെ ശ്രദ്ധ കുട്ടിയിലായി. അവരെല്ലാം നോക്കിയിരിക്കെ നിലത്തു കിടക്കുന്നവന്റെ കാലുകൾ പതുക്കെ അനങ്ങിയപ്പോൾ സന്തോഷാരവങ്ങൾ ഉയർന്ന സമയത്ത് കിണ്ണത്തിൽ വെള്ളവുമായി ഇന്ദിരയും സുശീലയും എത്തി. കോരൻ മാഷ് വെള്ളം വാങ്ങി അല്പാല്പമായി മുഖത്ത് കുടഞ്ഞു. തണുത്തവെള്ളം പതിച്ചപ്പോൾ അവനൊന്ന് അനങ്ങിയിട്ട് തല ഇരുവശത്തുമായി ചലിപ്പിച്ചു. കണ്ണുകൾ രണ്ടും മുറുക്കി അടച്ചശേഷം പതുക്കെ തുറന്നു. ചുറ്റുമുള്ള കുട്ടികൾ കൂവിയാർത്തു,

"കണ്ണുതുറന്നേ... കുട്ടി കണ്ണുതുറന്നേ.."

അദ്ധ്യാപകർ ചേർന്ന് നിലത്തുകിടക്കുന്നവനെ പിടിച്ചുയർത്തി ഇരിക്കാൻ സഹായിച്ചശേഷം വെള്ളമൊഴിച്ച് മുഖം കഴുകി. ഇപ്പോൾ നന്നായി കണ്ണുതുറന്നിരിക്കയാണ്. അതുവരെ ഉണ്ടായിരുന്ന ഉറക്കമെല്ലാം പോയെന്ന് ഉറപ്പായപ്പോൾ കോരൻ മാഷ് ചോദിച്ചു,

“മോന് കുടിക്കാൻ വെള്ളം വേണോ?”

പറയുന്നത് മനസ്സിലാവാതെ അദ്ദേഹത്തെ തുറിച്ചുനോക്കിയ കുട്ടിയുടെ കൈയിൽ കിണ്ണം കൊടുത്തിട്ട് വെള്ളം കുടിക്കാൻ പറഞ്ഞു. ആർത്തിയോടെ വെള്ളം കുടിച്ചശേഷം മുന്നിലുള്ള മനുഷ്യരുടെ വേഷവും ഭാവവും കണ്ട് അവനാകെ ഞെട്ടി.

*** ***

5

മാസ്ക് ധരിക്കാത്ത മനുഷ്യർ

കണ്ണുകൾ അഞ്ചാറ് തവണ അടച്ചും തുറന്നും കഴിഞ്ഞപ്പോൾ മുന്നിലുള്ള കാഴ്ചകൾ വ്യക്തമായി. അദ്ധ്യാപകരോടൊപ്പം ധാരാളം കുട്ടികൾ തുറിച്ചു നോക്കുന്നത് കണ്ടപ്പോൾ പെട്ടെന്ന് എവിടെയാണ് എത്തിച്ചേർന്നതെന്ന് അറിയാതെ അവൻ പകച്ചുപോയി. അല്പസമയം മുൻപ് സ്വീറ്റ് മഷ്റൂം തിന്നശേഷം ഉറക്കം വന്നത് മാത്രം ഓർമ്മയുണ്ട്. എന്നിട്ട്, ഇവിടെ എങ്ങനെയെത്തി?

ഇതുപോലെയുള്ള മനുഷ്യരെ ആദ്യമായിട്ടാണ് അടുത്തുകാണുന്നത്. വിചിത്രമായ വേഷത്തിലുള്ള രണ്ട് മുതിർന്ന പുരുഷന്മാരാണ് മുന്നിലുള്ളത്. നീളൻ കൈയ്യുള്ള വെള്ള കുപ്പായം മുകളിലും താഴെ കാലുകൾ കാണാത്തവിധം പൊതിയുന്ന വെള്ളനിറമുള്ള ഡ്രസും. ഒപ്പമുള്ള കുട്ടികളെല്ലാം പലതരം വേഷത്തിലാണ്. നീളൻ ഉടുപ്പിട്ടവർ ഗേൾസ് ആയിരിക്കും; പിന്നെ ബോയ്സിനാണെങ്കിൽ ഭംഗിയില്ലാത്ത ഷേർട്ടും ട്രൗസറും. മുന്നിലുള്ള മനുഷ്യരിൽ ആരുടെ മുഖത്തും മാസ്ക് ഇല്ല! ഇത്ര പെട്ടെന്ന് ഏത് ലോകത്താണ് എത്തിയത്?

പലതും ചിന്തിച്ചിരിക്കുമ്പോൾ മുതിർന്ന ഒരാൾ അവനോട് ചോദിച്ചു,

“മോന് കൊറച്ചുകൂടി വെള്ളം വേണോ? എഴുന്നേറ്റ് നിന്നിട്ട് കുടിച്ചോ”

ആ മനുഷ്യൻ കൈപിടിച്ച് എഴുന്നേല്പിച്ചശേഷം ദേഹമൊട്ടാകെ തടവിയപ്പോൾ നിലത്തുനിന്നും പറ്റിയ മണ്ണും പൊടിയും അപ്രത്യക്ഷമായി. അതിനുശേഷം സ്വർണ്ണനിറമുള്ള പാത്രത്തിൽ ബാക്കിയുള്ള വെള്ളം കുടിക്കാൻ നൽകി. ഐസ് വാട്ടർ പോലെ നല്ല ടെയ്സ്റ്റ്,, വെള്ളം കുടിച്ചപ്പോഴാണ് നേരത്തെ മഷ്റൂം തിന്നുമ്പോൾ

മുഖത്തുള്ള മാസ്ക് വലിച്ചെറിഞ്ഞ കാര്യം ഓർമ്മിച്ചത്. ആ സമയത്താണ് ഒരുകുട്ടി ഉച്ചത്തിലെന്തോ പറഞ്ഞിട്ട് ഓടിവന്നത്,

"മാഷേ കുപ്പായം കിട്ടീ; വിരുന്നിന് പോകുമ്പം ഇടാനായി പെട്ടീന്റെ ഉള്ളില് വെച്ചതാണ്"

"ഏതായാലും അതിങ്ങോട്ട് താ"

അവൻ നിവർത്തിപ്പിടിച്ച് കൊണ്ടുവന്നത് ഒരു ഷേർട്ടും ട്രൗസറും ആണ്. അത് വാങ്ങി കൈയിൽതന്ന് ഇടാൻ പറഞ്ഞപ്പോഴാണ് ശരീരത്തെ കുറിച്ച് ഓർമ്മിച്ചത്, അപ്പോൾ, ഇത്രയും നേരം ഉടുക്കാതെയാണോ ഇത്രയധികം ആളുകളുടെ മുന്നിൽ നിന്നത്! അയ്യോ, ഷെയിം, ഷെയിം,, പക്ഷെ?

കുട്ടികളാരും ഷെയിം എന്നു പറഞ്ഞ് കളിയാക്കിയില്ലല്ലോ.. നല്ല കുട്ടികൾ.

അപ്പുമാഷ് ട്രൗസറും ഷേർട്ടും ഇടാൻ സഹായിച്ചു. പച്ച നിറമുള്ള ഷേർട്ടും നീല നിറമുള്ള ട്രൗസറും അല്പം വലുത് ആണെങ്കിലും പാകമാണെന്ന് കുട്ടികൾ പറഞ്ഞപ്പോൾ ആശ്വാസമായി. സ്വന്തം വീട്ടിലാണെങ്കിൽ മാസ്ക് ഇട്ടില്ലെങ്കിലും തുണിയില്ലാതെ നിന്നത് ഓർമ്മയില്ല. ഈ ലോകത്ത് എന്തൊക്കെയോ നടന്നിട്ടുണ്ട്, പെട്ടെന്ന് വീടിനെകുറിച്ച് ഓർമ്മവന്നു. മമ്മിയും പപ്പയും ഇപ്പോഴെന്ത് ചെയ്യുകയാവും? ആകെയുള്ള ഒരു മകനിങ്ങനെ എവിടെയോ എത്തിച്ചേർന്നത് അവരറിയുമോ? മനസ്സിലാകെ വിഷമം തോന്നിയ സമയത്ത് മുതിർന്നവരിൽ ഒരാൾ ചോദിച്ചു,

"മോനേ നീയേതാ?"

പറയുന്നത് മനസ്സിലാവാതെ ചോദ്യകർത്താവിനെ നോക്കിയപ്പോൾ രണ്ടാമൻ പറഞ്ഞു,

"കോരൻ മാഷേ, ഈ കുട്ടിക്ക് വർത്തമാനം പറയാൻ അറീല്ലെന്ന് തോന്നുന്നു"

"ശരിയാ അപ്പുമാഷെ, ഇവനെ സ്കൂളിന്റെ അകത്ത് കൊണ്ടുപോകാം. നല്ല വെയില്."

കോരൻ മാസ്റ്ററുടെ നേതൃത്വത്തിൽ പുതിയ കുട്ടിയുടെ കൈപിടിച്ചുകൊണ്ട് അപ്പുമാഷ് ചേരണി എൽ.പി. സ്കൂളിന്റെ അകത്തേക്ക് നടക്കുമ്പോൾ കൂടെയുള്ള കുട്ടികളെല്ലാം 'പുതിയകുട്ടി' എന്നുപറഞ്ഞ് ആർപ്പുവിളിച്ചു. അകത്തുകടന്ന് അഞ്ചാം തരത്തിലെ ബെഞ്ചിൽ അവനെ ഇരുത്തിയപ്പോൾ മറ്റുള്ളവരെല്ലാം ചുറ്റും

കൂടി. ഒച്ച കേട്ടപ്പോൾ ഉറക്കം മതിയാക്കിയ കറുവൻ മാഷും കുമാരൻ മാഷും എഴുന്നേറ്റുവന്നു. അതിനിടയിൽ കുട്ടികളാരോ അറിയിച്ചതു പ്രകാരം രോഹിണി ടീച്ചർ ചോറ് മുഴുവനും തിന്നാതെ സ്കൂളിലേക്ക് ഓടിവരുമ്പോൾ നാട്ടുകാരായ ജാനകിയും ദേവകിയും ഒപ്പം ചേർന്നു. സ്കൂളിലെ ബഹളം കേട്ട് അടുത്ത വീട്ടിലെ വാലിയക്കാരായ മധുസൂദനനും പ്രഭാകരനും ശങ്കരനും എത്തിച്ചേർന്നു. അപ്പുമാഷ് സംഭവം വിവരിക്കുമ്പോൾ മറ്റുള്ളവർ ആശ്ചര്യത്തോടെ കുട്ടിയെ നോക്കി.

തടിച്ചുരുണ്ട് ഇരുണ്ടനിറത്തിൽ സുന്ദരനായ കുട്ടിയെ എല്ലാവരും ഇഷ്ടപ്പെട്ടു. കണ്ടാൽ നാലാം ക്ലാസിൽ പഠിക്കുന്നവനാണെന്ന് തോന്നും. കോരൻ മാസ്റ്റർ മറ്റുള്ളവരോട് പറഞ്ഞു,

"നമ്മൾ പറയുന്നത് ഇവന് മനസ്സിലായിട്ടില്ല എന്നാണ് തോന്നുന്നത്. വർത്തമാനം പറയാൻ എന്തോ വിഷമം ഉള്ളതുപോലെ."

അപ്പോൾ കുമാരൻ മാസ്റ്റർ പറഞ്ഞു,

"കുട്ടി നമ്മളെ നാട്ടുകാരനല്ലെന്ന് തോന്നുന്നു, ചിലപ്പോൾ മലയാളം അറിയില്ലായിരിക്കും."

"ഇവനെ കണ്ടിട്ട് മറ്റേതോ നാട്ടിലെ കുട്ടിയാണെന്നാ എനിക്ക് തോന്നുന്നത്"

"നമ്മള് പറയുന്നത് മനസ്സിലായില്ലെങ്കിൽ ഇംഗ്ലീഷിൽ ചോദിക്ക്; മാഷിന് ഇംഗ്ലീഷ് അറിയാലോ?"

അയൽക്കാരനായ മധുസൂദനൻ പറഞ്ഞപ്പോൾ കോരൻ മാസ്റ്റർ പതുക്കെ ചോദിച്ചു,

"വാട്ട് ഈസ് യുവർ നെയിം?"

അവന്റെ കണ്ണുകൾ തിളങ്ങി. മുഖമാകെ വിടർന്ന് സന്തോഷത്തോടെ മറുപടി പറഞ്ഞു,

"മൈ നെയിം ഈസ് ആദിഷ് മേനോൻ"

ചുറ്റും കൂടിയവരിൽനിന്നും ആരവങ്ങൾ ഉയർന്നു. 'ഇംഗ്ലീഷ് പറയുന്നവൻ, ഇംഗ്ലീഷ് അറിയുന്നവൻ, ഇത്രയും ചെറുപ്പത്തിൽ ഇംഗ്ലീഷ് പറയാൻ ഇവനെങ്ങിനെ പഠിച്ചു!' ആളുകൾ ആശ്ചര്യപ്പെട്ടു.

"ആദിഷ് മേനോൻ, അപ്പോൾ ഈ കുട്ടി എവിടെയുള്ളതായിരിക്കും?'

കോരൻ മാസ്റ്റർക്ക് സംശയമായി,

"കൊറേകൊല്ലം മുൻപ് കഥയെഴുതുന്ന ഒരു മേനോൻ തലശ്ശേരിയിൽ ഉണ്ടായിരുന്നു. അയാള് കോടതിയിലെ വക്കീൽ ആണ്"

കറുവൻ മാസ്റ്റർ ചോദിച്ചു?

"അതാരാപ്പാ?"

"ചന്തുമേനോൻ, മലയാളത്തിലെ ആദ്യനോവൽ ഇന്ദുലേഖ അയാളാണ് എഴുതിയത്"

"അപ്പോൾ അയാളുടെ ബന്ധു ആയിരിക്കും"

"അതൊന്നും ആവില്ല, അവരൊക്കെ കൊറേ കൊല്ലം മുൻപെ ഉള്ളവരാണ്"

"ഈ കുട്ടി എവിടെ നിന്നായിരിക്കും ഇവിടെ വന്നത്?"

കുമാരൻ മാസ്റ്റർക്ക് ആശ്ചര്യം അടക്കാനായില്ല.

അടുത്ത വീട്ടിലെ ഭവാനിയമ്മ ഒരു പൊതിയുമായി വന്നത് അപ്പോഴാണ്; അവർ പറഞ്ഞു,

"മാഷേ രണ്ട് നേന്ത്രപ്പഴം കൊടുവന്നിട്ടുണ്ട്, വീട്ടിലുണ്ടായതാ. കുട്ടി ഇത് തിന്നുമോ?"

കൈയിലുള്ള പൊതി തുറന്ന് വലിയ രണ്ട് വാഴപ്പഴമെടുത്ത് അവനുനേരെ നീട്ടി,

"മോൻ ഉച്ചക്കൊന്നും തിന്നിറ്റുണ്ടാവില്ല, നല്ല കായി ആണ്. തോല് പൊളിക്കണോ?"

അവർ തൊലി പൊളിക്കാൻ തുടങ്ങുമ്പോൾ ആദിഷ് പഴം വാങ്ങിയിട്ട് പറഞ്ഞു,

"ഹായ്, ബനാനാ.. ഐ ലൈക്ക് ഇറ്റ്. തേങ്ക്സ് മാ."

ആർത്തിയോടെ വാഴപ്പഴം തിന്നുന്ന കുട്ടിയെ നോക്കി മറ്റുള്ളവർ ആശ്ചര്യപ്പെട്ടു. അവൻ മറ്റുള്ളവരെപോലെ ആണെന്ന് തിരിച്ചറിഞ്ഞു. ആ സമയത്ത് രോഹിണി ടീച്ചർ ചോദിച്ചു,

"ഇവനെ നമ്മളെന്താ വിളിക്കേണ്ടത്?"

"ആദിഷ് മേനോൻ എന്നല്ലേ പേരുപറഞ്ഞത്. അതുകൊണ്ട് ആദീ എന്നു വിളിക്കാം. കുട്ടിയെ ആദിഷ് എന്ന പേരിൽ സ്കൂളിൽ ചേർക്കാം. അല്ലെ ഹെഡ്മാഷേ?"

അപ്പുമാസ്റ്ററുടെ അഭിപ്രായത്തിന് ഹെഡ്മാസ്റ്ററായ കുമാരൻ മാസ്റ്റർ മറുപടി പറഞ്ഞു,

"ശരിയാണ്, സ്കൂളിന്ന് കിട്ടിയ കുട്ടിയെ സ്കൂളിൽ ചേർക്കണം"

ആ നേരത്ത് അവിടെവന്ന നാട്ടുകാരുമായി അദ്ധ്യാപകർ ചർച്ച തുടർന്നു. കളഞ്ഞുകിട്ടിയ കുട്ടിയെ എന്തു ചെയ്യണം? എവിടെ താമസിപ്പിക്കും? കുട്ടിയുടെ ചെലവ് ആര് വഹിക്കും? സ്കൂളിൽ വരുമ്പോൾ ഏത് ക്ലാസിൽ ചേർക്കും? ഒടുവിൽ കോരൻ മാസ്റ്റർ ചോദിച്ചു,

"ആദി സ്കൂളിൽ പഠിച്ചിട്ടുണ്ടോ? സ്കൂൾ? ക്ലാസ്?"

"സ്കൂൾ, യെസ് യെസ്, മൈ സ്കൂൾ, സീസൈഡ് ഇംഗ്ലീഷ് മീഡിയം പ്രൈമറി സ്കൂൾ"

"അതേത് സ്കൂളാണ്? ഇംഗ്ലിഷ് സ്കൂളോ? നമ്മളെ നാട്ടിൽ അങ്ങനെയൊരു സ്കൂളില്ലല്ലൊ"

ഇതുവരെ കണ്ടിട്ടും കേട്ടിട്ടും ഇല്ലാത്ത സ്കൂൾ, അദ്ധ്യാപകരുടെ സംശയം ഇരട്ടിച്ചു. കാണുമ്പോൾ നാലാം തരത്തിലെ കുട്ടികളിൽ ഒരാളെപ്പോലെയുണ്ട്. സായിപ്പിനെപ്പോലെ ഇംഗ്ലീഷ് പറഞ്ഞെങ്കിലും അവരെപ്പോലെ വെള്ളക്കാരനല്ല. മാസ്റ്റർക്ക് സംശയം,

"ആദിഷ് ഏത് ക്ലാസിലാണ് പഠിച്ചത്?"

"തേർഡ് സ്റ്റാന്റേർഡ്"

"മൂന്നാം ക്ലാസിലോ? വീട് എവിടെയാണ്? ഹോം, എച്ച് ഓ എം ഇ... ഹോം.."

"മൈ ഹോം ഈസ് ഇൻ വരപ്രത്ത് ഹൗസിങ്ങ് കോളനി."

"കോളനിയോ? പത്തുകൊല്ലം മുൻപ് നമ്മുടെ രാജ്യം ബ്രിട്ടീഷുകാരുടെ കോളനി ആയിരുന്നു. ഇതേതാ പുതിയൊരു കോളനി?"

"കുട്ടി പറയുന്നതൊന്നും തിരിയുന്നില്ലല്ലോ?"

അതിനിടയിൽ ഹെഡ്മാഷ് പുതിയൊരു പ്രശ്നം പറഞ്ഞു,

"മാഷേ ഇവനെ എവിടെയാ നിർത്തുന്നത്. എന്റെ വീട്ടിലാണെങ്കിൽ കൊറേ ആളുകളുണ്ട്"

അത് കേട്ടപ്പോൾ കോരൻ മാസ്റ്റർ പറഞ്ഞു,

"അത്, എന്റെ വീട്ടിലാണെങ്കിൽ കുരുത്തംകെട്ട മക്കളാണ്. ടീച്ചറുടെ വീട്ടിൽ നിർത്തുന്നതാണ് നല്ലത്. കല്ല്യാണം കഴിയാത്ത ടീച്ചറുടെ വീട്ടിലാവുമ്പോൾ വേറെ കുട്ടികളൊന്നും ഇല്ലല്ലോ."

'അയ്യോ.."

രോഹിണി ടീച്ചർ പരിസരം മറന്നു തലയിൽ കൈവെച്ചുകൊണ്ട് പറഞ്ഞു,

"എന്നെക്കൊണ്ടാവില്ല. വീട്ടിലെ കാരണവർക്ക് ഇഷ്ടാവില്ല."

കുട്ടിയെ താമസിപ്പിക്കുന്ന കാര്യം പറഞ്ഞു തുടങ്ങിയപ്പോൾ കാണികളായി വന്നുചേർന്ന മുതിർന്നവർ പതുക്കെ സ്ഥലംവിടാൻ തുടങ്ങി. അപ്പോൾ എല്ലാവരെയും ആശ്ചര്യപ്പെടുത്തിക്കൊണ്ട് അഞ്ചാം ക്ലാസിൽ പഠിക്കുന്ന ഇന്ദിര മുന്നോട്ടുവന്നു,

"മാഷേ ഈ കുട്ടീനെ നമ്മള് നോക്കിക്കോളാം. എന്റെ അനിയൻ സുധനെപ്പോലെ നോക്കും."

"നീയെന്നാ പറയുന്നേ? നിന്റെയാ ചെറിയ പൊരേല് ഇവനെയും നിർത്താൻ പറ്റുമോ?"

"അന്റെ പൊരേല് സ്ഥലം ഇല്ലെങ്കിൽ മണിക്കുട്ടീടെ വീട്ടിലാക്കും"

"മണിക്കുട്ടീടെ വീട്ടിലോ? അതിന് രാധാമണിയുടെ വീട്ടുകാര് സമ്മതിക്കണ്ടേ?"

"സമ്മതിക്കും മാഷെ,, അല്ലേ മണിക്കുട്ടീ? നമുക്കിവനെ ഒപ്പരം കൂട്ടിക്കൂടേ?"

ഇന്ദിരേച്ചി പറയുന്നത് കേട്ടപ്പോൾ മൂന്നാം ക്ലാസിലെ രാധാമണി ആദ്യമൊന്ന് അമ്പരന്നു. അതിനുശേഷം പറഞ്ഞു,

"മാഷേ, അന്റെ വീട്ടില് സ്ഥലം ഉണ്ട്. നമ്മളെ ഒപ്പരം വീട്ടില് നിന്നിട്ട് നാളെ സ്കൂളിൽ വരാം"

കുട്ടികൾ പറഞ്ഞത് കേട്ടപ്പോൾ അദ്ധ്യാപകരടക്കം മുതിർന്നവർക്ക് വല്ലായ്മ തോന്നി. അവർ അന്യോന്യം കുറ്റപ്പെടുത്തുമ്പോൾ ഇന്ദിര മുന്നോട്ടുവന്ന് ആദിഷിനോട് പറഞ്ഞു,

"വാ പോകാം"

അതു കണ്ടപ്പോൾ രോഹിണി ടീച്ചർ പറഞ്ഞു,

"ഇന്ദിരേ ഇങ്ങനെയൊരു കുട്ടിയെയും കൂട്ടി വീട്ടിൽ പോയാൽ അമ്മ നിന്നെ ഓടിക്കില്ലേ?"

"ഞാനെന്റെ വീട്ടല് കൊണ്ടുപോകുന്നില്ല ടീച്ചറേ, ഇവൻ മണിക്കുട്ടിടെ വീട്ടിലാ നിൽക്കുന്നത്. ആ വീട്ടില് കൊറേ സ്ഥലം ഉണ്ട്. അവിടെ ആകെയൊരു കുട്ടിയായിട്ട് മണിക്കുട്ടി മാത്രമാണ്"

"അതിന് മണിക്കുട്ടിന്റെ വീട്ടിലുള്ളവർ സമ്മതിക്കുമോ?"

"സമ്മതിക്കും, അല്ലേ മണിക്കുട്ടീ.."

മണിക്കുട്ടി ഇന്ദിരേച്ചിയെയും പുതിയ കുട്ടിയെയും നോക്കി. അവൾ മുന്നോട്ടുനടന്ന് കൈപിടിച്ചപ്പോൾ ആദിഷ് ഞെട്ടിയിട്ട് പി

ന്നിലേക്ക് മാറി. മാസ്ക് കൊണ്ട് വായ മൂടാതെ മലയാളം പറയുന്ന കുട്ടികളുടെ ഇടയിൽപ്പെട്ട് അവനാകെ വിഷമത്തിലായി. ഇപ്പോൾ ഒരു പെണ്ണ് ഷെയിം ഇല്ലാതെ കൈ പിടിക്കാൻ വരുന്നു. ഏത് നാട്ടിലാണ് എത്തിയതെന്ന് അറിയാനാവാതെ ആദിഷ് പരിഭ്രമിച്ചു.

*** ***

6

കളഞ്ഞുകിട്ടിയ കുട്ടി

പുതിയ കുട്ടിയെ കാണാൻ വന്ന നാട്ടുകാരെല്ലാം ഇറങ്ങിയപ്പോൾ കുട്ടികൾക്കെല്ലാം വീട്ടിലേക്ക് പോകാമെന്ന് ഹെഡ്മാസ്റ്റർ അറിയിച്ചു. പുസ്തകങ്ങൾ എടുത്ത് സ്കൂളിൽനിന്നും ഇറങ്ങാൻ നേരത്ത് ആദിഷിന്റെ കൈ പിടിക്കാൻ പലരും മത്സരിച്ചു. അവരെയെല്ലാം തള്ളിമാറ്റി ഇന്ദിര മുന്നോട്ടുവന്ന് അവന്റെ വലതുകൈ പിടിച്ചപ്പോൾ നാലാം ക്ലാസിലെ ചന്ദ്രൻ ഇടത്തെ കൈ പിടിച്ചു. മൂന്നുപേരും പടികൾ ഇറങ്ങിയിട്ട് പതുക്കെ നടക്കാൻ തുടങ്ങിയപ്പോൾ ഏതാനും കുട്ടികൾകൂടി ഒപ്പം ചേർന്നു.

സ്കൂളിന്റെ പറമ്പിൽ നിന്നും ഇടവഴിയിൽ ഇറങ്ങി പുൽമൈതാനത്ത് എത്തിയപ്പോൾ ആദിഷ് പരിചയമുള്ള ശബ്ദം കേട്ടു. കേൾക്കുക മാത്രമല്ല, കാണുകയും ചെയ്തു, കടൽ, സീ വെവ്സിന്റെ സൗണ്ട്, തിരമാലകളുടെ ശബ്ദം...

"ഹായ് ബ്യൂട്ടിഫുൾ"

ഒപ്പമുള്ളവർക്ക് അറിയാത്ത ഭാഷയിൽ ആദിഷ് പറഞ്ഞപ്പോൾ എല്ലാവർക്കും സന്തോഷം. അവർ ചോദിച്ചു,

"ആദി കടല് കണ്ടിട്ടുണ്ടോ?"

അവൻ തല കുലുക്കിയപ്പോൾ പറയുന്നത് മനസ്സിലായെന്ന് മറ്റുള്ളവർ ഉറപ്പിച്ചു.

"മണിക്കുട്ടിയുടെ വീട്ടിലെത്തിയാൽ എല്ലാ ദിവസവും കടല് കാണാം. കടപ്പുറത്ത് പോകാം."

എല്ലാവരും ചേർന്ന് നടക്കുന്നത് നിറയെ ചെടികളുള്ള മൈതാനത്തുകൂടിയാണ്. കുട്ടികളോടൊപ്പം മഞ്ഞനിറമുള്ള പുല്ലുകൾ ഒന്നൊന്നായി ചെരിപ്പിടാത്ത കാലുകൊണ്ട് ചവിട്ടി അമർത്തുമ്പോൾ ആദിഷിന് പ്രയാസം തോന്നിയെങ്കിലും തുടർന്ന് രസം തോന്നി;

നല്ല സ്മൂത്ത് ആയ ഗ്രാസ്. ഇന്ദിര മുന്നിൽ ഓടിയിട്ട് പുല്ലുകൾക്കിടയിൽ ഇരുന്നപ്പോൾ മറ്റുള്ളവരും അങ്ങോട്ട് പോയി. പുസ്തകങ്ങൾ നിലത്തുവെച്ച് എല്ലാവരും വട്ടത്തിൽ ഇരുന്നപ്പോൾ ആദിഷിനെ അടുത്ത് പിടിച്ചിരുത്തിയിട്ട് ഇന്ദിര പറഞ്ഞു,

"ആദിഷേ, നമ്മളെല്ലാം ഒപ്പരം സ്കൂളിൽ പോകുന്നതും വരുന്നതുമായ ചങ്ങായിമാരാണ്. നീയും ഞങ്ങളോടൊപ്പം ആയതിനാൽ അങ്ങോട്ടും ഇങ്ങോട്ടും വിളിക്കണ്ടേ?"

പറയുന്നത് മനസ്സിലായില്ലെങ്കിലും നല്ല ഫ്രന്റ്സ് ആണെന്ന് ഊഹിച്ചു. ഇന്ദിര തുടർന്നു,

"അഞ്ചിൽ പഠിക്കുന്ന ഞാൻ ഇക്കൂട്ടത്തിൽ മൂത്തവളാണ്. അതുകൊണ്ട് എന്നെ ഇന്ദിരേച്ചീ എന്ന് വിളിക്കണം"

ആദിഷ് തല കുലുക്കിയപ്പോൾ അവൾ പറഞ്ഞു,

"തല കുലുക്കിയാൽ പോര, ഇന്ദിരേച്ചീന്ന് വിളിക്ക്"

"ഇന്ദിരേച്ചീ"

ആദിഷിന്റെ വിളികേട്ട് കൂട്ടുകാരൊക്കെ ഒച്ചവെച്ചു. അവൾ തുടർന്നു,

"മറ്റുള്ളവരെയൊക്കെ പേരു വിളിച്ചാൽ മതി. ഇതെന്റെ അനിയൻ സുധാകരൻ, രണ്ടാം ക്ലാസിലാണ്. ബാക്കിയുള്ളവർ രാധ, ജയൻ, ലതിക, ചന്ദ്രൻ, ഗൗരി, രേണു, രാമകൃഷ്ണൻ, ബാലൻ, മണിക്കുട്ടി എല്ലാരും പരിചയപ്പെടുത്തിക്കോ"

ഓരോ കുട്ടിയും കൈ പിടിച്ചുകൊണ്ട് പേര് പറഞ്ഞു പരിചയപ്പെട്ടപ്പോൾ ആദിഷിന്റെ ഉള്ളിൽ സന്തോഷം നിറഞ്ഞു. ആദ്യമായാണ് ഇത്രയധികം ഫ്രന്റ്സിനെ ലഭിക്കുന്നത്. ആശ്ചര്യകരമായ സംഗതി മറ്റൊന്നുമല്ല,, ഇവിടെ ബോയ്സും ഗേൾസും ഫ്രന്റ്സ് ആവുന്നു, ബ്ലാക്കും വൈറ്റും ഫ്രന്റ്സ് ആവുന്നു. കുട്ടികൾക്കെല്ലാം ഉച്ചത്തിൽ ചിരിക്കാം സംസാരിക്കാം, മാസ്ക് കെട്ടിയിട്ട് വായ മൂടേണ്ടതില്ല. 'കീപ്പ് സയലൻസ്' എന്നുപറഞ്ഞ് ആരും ഭീഷണിപ്പെടുത്തുന്നില്ല. എല്ലാതരക്കാരും ഒന്നിച്ച് കളിക്കുന്നു, പഠിക്കുന്നു, ഷെയർ ചെയ്യുന്നു. വെരി വെരി നൈസ്.

"ആദി എന്തെങ്കിലും പറഞ്ഞോ?"

ചോദ്യം ഇന്ദിരേച്ചിയുടേതാണ്, ആദിഷ് തല കുലുക്കിയിട്ട് പറഞ്ഞു,

"നോ, നത്തിംഗ്"

"നീയിങ്ങനെ ഇംഗ്ലീഷിൽ പറഞ്ഞാൽ ഞങ്ങൾക്കൊന്നും മനസ്സിലാവില്ല. ഇനി അവസാനം ഒരാളെക്കൂടി പരിചയപ്പെടാനുണ്ട്, ഇവളാണ് മണിക്കുട്ടിയെന്ന് എല്ലാവരും വിളിക്കുന്ന രാധാമണി. ഇവളുടെ വീട്ടിലാണ് നീയിനി നിൽക്കേണ്ടത്'

"മണിക്കുറ്റീ"

"മണിക്കുറ്റിയല്ല.. മണിക്കുട്ടിയെന്ന് വിളിക്കണം"

"മണിക്കുട്ടി"

വിളികേട്ട് എല്ലാവരും ചേർന്ന് ആദിഷിനെ കെട്ടിപ്പിടിച്ച് കൂവിയപ്പോൾ അത്രയും ഒച്ച വന്നില്ലെങ്കിലും അവനും കൂവലിൽ പങ്കുചേർന്നു. ഒരുപാട് ഒച്ചയാക്കാൻ തനിക്ക് കഴിയുമെന്ന് തിരിച്ചറിഞ്ഞ ആദിഷ് വീണ്ടും വീണ്ടും കൂവി. ആരെയും ഭയപ്പെടണ്ട, എന്തൊരു സുഖം.

കൂട്ടത്തിലുള്ള രണ്ട് ബോയ്സ് നിലത്ത് പുല്ലിൽ കിടന്ന് കെട്ടിമറിഞ്ഞ് കളിക്കുമ്പോൾ ഗൗരി ഉച്ചത്തിൽ പറഞ്ഞു,

"എടാ പൊരപ്പുല്ല് ചവിട്ടിയൊടിക്കല്ലേ; പൊരകെട്ടി മേയാനുള്ളതാ. ഞാനിത് കുട്ടിരാമൻ കാരണവരോട് പറഞ്ഞുകൊടുക്കും"

"നിന്റെ കാരണോറെ നമ്മക്ക് പേടിയില്ല"

"എന്നിട്ട് കാരണവർ വരുമ്പോൾ എല്ലാരും പൊടീം തട്ടി ഓടുമല്ലോ"

"അത് കാണാമല്ലോ"

അവർ കളിക്കുന്നത് തുടർന്നപ്പോൾ രാധ പറഞ്ഞു,

"അതാരാപ്പാ എടവഴിലൂടെ നടന്നു വരുന്നത്? കുട്ടിരാമാട്ടനല്ലേ?"

കേൾക്കേണ്ട താമസം, കിടന്നവർ എഴുന്നേറ്റ് ഓടിയപ്പോൾ മറ്റുള്ളവർ കളിയാക്കി,

"പേടിച്ചുപോയി, പേടിച്ചുപോയി, കുട്ടിരാമേട്ടനെ പേടിച്ചു പോയി"

എന്തൊരു രസമാണ്, സ്കൂളിൽ പഠിക്കുന്നവർക്ക് യൂനിഫോം ഇല്ല. ആകെയുള്ളത് രണ്ടോ മൂന്നോ പുസ്തകങ്ങൾ മാത്രം. മാസ്ക് ഇല്ലാത്തതിനാൽ ചിരിക്കുന്ന കാര്യം മുഖത്തുനോക്കി അറിയാം. ചിലരുടെ കൈയിൽ ടാബ് പോലുള്ള കറുത്ത വലിയൊരു സാധനം ഉണ്ട്. അതെന്താണെന്ന് അറിയണമെന്ന് തോന്നിയെങ്കി

ലും ചോദിക്കാൻ കഴിഞ്ഞില്ല. പതുക്കെ മനസ്സിലാക്കാം.

അങ്ങനെ ഗ്രാസ്സിന്റെ ഇടയിലൂടെ നടന്നപ്പോൾ എത്തിയത് ചെറിയൊരു കൂരയിലാണ്. ഇത് മനുഷ്യരുടേത് ആണോ? ഒരു വശത്തെ ചെടികളിൽ ഡ്രസ് ഉണങ്ങാനായി തൂക്കിയിട്ടിട്ടുണ്ട്. ഇവിടെ മനുഷ്യർ കാണുമോ? കൂടെയുള്ള രണ്ടുപേർ ഉച്ചത്തിൽ വിളിച്ചു,

“കല്യാണിയമ്മേ?”

കൂരയുടെ അകത്തെ ഇരുട്ടിൽനിന്നും വിളികേട്ട് ഇറങ്ങിവന്നയാളെ കണ്ടപ്പോൾ ആദിഷ് ഞെട്ടി. ആദ്യമായാണ് ഇതുപോലുള്ള മനുഷ്യരൂപത്തെ കാണുന്നത്. മെലിഞ്ഞ് ചുളിഞ്ഞ വയസ്സായ ഒരു പാവം മുത്തശ്ശിയുടെ ഇരു ചെവികളുടെയും അറ്റം വളയരൂപത്തിൽ തൂങ്ങുന്നു. ഉടുത്തത് അരയിൽ നിന്നും താഴോട്ടുള്ള തുണിമാത്രം. ഇത്രയും കഷ്ടപ്പാടുള്ള ആളെ കുട്ടികളെന്തിനാണ് വിളിക്കുന്നത്. കഴുത്തും മാറും മറക്കാത്തതിനാൽ അവരുടെ രണ്ട് മുലകളും താഴോട്ടുതൂങ്ങി ആടുന്നു. എത്ര പ്രായമുണ്ടെങ്കിലും ലേഡീസ് അമ്മിഞ്ഞ കാണിക്കുമോ? ഷെയിം ആവില്ലേ? ആരും അറിയാത്ത ഏതോ പരിഷ്ക്കാരമില്ലാത്ത നാട്ടിലാണല്ലോ എത്തിയത്! വിളികേട്ട് മുറ്റത്തിറങ്ങിയ മുത്തശ്ശി ചോദിച്ചു,

“എന്റെ മക്കൾക്ക് പച്ചമാങ്ങ ഉപ്പും മുളകും പെരട്ടിയത് വേണോ?”

“വേണോന്നോ? ഇങ്ങോട്ടെടുക്ക്, കേട്ടപ്പോഴേ വായിൽ വെള്ളം വന്നു”

ഇന്ദിരേച്ചി മറുപടി പറഞ്ഞപ്പോൾ ഓൾഡ് വുമൺ അകത്തുപോയിട്ട് വെള്ളനിറമുള്ള പാത്രവുമായി വന്നു. അവരത് ഇന്ദിരേച്ചിയുടെ കൈയിൽ കൊടുത്തിട്ട് പറഞ്ഞു,

“ഇന്ന് രാവിലെ തേങ്ങ പറിക്കുമ്പോൾ അതിനടുത്തുള്ള കൊമ്പിൽനിന്നും ദാസൻ പറിച്ചിട്ടതാ. അന്നേരാ നിങ്ങളെ ഓർമ്മിച്ചത്. തിന്നിറ്റ് വെള്ളം വേണേങ്കിൽ കിണറ്റിന്ന് വലിച്ച് കുടിച്ചോ.”

“ഇതെല്ലാം നമ്മള് തിന്നുതീർക്കും. എല്ലാരും വാ.”

ഇന്ദിരേച്ചി പ്ലെയിറ്റിൽനിന്നും ഒരു പീസ് കൈകൊണ്ട് എടുത്തിട്ട് സ്വന്തം വായിൽ ഇട്ടതിനുശേഷം മറ്റൊന്നെടുത്ത് ആദിഷിനോട് പറഞ്ഞു,

“വായ തുറക്ക്”

വായിൽ ഇട്ടുതന്നപ്പോൾ എരിവും പുളിയും കാരണം മുഖം ചുളിഞ്ഞു. പിന്നെയത് ചവച്ച് തിന്നു. കണ്ണിൽ വെള്ളം വന്നെങ്കിലും പുതിയ ടെയ്സ്റ്റ്, പിക്കിൾസ് പോലെ അടിപൊളി. അപ്പോഴേക്കും എല്ലാവരും വന്ന് പ്ലെയിറ്റിൽനിന്നും ഓരോന്നായി എടുത്തു തിന്നാൻ തുടങ്ങി. ആദിഷ് എടുത്തു തിന്നാത്തതിനാൽ മാങ്കോ പീസ് ഓരോന്നായി ഇന്ദിരേച്ചി വായിൽ വെച്ചുകൊടുത്തു. തീരാറായപ്പോൾ അടുത്തു നിൽക്കുന്ന ഓൾഡ് വുമൺ പറഞ്ഞു,

"പിള്ളേരെ, എല്ലാരും ചേർന്ന് എന്റെ വസി പൊട്ടിക്കല്ലേ"

"ഇതാ നിങ്ങളെ വസി,, കഴുകീറ്റ് ഇപ്പം തരാം"

"നീ കഴുകേണ്ട,, അതിങ്ങ് തന്നേ; ഇതാരാ പുതിയൊരുത്തൻ?"

"ഇവനോ? ഇവനാണ് ആദിഷ്. കാട്ടിന്ന് കിട്ടിയ കുട്ടിയാണ്."

"കാട്ടിന്നോ? ഏത് കാട്ട്ന്നാ?"

"കടപ്പുറത്ത് പോകുന്ന വഴീലെ കാട്ടിൽ നിന്ന്"

"കാട്ടിന്നും കടലിന്നും പിള്ളേരെ കിട്ടുന്ന കാലം. കലികാലം തന്നെ."

"ഒരു കുട്ടിയെ കിട്ടുന്നതൊക്കെ നല്ലതല്ലേ."

"കാട്ടിന്നു കിട്ടിയതായാലും ഇവൻ നല്ലൊരു മോനാണ്."

"മാങ്ങ നാളെയും ഉണ്ടാവില്ലേ?"

"ആ നോക്കട്ടേ"

അവിടെനിന്നും നടന്ന് അടുത്ത വീടിനരികെ എത്താറായപ്പോൾ രേണുക പറഞ്ഞു,

"അതാ ഒറ്റ മൈന,, ആരും നോക്കല്ലേ"

"ഇല്ല, നീ മാത്രം നോക്കിയാൽ മതി"

"എല്ലാരും നോക്കിക്കോ, അതാ മൈന രണ്ടെണ്ണം, ഒന്ന് തെങ്ങിന്റെ അടുത്ത്, മറ്റേത് ആ വാഴച്ചോട്ടിൽ"

"കണ്ടു കണ്ടു, വാഴച്ചോട്ടിൽ മൂന്ന് മൈന ഉണ്ട്; അപ്പോൾ ആകെ നാല് മൈന., ആദി മൈനയെ കണ്ടോ?"

തെങ്ങിന്റെ അരികിൽ നോക്കിയപ്പോൾ ആദിഷ് പക്ഷിയെ കണ്ടു. കമ്പ്യൂട്ടറിലും മൊബൈലിലും മാത്രം കാണുന്ന ബേർഡ്സ് നടക്കുകയും പറക്കുകയും ചെയ്യുന്നു. അപ്പോൾ, ഇതാണ് മൈന എന്ന സ്മോൾ ബേഡ്, അവയെല്ലാം ഓപ്പണായിട്ട് പറക്കുന്നത് കാണാൻ നല്ല ഭംഗിയുണ്ട്. അതിനപ്പുറത്ത് ബ്ലേക്ക് നിറമുള്ള കാക്കകളെ ടൗണിൽ കാണാറുണ്ട്. നടക്കുന്നതിനിടയിൽ കുട്ടികൾ ഒ

ച്ചവെക്കാൻ തുടങ്ങി,

"ക്ല ക്ലാ, ക്ലി ക്ലീ, ക്ലു ക്ലൂ, ക്ലെ ക്ലേ, ക്ലൈ, മൈനാ.."

അവർ നടന്നുനടന്ന് മൂന്ന് വീടുകളുടെ മുറ്റത്ത് കയറിയിറങ്ങി. നാലാമതായി എത്തിയ ഗൗരിയുടേ വീട്ടിൽനിന്നും അവളുടെ അമ്മയും ഏട്ടനും ഏച്ചിയും ആദിഷിനെ പരിചയപ്പെടാനായി വഴിയിലേക്ക് ഇറങ്ങിവന്നപ്പോൾ നാട്ടിലൊരു വി.ഐ.പി. ആയ അനുഭവം. കൂട്ടുകാർ ഓരോരുത്തരും സ്വന്തം വീട്ടിലെത്തുമ്പോൾ യാത്രപറഞ്ഞ് അകത്തേക്ക് കയറി. ഒടുവിൽ ഇന്ദിരേച്ചിയും സുധാകരനും മണിക്കുട്ടിയും ആദിഷും അവശേഷിച്ചപ്പോൾ കടൽതീരത്തെ ഓടുമേഞ്ഞ വീട്ടിൽ അവരെത്തി. വലിയ മുറ്റവും വരാന്തയും ചേർന്ന ഇരുനിലവീടിന്റെ മുന്നിലെത്തിയപ്പോൾ ഇന്ദിരേച്ചി ഉച്ചത്തിൽ വിളിച്ചു,

"യശോദേടത്തീ, അമ്മമ്മേ എല്ലാരും ഓടിവാ"

*** ***

7
മണിക്കുട്ടിയുടെ വീട്

ഇന്ദിരേച്ചിയുടെ വിളികേട്ട് അകത്തുനിന്നും ഇറങ്ങിവന്ന ആളെ കണ്ടപ്പോൾ ആദിഷ് ആശ്ചര്യപ്പെട്ടു. കാണാൻ മമ്മിയെപ്പോലെ ആണെങ്കിലും വേഷത്തിൽ ആകെ മാറ്റം. നേരത്തെ സ്കൂളിൽവെച്ച് കാണപ്പെട്ട സ്ത്രീകളെപ്പോലെയാണ് അവരുടെ വസ്ത്രം; മുകളിൽ പൂക്കളുള്ള ബ്ലൗസും അടിവശത്ത് വെള്ളത്തുണിയും. അപ്പോൾ വീടിന്റെ മറ്റൊരു ഭാഗത്തുനിന്നും മൂന്ന് പെണ്ണുങ്ങൾ ഓടിവന്നു. കൂട്ടത്തിൽ ഒരാൾ കാതിൽ വളയമുള്ള പ്രായം കൂടിയ സ്ത്രീ ആണെങ്കിലും മറ്റു രണ്ടുപേരും ചെറുപ്പക്കാർ. ഒരാൾ സാരിയിലും മറ്റെ ആൾ പാവാടയിലും ആണ്. വന്നവരെല്ലാം ഒരുമിച്ച് ചോദിച്ചു,

"എന്താ പറ്റിയത്?"

"ഒന്നും പറ്റിയിട്ടില്ല. നിങ്ങൾക്കൊരു സമ്മാനം തരാൻ വിളിച്ചതാണ്."

"സമ്മാനമോ? സ്കൂളിന്ന് സമ്മാനം കൊടുക്കാനും തുടങ്ങിയോ?"

അതിനിടയിലാണ് അവർ പുതിയൊരു കുട്ടിയെ കണ്ടത്.

"ഇവനേതാ?"

പ്രായമുള്ള സ്ത്രീ ചോദിച്ചപ്പോൾ ആദിഷിന്റെ കൈപിടിച്ചുകൊണ്ട് ഇന്ദിരേച്ചി പറഞ്ഞു,

"ഇതാണ് നിങ്ങൾക്കുള്ള സമ്മാനം"

"ഇതോ, ഇതെവിടെത്തെ കുട്ടിയാ?"

"അമ്മമ്മേ, ഇവനെ ഞങ്ങൾക്ക് സ്കൂളിനടുത്തുള്ള കുറ്റിക്കാട്ടിന്ന് കിട്ടിയതാണ്. ഏതാണെന്ന് അറിയില്ല. ഈ വീട്ടിൽ മണിക്കുട്ടിയോടൊപ്പം താമസിപ്പിക്കണം എന്നാണ് മാഷ് പറഞ്ഞത്"

"ഏത് മാഷ്?"

"നിങ്ങളെ ബന്ധു തന്നെയാ പറഞ്ഞത്, കറുവൻ മാഷ്"

വീട്ടിലുള്ളവർ മുറ്റത്തിറങ്ങി പുതിയ കുട്ടിയുടെ അടുത്തുവന്നു. സാരിയുടുത്ത സ്ത്രീ അവന്റെ തലയെല്ലാം തടവിയിട്ട് ചോദിച്ചു,

"അതെയോ, മാഷിന് എവിടെന്നാ കുട്ടീനെ കിട്ടിയത്?"

"ഇവന് ആരുമില്ല. ബന്ധുക്കളൊക്കെ എവിടെയാണെന്ന് അറിയില്ല. അതുവരെ കുറച്ചുകാലം ഇവിടെ താമസിപ്പിക്കണം"

ഇന്ദിരേച്ചിയുടെ മറുപടി ഇഷ്ടപ്പെട്ടെങ്കിലും പലതരം സംശയങ്ങൾ ഉണ്ടായി,

"അതെങ്ങിനെയാ ആരുമില്ലാതെ ഒരു കുട്ടി സ്കൂളിൽ വരുന്നത്? ഇവന്റെ പേരെന്താണ്?"

"പേര് ആദിഷ്, നമ്മളിവനെ ആദീ എന്നുവിളിക്കും"

"ആദി, കാണാൻ നല്ലൊരു കുട്ടി; എന്നാലും ഈടെയെങ്ങിനെയാ നിർത്തുന്നത്?"

"ഈടത്തന്നെ നിർത്തണം, നമ്മളെ വീട്ടിലാക്കാന്ന് വിചാരിച്ചാൽ സ്ഥലം കുറവാണ്. ഇവിടെ വലിയ വീട്ടിലാകുമ്പോൾ ധാരാളം സ്ഥലം ഉണ്ടല്ലോ."

"എന്നാലും ആണുങ്ങളോടൊന്നും ചോദിക്കാതെ എങ്ങനെയാ?"

"അത് ഗോവിന്ദൻ മാഷിനും ഗോപാലേട്ടനും ഇഷ്ടമില്ലെങ്കിൽ നമ്മളെ വീട്ടിലാക്കാം. പിന്നെ സ്കൂളില്ലാത്ത പകൽനേരത്ത് നമ്മളെ വീട്ടിലായിരിക്കും. നാളെ രാവിലെ ഇവനെയും കൂട്ടിയിട്ടാണ് സ്കൂളിൽ പോകേണ്ടത്."

"എന്നാല് മുറ്റത്ത് നിൽക്കാതെ എല്ലാരും കൈ കഴുകിട്ട് അകത്തു വാ, കിഴങ്ങ് പുഴുങ്ങിയതും കാപ്പിയും ഉണ്ട്. അതെല്ലാം തിന്നിട്ട് ബാക്കി പറയാം."

മണിക്കുട്ടിയുടെ വീടിനകത്ത് വലതുകാൽ വെച്ചുകൊണ്ട് അടുക്കളയിലൂടെ ആദിഷ് പ്രവേശിച്ചു. ഇഷ്ടം പോലെ സ്ഥലമുള്ള വിശാലമായ മുറിയുടെ ചുറ്റുപാടും നോക്കിയപ്പോൾ പാത്രങ്ങളൊക്കെ നിലത്താണ് വെച്ചതെന്ന് കണ്ടു. ഇന്ദിരേച്ചി ഓരോ മരപ്പലക എടുത്ത് അവയിൽ ഇരിക്കാൻ പറഞ്ഞു. കറുപ്പ് നിറമുള്ള നിലത്തു വെച്ച പലകയിൽ നാലുപേരും ഇരുന്നപ്പോൾ അവർക്കു മുന്നിൽ സ്വർണ്ണനിറമുള്ള തളിക നിറയെ മഞ്ഞനിറമുള്ള കിഴങ്ങ് കൊണ്ടുവെച്ച സ്ത്രീയെ ചൂണ്ടിയിട്ട് ഇന്ദിരേച്ചി പറഞ്ഞു,

"ആദിഷേ ഇതാണ് മണിക്കുട്ടിയുടെ അമ്മ, ഇപ്പോൾ നിന്റെയും അമ്മ."

അവൾ പറഞ്ഞതു കേട്ട് വീട്ടിലുള്ളവർ ഉച്ചത്തിൽ ചിരിച്ചു. മുതിർന്ന സ്ത്രീകൾ വളരെ ഉച്ചത്തിൽ ചിരിക്കുന്നത് ആദിഷിനെ ആശ്ചര്യപ്പെടുത്തി. അപ്പോൾ ഇന്ദിരേച്ചി പറഞ്ഞു,

"ഹായ് പുഴുങ്ങിയ മരച്ചീനി. ആദീ, കൈകൊണ്ടെടുത്ത് തിന്നോ."

ആദ്യമൊന്ന് മടിച്ചെങ്കിലും മറ്റുള്ളവരോടൊപ്പം അവനും പാത്രത്തിൽ കൈയിട്ട് എടുത്തുതിന്നാൻ തുടങ്ങി. ഒപ്പം തിന്നുമ്പോൾ പ്രത്യേക ടെയ്സ്റ്റ് ഉണ്ട്. വീണ്ടും വീണ്ടും തിന്നുമ്പോൾ പ്രായമുള്ള സ്ത്രീ പറഞ്ഞു,

"യശോദേ ആ കുട്ടിക്ക് കൊറച്ചുകൂടി തിന്നാൻ കൊടുക്ക്. വെശക്കുന്നുണ്ടാവും"

നാല് പീസ് കിഴങ്ങുകൂടി തളികയിൽ ഇട്ടുകൊണ്ട് അമ്മ പറഞ്ഞു,

"ആദിമോന് വേണെങ്കിൽ ഇനിയും തരാം."

അതിനിടയിൽ സാരിയുടുത്ത സ്ത്രീ നാല് ചില്ലുപാത്രങ്ങളിൽ കാപ്പി കൊണ്ടുവെച്ചു. ചൂടാറ്റിക്കൊണ്ട് കാപ്പി കുടിച്ചശേഷം നാലുപേരും എഴുന്നേറ്റു. അപ്പോൾ അമ്മമ്മ പറഞ്ഞു,

"കിണ്ണം ഇങ്ങോട്ട് താ, മോൻ ഈടെയല്ലേ നിൽക്കുന്നത്; എല്ലാരേം പറ്റി പറഞ്ഞുകൊടുക്ക്."

"ഓ, അത് ഞാൻ മറന്നുപോയി, എല്ലാരും വാ."

ആദിഷിന്റെ കൈപിടിച്ച് ഇന്ദിരേച്ചി പറഞ്ഞു,

"ഇവനാണ് ആദിഷ്, ആദി എന്ന് വിളിക്കാം. ഇനിമുതൽ യശോദേടത്തിയുടെ മകനാണ്."

"അയ്യോ, അതെങ്ങിനെ?"

പാത്രം കഴുകുന്ന യശോദ ഉച്ചത്തിൽ പറഞ്ഞപ്പോൾ ഇന്ദിരേച്ചി പറഞ്ഞു,

"ആദിഷ് ഇവിടെ എത്രകാലമാണ് ഉണ്ടാവുകയെന്ന് അറിയില്ല. അവന്റെ വീട് എവിടെയാണെന്ന് അറിയുന്നതുവരെ ഇവൻ മണിക്കുട്ടിയുടെ ആങ്ങളയാണ്; ഏട്ടനോ അനിയനോ ആവട്ടെ. അപ്പോൾ യശോദേടത്തിയുടെ മോൻ എന്ന് പറയാമല്ലോ."

"അത് നന്നായി, അവൾക്കൊരു ആണും കൂടി ആയല്ലോ."

അമ്മമ്മ പറഞ്ഞപ്പോൾ ഇന്ദിരേച്ചി ആദിഷിനോട് പറഞ്ഞു,

"ഇതാണ് അമ്മമ്മ, അമ്മയുടെ അമ്മ ദേവകി. നീ അമ്മമ്മ എന്ന് വിളിച്ചാൽ മതി."

"പിന്നെയാ പാവാട ഉടുത്തത് ഇളയമ്മ മീനാക്ഷി. അവരുടെ കല്ല്യാണം വേഗം നടക്കും."

അവർ ഉടുത്തത് സ്കേർട്ട് എന്ന പാവാടയാണ്. നീളത്തിൽ മുട്ടിനുതാഴെ എത്തുന്നു; ഇവിടെ അങ്ങനെയായിരിക്കും. പിന്നിലുള്ള സാരിയുടുത്തവരെ ചൂണ്ടി ഇന്ദിരേച്ചി പറഞ്ഞു,

"ഇതാണ് അമ്മായി, മണിക്കുട്ടിയുടെ വലിയമ്മാവന്റെ ഭാര്യ പത്മിനി."

എല്ലാവരും ചിരിച്ചപ്പോൾ അമ്മായിയും ചിരിയിൽ പങ്കുചേർന്നു.

ആളുകളെ പരിചയപ്പെട്ട് കഴിഞ്ഞപ്പോൾ ഇന്ദിരേച്ചി പറഞ്ഞു,

"ഇനി അകത്തേക്ക് പോകാം, വീടൊക്കെ പരിചയപ്പെടുത്തണ്ടേ."

ആദിഷിനൊപ്പം മൂന്നുപേരും അടുക്കളയിൽ നിന്ന് മറ്റൊരു മുറിയിലേക്ക് കടന്നപ്പോൾ സുധാകരൻ പറഞ്ഞു,

"ഏച്ചീ ഞാനിപ്പോൾ വീട്ടിൽ പോവ്വാ."

"നീ പോയിട്ട് വീട് തുറക്ക്, അപ്പോഴേക്കും ഞാനവിടെ എത്താം."

അവൻ മുറ്റത്തിറങ്ങി നടന്നു. അകത്തെ മുറിയിൽ എത്തിയപ്പോൾ ഇന്ദിരേച്ചി ആദിഷിനോട് പറഞ്ഞു,

"ഇതാണ് ഇറയകം, ആണുങ്ങളൊക്കെ ചോറ് തിന്നുന്നത് ഈ അകത്ത് നിലത്തിരുന്നാണ്. അതിന്റെ വലതുഭാഗത്തുള്ള തെക്കെ അകം വലിയമ്മാവൻ ഗോവിന്ദൻ മാഷിന്റെ മുറി ആണ്. അമ്മാവൻ ഇല്ലാത്തനേരത്ത് നമ്മളെ കയറ്റില്ല; നിറയെ പുസ്തകങ്ങളാണ്. അതിന്റെ അടുത്തുള്ള രണ്ട് മുറികളിൽ ആണ് ഇളയമ്മയും അമ്മമ്മയും മണിക്കുട്ടിയും ഉറങ്ങുന്നത്. ഇനി നമുക്ക് മുകളിൽ പോകാം, രണ്ടാം നിലയിൽ."

ഇന്ദിരേച്ചി ആദിഷിന്റെ കൈപിടിച്ച് മരത്തിന്റെ പടികൾ കയറാൻ തുടങ്ങിയപ്പോൾ മണിക്കുട്ടിയും പിന്നാലെ വന്നു. മുകളിലുള്ള നാല് മുറികളിൽ ഒന്ന് മണിക്കുട്ടിയുടെ അച്ഛന്റേത് ആണെന്നും അടുത്തത് പട്ടാളത്തിലുള്ള കുഞ്ഞമ്മാവന്റേത് ആണെന്നും പറഞ്ഞപ്പോൾ ആദിഷ് ആശ്ചര്യപ്പെട്ടു. ഒന്നാമത്തെയും മൂന്നാമത്തെയും മുറികൾ തുറന്നില്ലെങ്കിലും സ്വന്തം മുറിയിൽ കടന്ന് ഓ

ടിനടന്ന മണിക്കുട്ടി കട്ടിലിൽ ഇരുന്നപ്പോൾ ഇന്ദിരേച്ചി പറഞ്ഞു,

"ആദിഷെ ഇത് മണിക്കുട്ടിയുടെ അച്ഛൻ ഗോപാലേട്ടന്റെ അകമാണ്. കണ്ണൂരിൽപോയി കച്ചവടം ചെയ്യുന്ന ആളാണ്. രാത്രി വീട്ടിൽവരുമ്പോൾ തിന്നാനായി ബിസ്ക്കറ്റോ പഴമോ കൊണ്ടുവരും. ധാരാളം പണം ഉള്ളതുകൊണ്ട് നിനക്ക് വേണ്ടുന്നതൊക്കെ വാങ്ങിത്തരും. ഇനി നമുക്ക് താഴേക്ക് പോകാം; സുധനിപ്പോൾ വീട്ടിലെത്തിയിരിക്കും."

ആദിഷിന്റെ കൈ പിടിച്ച് കോണിയിറങ്ങി വരുന്ന ഇന്ദിരയോട് ഇളയമ്മ പറഞ്ഞു,

"അല്ല നീയിപ്പോൾ സ്വന്തം വീടുപോലെയാണല്ലോ പരിചയപ്പെടുത്തുന്നത്."

"പിന്നേ എന്റേതും കൂടിയല്ലേ, ആദിക്ക് വേറൊന്നുകൂടി കാണിച്ചുതരാം. കോലായിൽ വാ."

കറുപ്പു നിറമുള്ള അകത്തുനിന്നും സിമന്റിട്ട് മിനുസപ്പെടുത്തി ചുവന്നനിറമുള്ള വരാന്തയിൽ ഇറങ്ങി തെക്കു ഭാഗത്ത് എത്തിയപ്പോൾ ഇന്ദിരേച്ചി ആവേശത്തോടെ പറയാൻ തുടങ്ങി,

"ഇവിടെ ഇരുന്നാണ് നമ്മൾ കളിക്കുന്നത്, നല്ല രസമായിരിക്കും. അങ്ങോട്ട് നോക്കിയാൽ പടിഞ്ഞാറ് കടല് കാണാം. ഈ വരാന്തയുടെ അറ്റത്തേത് സ്കൂൾമാഷായ വലിയമ്മാവന്റെ ഓഫീസ് മുറിയാണ്. അതിനകത്ത് നിറയെ പുസ്തകങ്ങളാണ്. നമ്മളെ പറമ്പിലുള്ള വായനശാലയിലെ പുസ്തകങ്ങളിൽ ചിലത് ഇവിടെയും ഉണ്ട്. വായനശാല എന്താണെന്ന് ആദിക്ക് അറിയോ? ലൈബ്രറി?"

"ലൈബ്രറി യെസ്, ബുക്സ്."

"അപ്പോൾ നിനക്കെല്ലാം അറിയാം; പറയാനാ വിഷമം, സാരമില്ല രണ്ടുദിവസം കൊണ്ട് എല്ലാം ശരിയാക്കാം."

മൂന്നുപേരും ചിരിച്ചു, ആ സമയത്ത് ഇന്ദിരേച്ചി പറഞ്ഞു,

"ഞാനിവിടത്തെ ആളല്ല, എന്റെ വീട് ആ കാണുന്നതാണ്, ഓലമേഞ്ഞ ചെറിയ വീട്."

അവൾ ചൂണ്ടിയഭാഗത്ത് ആദിഷ് നോക്കി. നേരത്തെ കണ്ടിട്ടുള്ള വീടുകളെപ്പോലെ വളരെ ചെറിയത്. ഈ നാട്ടിൽ ഇങ്ങനെയൊക്കെ ആയിരിക്കാം. ഏതായാലും ആളുകളെല്ലാം നല്ലവരാണ്. ആരും ആരെയും മാറ്റിനിർത്തുകയോ ഒറ്റപ്പെടുത്തുകയോ ചെയ്യു

ന്നില്ല. അപ്പോൾ അകത്തുനിന്നും ഇറങ്ങിവന്ന അമ്മമ്മയോട് ഇ ന്ദിരേച്ചി പറഞ്ഞു,

"ഞാൻ വീട്ടിൽപോയിട്ട് രാത്രിയിൽവരാം, അമ്മ പണികഴിഞ്ഞ് വരുമ്പോഴേക്കും മുറ്റവും അകവും അടിച്ചുവാരി കെണറ്റിന്ന് വെ ള്ളം വലിച്ചുവെക്കണം. ആദിക്ക് നമ്മള് പറയുന്നത് മനസ്സിലാവും. മണിക്കുട്ടിന്റെ ഒപ്പരം നിർത്തിക്കോ, അവന് പുതിയ കുപ്പായം വേ ണ്ടിവരും."

"അതെല്ലാം ഇവിടത്തെ ആണുങ്ങൾ നോക്കിക്കോളും. നീ പോ യിട്ട് വരണേ."

"ഞാൻ വരാം. സുധൻ വീട് തുറന്നൂന്നാ തോന്നുന്നത്."

പറഞ്ഞുകൊണ്ടിരിക്കെ ഇന്ദിര വീട്ടിലേക്ക് ഓടി. അവൾ പോ യപ്പോൾ ആദിഷിന് മാത്രമല്ല മണിക്കുട്ടിക്കും വിഷമം തോന്നി. അപ്പോൾ ഇളയമ്മയും അമ്മായിയും വന്ന് രണ്ടുപേരുടെയും കൈ പിടിച്ച് വീടിനകത്തേക്ക് നടന്നു.

*** ***

8

തീ കത്തിക്കുന്ന ആളുകൾ

ആദിഷും മണിക്കുട്ടിയും അടുക്കളയിൽ എത്തിയപ്പോൾ അമ്മയും അമ്മമ്മയും നിലത്തുവെച്ച പലകയിൽ ഇരിക്കുകയാണ്. മണിക്കുട്ടി അമ്മയുടെ മടിയിൽ ഇരുന്നപ്പോൾ അമ്മമ്മ ആദിഷിനെ പിടിച്ച് സ്വന്തം മടിയിലിരുത്തിയിട്ട് ചോദിച്ചു,

"ഇന്ദിരയും സുധനും പോയിട്ട് മോന് വെഷമമായോ? നമ്മക്ക് വർത്താനം പറയാം."

ആദിഷ് മിണ്ടിയില്ല; അപ്പോൾ അമ്മായി ചോദിച്ചു,

"മോന്റെ പേര് എന്താണ്?"

"ആദിഷ്"

"മേനോൻ" ചേർത്ത് പറഞ്ഞില്ല; ഇവിടെ എല്ലാവർക്കും ഒരു പേര് മാത്രമാണ്, ഇനിയങ്ങോട്ട് ആദിഷ് മാത്രം, അപ്പോൾ അമ്മായി ചോദിച്ചു,

"ആദിഷ് മോന്റെ വീട്ടിൽ ആരൊക്കെയുണ്ട്?"

"മൈ ഹോം?"

"അതേ വീട്ടിൽ ആരൊക്കെ?"

"ഇൻ മൈ ഹോം, ഫാദർ, മദർ ആന്റ് മി"

"വീട്ടിൽ അച്ഛനും അമ്മയും ഇവനും മാത്രമേ ഉള്ളൂ"

അമ്മായി പറഞ്ഞതുകേട്ട് മറ്റുള്ളവർക്ക് അത്ഭുതം. അപ്പോൾ ഇളയമ്മക്കൊരു സംശയം,

"കുട്ടീന്റെ വീട് എവിടെയാണ്?"

"മൈ ഹോം?"

"അതെ ഹോം, എവിടെ? വേർ ഈസ്."

"ഹോം ഈസ് ഇൻ വരപ്രത്ത് ഹൗസിംഗ് കോളനി"

"അതേടിയാപ്പാ സ്ഥലം, ഈടെന്ന് കൊറേ പോകണോ?'

ഒളിച്ചുകളിക്കുശേഷം

അമ്മമ്മ പറഞ്ഞത് ആദിഷിന് മനസ്സിലായില്ല. അവന്റെ ശ്രദ്ധ മുഴുവൻ അടുക്കളയുടെ ഒരു വശത്താണ്. നിലത്തുള്ള കല്ലിനുമുകളിൽ വെച്ച വലിയൊരു പാത്രത്തിന്റെ ചുവട്ടിൽ മരക്കമ്പുകൾ കത്തുന്ന ദൃശ്യം അവനെ ആശ്ചര്യപ്പെടുത്തി. അരികിൽതന്നെ ഏതാനും മരക്കമ്പുകൾ, പാത്രത്തിനകത്തുള്ള വസ്തു ചൂടാവാനായി തീ കത്തിച്ചിരിക്കുന്നു.

ആദിഷിന്റെ മറുപടി കേട്ടപ്പോൾ വീട്ടുകാർക്കെല്ലാം സംശയം. അച്ഛനും അമ്മക്കും ആകെയൊരു മകനുള്ളത് എങ്ങനെ ഇവിടെ എത്തിയെന്ന് ആശ്ചര്യപ്പെട്ട് കൂടുതൽ ചോദിക്കാൻ തുടങ്ങിയപ്പോൾ ഇന്ദിരേച്ചി അടുക്കളയിലേക്ക് ഓടിക്കയറി. പിന്നാലെ അഞ്ച് കുട്ടികളും.

“ഇതാണ് ഞാൻ പറഞ്ഞ കുട്ടി.”

പിന്നാലെ വന്നവർക്ക് ആദിഷിനെ പരിചയപ്പെടുത്തിയശേഷം അമ്മയോട് പറഞ്ഞു,

“ആദിയെയും കൂട്ടീട്ട് കളിക്കാൻ പോകുന്നു; നമ്മക്ക് കളിക്കാൻ ഒരാളെകൂടി കിട്ടിയല്ലോ”

ആദിഷ് സംശയിച്ചു നിന്നപ്പോൾ മണിക്കുട്ടിയുടെ അമ്മ പറഞ്ഞു,

“ദൂരെയൊന്നും പോകണ്ട, പിന്നെ മണിക്കുട്ടി വീണിറ്റ് പൊട്ടാതെ നോക്കണം.”

“മണിക്കുട്ടിയെന്താ പൊട്ടുന്ന സാധനമാണോ? നമ്മള് കടപ്പുറത്ത് പോവുകയാ.”

ഇന്ദിരേച്ചി പറഞ്ഞതുകേട്ട് എല്ലാവരും ചിരിച്ചപ്പോൾ അമ്മായി പറഞ്ഞു,

“കടപ്പുറത്തൊക്കെ പിന്നീട്; ഇവിടെയുള്ള ആണുങ്ങൾ വന്ന് കുട്ടീനെ കണ്ടിട്ട് പോയാൽ മതി”

അമ്മായി പറഞ്ഞതിൽ കാര്യമുണ്ട്; പുതിയതായി ഒരു കുട്ടിയെ വീട്ടിൽ പാർപ്പിക്കുന്നത് ആണുങ്ങൾ അറിയണ്ടേ? പ്രത്യേകിച്ച് അദ്ധ്യാപകനായ വലിയമ്മാവൻ.. ഇളയമ്മ പറഞ്ഞു,

“ശരിയാണ്, വലിയേട്ടൻ വന്നിട്ട് കളിക്കാൻ പോകാം. അതുവരെ പുറത്ത് ചേദിയിൽ ഇരുന്ന് വർത്തമാനം പറഞ്ഞാൽ മതി.”

കളിക്കാൻ വന്ന കുട്ടിപ്പട അടുക്കളയിൽ നിന്നും ഇറങ്ങി വരാന്തയിലെത്തി നീളമുള്ള ബെഞ്ചിലും തെക്കുഭാഗത്തെ അരമതിലി

ലും ചുവപ്പുനിറത്തിൽ മിനുസമുള്ള തറയിലും ഇരുന്നു. അവിടെ നിന്നും നോക്കിയാൽ അറബിക്കടലിൽ ഇളകിമറിയുന്ന തിരമാലകൾ അസ്തമയ സൂര്യന്റെ പ്രകാശമേറ്റ് തിളങ്ങുന്നത് കാണാം. എല്ലാവരും ഇരുന്നപ്പോൾ പുതിയതായി വന്നവർ പരിചയപ്പെട്ടു; രമേശനും രാജനും തങ്കമ്മയും നാലാം ക്ലാസിൽ പഠിക്കുന്നു. ഉമയും ചന്ദ്രനും അഞ്ചാം ക്ലാസിലാണ്. അടുത്ത വീടുകളിലെ കുട്ടികളെയെല്ലാം ഇന്ദിരേച്ചി പരിചയപ്പെടുത്തി. ബെഞ്ചിലിരിക്കുന്ന ആദിഷിനെ നോക്കി പുതിയ കൂട്ടുകാരെല്ലാം ചിരിച്ചെങ്കിലും ആരും മിണ്ടിയില്ല. അല്പസമയം കഴിഞ്ഞപ്പോൾ ഇന്ദിരേച്ചി പറഞ്ഞു,

"എല്ലാവർക്കും പാട്ടുപാടാം, ആദ്യം തങ്കമ്മ പാട്."

"അയ്യോ ഞാനില്ല."

"എന്നാൽ ഞാൻ പാടാം."

ചന്ദ്രൻ പാടാൻ തുടങ്ങിയപ്പോൾ മറ്റുള്ളവരെല്ലാം എഴുന്നേറ്റ് കൈയും കാലും ഉയർത്തിക്കൊണ്ട് പ്രത്യേക തരത്തിൽ ചാടിയും മറിഞ്ഞും കളിച്ചു. അവൻ പാട്ടുതുടങ്ങി,

'ആന വരുന്നേ ആന വരുന്നേ..
കറുകറുത്തൊരു ആന വരുന്നേ..

തുടർന്ന് തങ്കമ്മ പാടി,

'പുലിവരുന്നേ പുലിവരുന്നേ,,
പുള്ളിയുള്ളൊരു പുള്ളിപ്പുലി വരുന്നേ'

അടുത്തതായി പാടാൻ തയ്യാറായ രമേശനെ തടഞ്ഞുകൊണ്ട് ഇന്ദിരേച്ചി പറഞ്ഞു,

"ഇനി മണിക്കുട്ടി പാടണം."

"എനിക്ക് ഒറ്റക്ക് പാടാനറിയില്ല."

"ഒറ്റക്ക് പാടണ്ട, എല്ലാർക്കും ഒപ്പരം പാടാം. നീ തുടങ്ങിക്കോ."

മണിക്കുട്ടി പാടുമ്പോൾ മറ്റുള്ളവരും കൂടെപാടി,

'ഇത്തിരിപ്പൂവേ ചുവന്നപൂവേ,
ഇത്രനാളെങ്ങുനീ പോയിപൂവേ?
മണ്ണിന്നടിയിലൊളിച്ചിരുന്നോ,
മറ്റുള്ള പൂക്കളെ കാത്തിരുന്നോ?'

പെട്ടെന്ന് പാട്ട് നിർത്തി അവളെഴുന്നേറ്റ് നിന്നു.

വലിയമ്മാവൻ വരുന്നത് കണ്ടപ്പോഴാണ് മണിക്കുട്ടി മിണ്ടാതെ നിന്നത്. അപ്പോൾ വെള്ളമുണ്ടും നീളൻ ജുബ്ബയും അണിഞ്ഞ വ

ലിയ മനുഷ്യൻ ഒരു കൈയിൽ നീളമുള്ള പാത്രം തൂക്കിപ്പിടിച്ച് ന ടന്നുവരുന്നത് കണ്ടു. കടപ്പുറത്തുള്ള പൂഴിയിലൂടെ നടന്ന് വീടിന്റെ പിന്നിലൂടെ തെക്കു ഭാഗത്തുകൂടി മുന്നിലെത്തി മുറ്റത്ത് പ്രവേശി ച്ചപ്പോൾ അമ്മായി ഇറങ്ങിവന്ന് കൈയിലുള്ള പാത്രം വാങ്ങിയ ശേഷം കിണ്ടിയിൽ വെള്ളം കൊടുത്തു. വെള്ളമൊഴിച്ച് കാല് ക ഴുകിയപ്പോൾ അമ്മായി ഉണങ്ങിയ തോർത്ത് കൊടുത്തു. അമ്മാ വൻ വരാന്തയിൽ കയറി കുട്ടികളെനോക്കി ചിരിച്ചശേഷം അക ത്തേക്ക് കടക്കുമ്പോൾ മണിക്കുട്ടി പറഞ്ഞു,

"വലിയമ്മാവാ ഇതാരാന്ന് നോക്കിയാട്ടെ, പുതിയൊരാൾ."

അകത്തേക്ക് കടക്കുന്ന അമ്മാവൻ ശബ്ദം കേട്ട് തിരിഞ്ഞുനിന്ന പ്പോൾ കണ്ടത് ആദിഷിനെയാണ്. അദ്ദേഹം ചോദിച്ചു,

"ഈ കുട്ടി എവിടെത്തേതാ?"

ഒട്ടും മയമില്ലാത്ത പരുക്കൻ ശബ്ദം കേട്ടപ്പോൾ ഭയം തോന്നി. ഇന്ദിരേച്ചിയാണ് മറുപടി പറഞ്ഞത്,

"അവൻ ഇവിടെയാ താമസിക്കുന്നത്."

"അതെങ്ങനെ? ഏതാണീ കുട്ടി?"

"ആദിഷ് എന്നാണ് പേര്. സ്കൂളിലെ പറമ്പിനടുത്തുള്ള കുറ്റി ക്കാട്ടിൽ നിന്നും കിട്ടിയതാണ്."

"കാട്ടിൽനിന്ന് കുട്ടീനെ കിട്ടാനോ? ഇതെന്താ രാമായണത്തി ന്റെ കാലമാണോ?"

"അത് തന്നെയാ.. ഉച്ചക്ക് നമ്മൾ കളിക്കുമ്പോൾ കാട്ടിൽ ഉറ ങ്ങുന്നത് കണ്ടു. എവിടെത്തെ ആണെന്ന് ചോദിക്കുമ്പോൾ ഇവ ന് പറയാൻ അറിയില്ല."

"എന്തിനാണ് ഇവിടെ വന്നത്?"

"മാഷുമ്മാര് അവരുടെ വീട്ടിലൊന്നും താമസിപ്പിക്കുന്നില്ല. അ തുകൊണ്ട് ഇവനെ നമ്മളിങ്ങോട്ട് കൊണ്ടുവന്നു. ഇവിടെയാകു മ്പോൾ സ്ഥലം ഉണ്ടല്ലോ."

"ആർക്കും അറിയാത്തൊരു കുട്ടിയെ വീട്ടിലെങ്ങിനെയാ താമ സിപ്പിക്കുന്നത്. എല്ലാവരും ഇവിടെയിരിക്ക്; ഞാൻ കുപ്പായം മാറ്റി യിട്ട് വരട്ടേ."

വരാന്തയിൽ ഇരുന്ന പുതിയ കൂട്ടുകാർ ക്ലാസിലെ വിശേഷ ങ്ങൾ ഓരോന്നായി പറഞ്ഞുതുടങ്ങി. എല്ലാദിവസവും പാട്ടുപാടു ന്ന കുട്ടിയെകുറിച്ച് ഉമ പറഞ്ഞപ്പോൾ ക്ലാസിലെ ഒരു കുട്ടി ബോർ

ഡിൽ വരച്ച പൂക്കളെപറ്റി രാജൻ പറഞ്ഞു. സംഭാഷണം നീണ്ടു പോകുമ്പോൾ വലിയമ്മാവന്റെ വിളി കേട്ടു,

"രാധാമണീ അകത്തേക്കു വാ, മറ്റുള്ളവരെയും കൂട്ടിക്കോ"

ആദിഷിന്റെ കൈപിടിച്ച് ഇന്ദിരേച്ചിയും മണിക്കുട്ടിയും അകത്തെക്ക് കടന്നപ്പോൾ മറ്റുകുട്ടികളും പിന്നാലെ വന്നു. വലിയമ്മാവന്റെ അകം കണ്ടപ്പോൾ ആദിഷ് ഞെട്ടി. പുസ്തകങ്ങൾ, ഷെൽഫിലും ടേബിളിലും നിറയെ ബുക്സ്, ഇത് ലൈബ്രറി ആണോ?

ടേബളും ചെയറും കട്ടിലും അനേകം ഷെൽഫുകളും ഉള്ള റൂമിൽ ജനലും വാതിലും തുറന്നിട്ടെങ്കിലും ലൈറ്റ് ഓൺ ചെയ്യാത്തതിനാൽ വെളിച്ചം കുറവാണ്. ഇത്രയധികം പുസ്തകങ്ങൾ ഒരു വീട്ടിൽ ഉണ്ടാകുമോ എന്ന് ആദിഷ് ആശ്ചര്യപ്പെട്ടു. മുറിയിലെ മങ്ങിയ വെളിച്ചത്തിൽ നിൽക്കുമ്പോൾ വലിയൊരു കാര്യം അവൻ തിരിച്ചറിഞ്ഞു, ഇവിടെ ബൾബ് ഇല്ല, ഫാൻ ഇല്ല, ടി.വി. ഇല്ല, കമ്പ്യൂട്ടർ ഇല്ല, വീട്ടിൽ ഇലക്ട്രിസിറ്റിയേ ഇല്ല.

വലിയമ്മാവന്റെ ചോദ്യവും ആദിഷ് ഉത്തരം പറയുന്നതും കേൾക്കാൻ കുട്ടികളോടൊപ്പം വീട്ടിലുള്ള മുതിർന്നവരും ഹാജരായി. ആദിഷിനോടാണ് ചോദ്യമെങ്കിലും മറുപടി പറഞ്ഞത് ഇന്ദിരയാണ്.

"കുട്ടിയുടെ പേരെന്താണ്."

"ആദിഷ്."

"അത് ഈ കുട്ടി പറയട്ടെ."

"അവന് പറയാൻ അറിയില്ല."

"അറിയില്ലെന്നോ, കുട്ടി ഊമയാണോ?"

"ഊമയൊന്നും അല്ല. അവന് മലയാളം അറിയില്ല."

"ഇംഗ്ലീഷ് അറിയോ? ഡു യൂ നോ ഇംഗ്ലീഷ്?"

"യെസ്, ഐ നോ ഇംഗ്ലീഷ്."

ആദിയുടെ ഇംഗ്ലീഷിലുള്ള മറുപടി കേട്ടപ്പോൾ എല്ലാവർക്കും സന്തോഷമായി. പിന്നീട് ചോദ്യങ്ങളും ഉത്തരങ്ങളും ഇംഗ്ലീഷിൽ മാത്രം ആയപ്പോൾ മറ്റുള്ളവർ മിഴിച്ചുനിന്നു. ഒടുവിലുള്ള ഒരു ചോദ്യത്തിന് ആദിഷിന്റെ ഉത്തരം കേട്ട് വലിയമ്മാവൻ ഉച്ചത്തിൽ ചിരിച്ചു.

"വിച്ച് ഈസ് യുവർ കൺട്രി?"

"ഐ ആം ഏൻ ഇൻഡ്യൻ."

കാര്യം അറിയാതെ മറ്റുള്ളവരും ചിരിയിൽ പങ്കുചേർന്നപ്പോൾ അമ്മാവൻ പറഞ്ഞു,

“ഈ കുട്ടി ഇംഗ്ലീഷ് പറയുന്ന ഏതോ നാട്ടിന്ന് വന്നതാണ്. അച്ഛൻ സനേഷ് എന്ന് പേരുള്ള എഞ്ചിനീയർ ആണ്; അമ്മയുടെ പേര് ശുഭ എന്നാണ്. മലയാളം എഴുതാനും വായിക്കാനും പഠിച്ചിട്ടില്ലെങ്കിലും പറയാൻ കഴിയും. നാട് ഏതാണെന്നോ, എങ്ങനെയാണ് ഇവിടെ എത്തിയതെന്നോ അറിയില്ല. അതുപോലെ നമ്മളിതുവരെ കാണാത്ത ഓരോ സാധനത്തിന്റെ പേര് ഇവൻ പറയുന്നുണ്ട്.”

“അതേതാപ്പാ നമ്മള് കാണാത്ത സാധനം?”

അമ്മമ്മയുടെ ചോദ്യം കേട്ടപ്പോൾ വലിയമ്മാവൻ പറഞ്ഞു,

“അമ്മേ, നമ്മള് കാണാത്തതും കേൾക്കാതുമായ വസ്തുക്കൾ ധാരാളമുണ്ട്. അതെല്ലാം ഈ കുട്ടിയുടെ നാട്ടിൽ ഉണ്ടാവും”

“ഏതായാലും ഇന്നിനി കളിക്കാനൊന്നും പോവണ്ട, സന്ധ്യയാവാറായില്ലേ; കുളികഴിഞ്ഞ് രാമനാമം ജപിക്കണം. വിളക്ക് വെക്കാറായി.”

അമ്മമ്മ പറഞ്ഞതുകേട്ട് അമ്മ പറഞ്ഞു,

“കുളിക്കാറായില്ലേ, മണിക്കുട്ടിയോടൊപ്പം ആദിയും വാ. കുളിച്ചശേഷം ഇവനെന്താ ഉടുക്കുക, പെൺകുട്ടിയാണെങ്കിൽ മണിക്കുട്ടീടെ ഉടുപ്പ് മതിയായിരുന്നു. ഇന്ന് ചെറിയ തോർത്ത് ഉടുത്താൽ പോരേ?”

അമ്മ പറഞ്ഞത് ഇളയമ്മക്ക് ഇഷ്ടപ്പെട്ടില്ല. അവർ പറഞ്ഞു,

“അത് പറ്റില്ല, വലിയ വീട്ടിൽനിന്നും എങ്ങനെയോ ഇവിടെയെത്തിയ കുട്ടിയാണ്. കുപ്പായം ഇടാതിരിക്കുക, ഏതായാലും ഗോപാലേട്ടനോട് പറഞ്ഞാൽ നാളെ കുപ്പായം കിട്ടുമല്ലോ.”

“ശരിയാണ്, ഇപ്പോൾ ആരുടേതെങ്കിലും കിട്ടുമോ എന്ന് നോക്കട്ടെ. ഇന്ദിരേ നിന്റെ വീട്ടിൽ സുധന്റെ ഒരു കുപ്പായം ഉണ്ടോന്ന് നോക്കിയാട്ടെ, ട്രൗസർ ആയാലും മതി.”

“അത് നോക്കിട്ട് ഞാനിപ്പോൾ കൊണ്ടുവരാം.”

ഇന്ദിരയും ഒപ്പമുള്ള കുട്ടികളും അവിടെനിന്നും ഇറങ്ങി.

മുന്നിലുള്ള പുതിയ അനുഭവങ്ങളെല്ലാം രസകരമായി തോന്നിയെങ്കിലും ആദിഷ് ഭയപ്പെട്ടു. ഇതുവരെ ജീവിച്ചിരുന്ന പരിസരമല്ല ഇപ്പോഴുള്ളത്. എല്ലാം മാറിയിട്ടുണ്ട്, ആളുകൾക്കും വീടുകൾക്കും

സാധനങ്ങൾക്കും എല്ലാം മാറ്റം. ആളുകളുടെ വേഷങ്ങളൊക്കെ പഴയകാല ചിത്രങ്ങളിൽ കാണുന്നതു പോലെയുണ്ട്. മുതിർന്നവരെല്ലാം വെള്ളനിറമുള്ള തുണിയാണ് ഉടുക്കുന്നത്. പ്രായമുള്ള സ്ത്രീകളുടെ ചെവി വളയരൂപത്തിൽ തൂങ്ങിക്കിടക്കുന്നു. പറയുന്നത് മലയാളം ആണെങ്കിലും ഇതുവരെ കേൾക്കാത്ത മനസിലാക്കാൻ പ്രയാസമുള്ള വാക്കുകൾ. ഏതോ കാട്ടിൽ ജീവിക്കുന്നവരുടെ ഇടയിൽ എത്തിയതു പോലുള്ള അവസ്ഥ. ഒരു കാര്യത്തിൽ ആശ്വസിക്കാം, ഇവിടെയുള്ള മനുഷ്യന്മാരെല്ലാം നല്ലവരാണ്.

പരിചയപ്പെട്ടവരൊന്നും ദേഷ്യപ്പെടുകയോ വഴക്കു പറയുകയോ ചെയ്യുന്നില്ല, പിന്നെ കുട്ടികൾക്ക് എവിടെയും പോകാം, എന്തും കളിക്കാം, മാസ്ക് കൊണ്ടുള്ള മറയില്ലാതെ അന്യോന്യം സംസാരിക്കുകയും ചിരിക്കുകയും ചെയ്യാം, സോഷ്യൽ ഡിസ്റ്റൻസ് പാലിക്കാതെ ആർക്കും ആരെയും ഷെയ്ക്ഹാന്റ് ചെയ്യാം, സുഹൃത്തുക്കൾക്ക് കെട്ടിപ്പിടിക്കാം.

ആദിഷ് ഏറ്റവും ഇഷ്ടപ്പെട്ടത് രണ്ട് കാര്യമാണ്. കറുമ്പനെന്നും അഗ്ലിയെന്നും ബ്ലാക്കി എന്നും പറഞ്ഞ് തന്നെയാരും പരിഹസിക്കുന്നില്ല. ബോയ്സിന് ഗേൾസിനെയും ഗേൾസിന് ബോയ്സിനെയും തൊടാം, ഒന്നിച്ച് കളിക്കാം.

*** ***

9

ഈസോപ്പ് കഥകളും ബഹിരാകാശവും

കുളിമുറിയിലുള്ള വലിയ പാത്രത്തിൽനിന്നും വെള്ളം കോരി തലയിലൊഴിച്ചാണ് മണിക്കുട്ടി കുളിക്കുന്നത്. എല്ലാവരും കാൺകെ ഉടുതുണിയില്ലാതെ അവൾ കുളിക്കുന്നത് കണ്ടപ്പോൾ ഞെട്ടിപ്പോയി. ഷെയിം എന്നുപറഞ്ഞ് കളിയാക്കാൻ ഇവിടെയാരും ഇല്ലാത്തത് ഭാഗ്യം. കുളിച്ചു കഴിഞ്ഞപ്പോൾ അമ്മ ടവലുമായി വന്ന് അവളുടെ തല തോർത്തുമ്പോൾ ആദിഷിനോട് കുളിക്കാൻ പറഞ്ഞെങ്കിലും അവൻ തയ്യാറായില്ല. ഒടുവിൽ കുളിമുറിയുടെ വാതിൽ അടച്ചശേഷം ഡ്രസ് ആഴിച്ചുവെച്ച് കുളിക്കാൻ തുടങ്ങി. വലിയൊരു പാത്രത്തിലുള്ള തണുത്തവെള്ളം ചെറിയൊരു പാത്രം കൊണ്ട് മുക്കിയെടുത്ത് തലയിൽ ഒഴിക്കാൻ പ്രയാസം തോന്നി. വീട്ടിലാണെങ്കിൽ ടാപ്പ് തിരിച്ചാൽ വെള്ളം തലയിൽ വീഴുന്ന ഷവറാണ്. അതുപോലുള്ള ടാപ്പുകളൊന്നും ഇവിടെ കാണാനില്ലല്ലോ. വലിയപാത്രത്തിൽ എങ്ങനെയാവും വെള്ളം വന്നത്?

അതിനിടയിൽ വലിയൊരു കാര്യം നടന്നു, ഒന്നിനുപോകൽ. ധാരാളം വെള്ളം കുടിച്ചതുകൊണ്ട് മൂത്രം ഒഴിക്കാൻ തോന്നിയിട്ട് കുറേ സമയമായി. ആരോടാണ് പറയേണ്ടത്? ടോയ്ലറ്റൊന്നും കാണാനേയില്ല. ആശ്വാസം, കുളിക്കുന്നതിനിടയിൽ അതങ്ങ് പോയിക്കിട്ടി. കുളിച്ചശേഷം പഴയഡ്രസ് ഇടാൻനേരത്ത് ഇളയമ്മ അകത്തു വന്നപ്പോൾ ആകെ പരിഭ്രമിച്ചു. അവർ കൊണ്ടുവന്ന ട്രൗസർ ഇട്ടശേഷം കുപ്പായം വേണ്ടെന്ന് പറഞ്ഞ് വെളിയിൽ ഇറങ്ങിയപ്പോൾ മണിക്കുട്ടി കൈപിടിച്ചുകൊണ്ട് പറഞ്ഞു,

"വാ, നമ്മക്ക് കോലായിൽ പോയിരിക്കാം."

മണിക്കുട്ടിയുടെ കൈപിടിച്ച് അടുക്കളയിലുടെ ഇറയകവും കടന്ന് വരാന്തയിൽ എത്തിയപ്പോൾ ചാരുകസേരയിൽ വലിയമ്മാ

വൻ ഇരിക്കുന്നത് കണ്ടു. വരാന്തയിലെ ബെഞ്ചിൽ ഇരുന്നപ്പോൾ കൈയിലുള്ള പത്രം തന്നിട്ട് രണ്ടുപേരോടും വായിക്കാൻ പറഞ്ഞു. ആദിഷിന് ഒന്നും മനസ്സിലായില്ലെങ്കിലും മണിക്കുട്ടി ഓരോന്നായി വായിച്ചുതുടങ്ങി,

"കേരളാ നിയമസഭക്ക് എതിരെ സമരനീക്കം."

"ആദ്യംതന്നെ അതാണോ വായിക്കുന്നത്? അറിയാവുന്നത് എല്ലാം വായിക്ക്."

അമ്മാവൻ പറഞ്ഞതുകേട്ട് മണിക്കുട്ടി പത്രത്തിന്റെ ചുവട്ടിലുള്ളത് വായിക്കാൻ ശ്രമിച്ചു,

"വലിയമ്മാവാ ഇവിടെ ഒരാളുടെ ഫോട്ടോ ഉണ്ടല്ലോ, ഇ.എം.എസ്. ഇത് നമ്മുടെ മുഖ്യമന്ത്രിയല്ലേ?"

"അതേ, മറ്റുള്ള വാർത്തകൾ കൂടി വായിക്കൂ."

"മനുഷ്യൻ ബഹിരാകാശത്ത് പോകും, റഷ്യയിൽ നിന്നും ബഹിരാകാശത്തേക്ക് കഴിഞ്ഞകൊല്ലം ഒക്റ്റോബർ നാലാം തീയതി അയച്ച സ്പുട്ട്നിക്ക് എന്ന ഉപഗ്രഹത്തിൽ മനുഷ്യരാരും ഉണ്ടായിരുന്നില്ല. എന്നാൽ ഭാവിയിൽ മനുഷ്യനെ ബഹിരാകാശത്തേക്ക് അയക്കുമെന്ന്."

മണിക്കുട്ടി വായന നിർത്തിയിട്ട് ചോദിച്ചു,

"വലിയമ്മാവാ ഈ ഉപഗ്രഹം എന്ന് പറയുന്നത് ആകാശത്തുകൂടി പോകുന്നതാണോ? അതല്ലേ റോക്കറ്റ്."

"ഉപഗ്രഹം എന്നുവെച്ചാൽ ഗ്രഹത്തിനെ ചുറ്റുന്നത്, നമ്മൾ നിൽക്കുന്ന ഭൂമിയാണ് ഗ്രഹം. ഭൂമിയെ ചുറ്റുന്ന ഉപഗ്രഹമാണ് ചന്ദ്രൻ. അതുപോലെ ഭൂമിക്കുചുറ്റും കറങ്ങുന്ന ചില വസ്തുക്കളെ ഇപ്പോൾ മനുഷ്യൻ അയക്കാൻ തുടങ്ങിയിട്ടുണ്ട്. അവയെയും ഉപഗ്രഹം എന്ന് പറയും. മനുഷ്യൻ അയക്കുന്ന കൃത്രിമ ഉപഗ്രഹത്തെ വളരെ ഉയരത്തിൽ ബഹിരാകാശത്ത് ഉയർത്തിവിടുന്ന യന്ത്രമാണ് റോക്കറ്റ്. റഷ്യക്കാർ മാത്രമാണ് ഉപഗ്രഹം അയച്ചത്."

"അതെന്തിനാ അതിനകത്ത് മനുഷ്യരൊന്നും ഇല്ലെന്ന് പറഞ്ഞത്?"

"അത് ഭാവിയിൽ ബഹിരാകാശത്തും ചിലപ്പോൾ ചന്ദ്രനിലും മനുഷ്യർക്ക് എത്താൻ കഴിഞ്ഞേക്കാം. 'സ്പുട്ട്നിക്ക് രണ്ട്' എന്ന ഉപഗ്രഹത്തിൽ ലെയ്ക എന്ന് പേരുള്ള പട്ടിയെ 1957 നവമ്പർ 3ന് റഷ്യയിൽനിന്ന് ബഹിരാകാശത്ത് അയച്ചിരുന്നു."

"വലിയമ്മാവാ ഈ ഉപഗ്രഹം എങ്ങനെയാ മേലോട്ട് പോകുന്നത്?"

"പറയാം അതിനുമുൻപെ ഒരുകാര്യം ചോദിക്കട്ടെ, ആദിഷിന് ഈ പേപ്പറിലുള്ള ഏതെങ്കിലും അക്ഷരം വായിക്കാൻ കഴിയുമോ?"

ആദിഷ് പത്രത്തിൽ എല്ലായിടവും ശ്രദ്ധിച്ചുനോക്കി. ഒടുവിൽ മുകളിലായി ഏതാനും വാക്കുകൾ ഇംഗ്ലീഷിൽ കണ്ടപ്പോൾ സന്തോഷത്തോടെ ഉച്ചത്തിൽ വായിച്ചു,

"മാതൃഭൂമി, വൺ നൈൻ ഫൈവ് എയ്റ്റ്, ജാൻവരി, തേർട്ടീൻ, മൺഡേ."

വിജയിച്ച മട്ടിൽ അറിയാവുന്ന അക്ഷരങ്ങൾ വായിച്ച ആദിഷിനെ വലിയമ്മാവൻ കൈമുട്ടി അഭിനന്ദിച്ചപ്പോൾ കാര്യമറിയാതെ മണിക്കുട്ടിയും കൈയടിച്ചു. അമ്മാവൻ പറഞ്ഞു,

"ഇംഗ്ലീഷ് നന്നായി അറിയുമല്ലോ, ഏതാനും ദിവസത്തിനകം മലയാളവും പഠിക്കാം."

"യെസ് സർ."

"യെസ് എന്നൊന്നും പറയേണ്ട, 'ശരി' എന്ന് പറഞ്ഞാൽ മതി. ശരി വലിയമ്മാവാ."

"ശരി വലിയമ്മാവാ."

"നല്ല കുട്ടി."

പത്രത്തിൽ നോക്കി സംസാരിക്കുമ്പോഴാണ് അമ്മമ്മ സന്ധ്യവിളക്കുമായി വന്നത്. വെളിച്ചെണ്ണ ഒഴിച്ച വിളക്കിൽ അഞ്ചു തിരിയിട്ട് കത്തിച്ചിട്ടുണ്ട്. അതിനൊപ്പമുള്ള ചങ്ങല വരാന്തയുടെ മുകളിലുള്ള കൊളുത്തിൽ തൂക്കിയശേഷം അവർ പ്രാർത്ഥിച്ചു,

"രാമ രാമ രാമ രാമ രാമ രാമ രാമ രാമ
രാമപാദം ചേരണേ മുകുന്ദരാമ പാഹിമാം
രാമ രാമ രാമ രാമ രാമ രാമ രാമ രാമ.."

അമ്മമ്മ വിളക്കുമായി വന്നപ്പോൾ മണിക്കുട്ടിയും വലിയമ്മാവനും എഴുന്നേറ്റുനിന്ന് വിളക്കിനെ തൊഴുതിട്ട് അമ്മമ്മയോടൊപ്പം പ്രാർത്ഥിക്കുന്നത് കണ്ടപ്പോൾ ആശ്ചര്യം തോന്നി. 'പൂജാമുറികളിൽ കത്തിച്ചുവെക്കുന്നത് എന്തിനാണിവർ പബ്ലിക്ക് ആയി വീടിനുമുന്നിൽ വെച്ച് പ്രയർ ചൊല്ലുന്നത്?' അവർ ചെയ്യുന്നതുപോലെ ആദിഷ് കൈകൂപ്പിയെങ്കിലും അറിയാത്തതുകൊണ്ട് പ്രാർത്ഥിച്ചില്ല. മണിക്കുട്ടി പാടുകയാണ്,

"ദൈവമേ കാത്തുകൊൾകങ്ങു, കൈവിടാതിങ്ങു ഞങ്ങളെ,
നാവികൻ നീ ഭവാബ്ധിക്കോ, രാവി വൻതോണി നിൻപദം."

ചെറിയ കുട്ടി ആയിട്ടും മലയാളത്തിൽ എന്തെല്ലാം പാട്ടുകളാണ് പാടുന്നത്!

വിളക്ക് അഴിച്ചെടുത്ത് അമ്മമ്മ അകത്തേക്ക് പോയിട്ടും മണിക്കുട്ടി പ്രാർത്ഥിക്കുന്നത് തുടർന്നു. പരിസരം പതുക്കെ ഇരുട്ടിലേക്ക് മാറുന്നത് നോക്കിയിരിക്കെ ചെറിയൊരു ഭയം. ഇരുട്ടിന്റെ ലോകം പരിചയമില്ലാത്തതാണ്. അല്പസമയം കഴിഞ്ഞപ്പോൾ വെളിച്ചവുമായി അമ്മമ്മ വന്നു. ഒരു വിളക്ക്, തീ കത്തുന്ന വിളക്ക്.

വെളിച്ചം കുറവാണെങ്കിലും വിളക്ക് കാണാൻ ഭംഗിയുണ്ട്. കത്തുന്ന തീ കവർ ചെയ്ത് ഗ്ലാസ് ഉള്ളതിനാൽ പൊള്ളുകയില്ല. ഇങ്ങനെ ലൈറ്റ് കുറഞ്ഞാൽ രാത്രിയിൽ എന്തെങ്കിലും വർക്ക് ചെയാനാവുമോ? ഈ നാട്ടിൽ പവർ സപ്ലൈ ഇല്ലായിരിക്കാം. ആ വെളിച്ചത്തിലും വലിയമ്മാവൻ പുസ്തകം വായിക്കുന്നത് ആശ്ചര്യം തന്നെ. മണിക്കുട്ടി ചെറിയൊരു പുസ്തകം തുറന്നിട്ട് പറഞ്ഞു,

"മലയാളം പഠിച്ചാൽ ആദിക്ക് ഇതുപോലെയുള്ള കഥാപുസ്തകങ്ങൾ വായിക്കാം."

കൈയിലുള്ള പുസ്തകം കാണിച്ചിട്ട് അവൾ തുടർന്നു,

"വായനശാലയിലെ പുസ്തകമാണ്, ഈസോപ്പ് കഥകൾ; ഞാനിത് മുഴുവനും വായിച്ചതാണ്."

"ഹായ്, വരി നൈസ്."

"നീ പറയുന്നതൊന്നും മനസ്സിലായില്ല. ഇന്ന് പുതിയൊരു പുസ്തകത്തിലെ കഥ വായിക്കാം. ഇതാണാ പുസ്തകം, ചൈനീസ് നീതികഥകൾ."

അവൾ വലിയൊരു പുസ്തകമെടുത്തു. ആദിഷിന് കേൾക്കാൻ ഉച്ചത്തിലാണ് വായന.

"നേതാവാകാൻ കൊതിച്ച എലി.

ഒരു ഗ്രാമത്തിൽ ധാരാളം എലികൾ ഉണ്ടായിരുന്നു. വീടുകളുടെ തട്ടിൻപുറത്ത് ഒളിച്ചുപാർക്കുന്ന എലികളിൽ ഒന്നിന് നേതാവ് ആകാൻ ആഗ്രഹം ഉണ്ടായി. അതിന് എന്താണ് ചെയ്യേണ്ടതെന്ന് ആലോചിച്ച് അവനൊരു തീരുമാനത്തിൽ എത്തി. വാല് മുറിക്കുക, എല്ലാ എലികൾക്കും സ്വന്തമായി വാലുണ്ട്. അവർക്കിടയിൽ വാ

ലില്ലാത്ത എലിയെ കാണുമ്പോൾ മറ്റുള്ളവർ അവനെ നേതാവാക്കുമല്ലോ.

സ്വന്തമായി വാല് മുറിക്കാൻ കഴിയാത്തതിനാൽ അവൻ ഉറ്റ സ്നേഹിതനോട് കാര്യം പറഞ്ഞു. അവന്റെ മണ്ടത്തരം അറിയാവുന്ന സ്നേഹിതൻ വാല് കടിച്ച് മുറിക്കുന്നതിനുപകരം പിന്നിൽ ചുരുട്ടി കെട്ടിവെച്ചു. വാല്മുറിഞ്ഞെന്ന് വിശ്വസിച്ച് മണ്ടനായ എലി മറ്റുള്ളവരോട് 'ഞാനാണ് നേതാവ്' എന്ന് വിളിച്ചുപറഞ്ഞു. എലി പറയുന്നത് കേൾക്കുന്നവരെല്ലാം ചിരിക്കാൻ തുടങ്ങി. ഒടുവിൽ അമളി മനസ്സിലാക്കിയ നേതാവ് കൂട്ടുകാരനോട് 'നഷ്ടപ്പെട്ട വാല് തിരികെ വെച്ചുതരണം' എന്നുപറഞ്ഞു. കൂട്ടുകാരൻ അവനറിയാതെ പിന്നിൽ കെട്ടിവെച്ച വാല് അഴിച്ചുകൊടുത്തിട്ട് 'ഇതാ മുറിഞ്ഞുപോയ വാൽ ഉറപ്പിച്ചിട്ടുണ്ട്' എന്ന് പറഞ്ഞപ്പോൾ നേതാവാകാൻ കൊതിച്ചവൻ പറഞ്ഞു, 'സ്വന്തം വാല് മുറിച്ചാൽ നേതാവ് ആവുകയില്ല എന്ന് ഇപ്പോൾ എനിക്ക് മനസ്സിലായി'. കഥ തീർന്നു, എങ്ങനെയുണ്ട്?"

"സൂപ്പർ"

കഥ കേട്ടപ്പോൾ ആദിഷിന് സന്തോഷമായി. ഇതുവരെ കേട്ട സ്റ്റോറിസിൽ നിന്നും വേറിട്ട കഥ ആദ്യമായി കേൾക്കുകയാണ്. ആ സമയത്ത്. വായിച്ച പുസ്തകം അടച്ചുവെച്ച് വലിയമ്മാവൻ എഴുന്നേറ്റു. അദ്ദേഹം മുറ്റത്ത് ഇറങ്ങിയപ്പോൾ ആദിഷിനെയും വിളിച്ചുകൊണ്ട് മണിക്കുട്ടിയും പിന്നാലെ ഇറങ്ങി. വിശാലമായ മുറ്റം നിറയെ വെളുത്ത പൂഴിയാണ്. മുകളിലോട്ട് നോക്കിയിട്ട് അവൾ പറഞ്ഞു,

"ആകാശത്ത് എത്രയാ നക്ഷത്രം."

ആദിഷ് തല ഉയർത്തി മുകളിലോട്ട് നോക്കി, ആശ്ചര്യം.. കറുകറുത്ത ആകാശം നിറയെ മിന്നിത്തിളങ്ങുന്ന സ്റ്റാർസ്! സ്വന്തം വീടിന്റെ ജനാലയിലൂടെ ആകാശം കണ്ടിട്ടുണ്ടെങ്കിലും ആദ്യമായാണ് ധാരാളം സ്റ്റാർസിനെ കാണുന്നത്. ആകാശത്ത് ഇത്രയധികം നക്ഷത്രങ്ങൾ ഉണ്ടായിരുന്നോ? എന്തൊരു തിളക്കം! അപ്പോൾ മണിക്കുട്ടിയുടെ ചോദ്യം കേട്ടു,

"ആദിഷിന് നക്ഷത്രങ്ങളുടെ പേരറിയോ?"

"നൊ, ഇല്ല."

"വലിയമ്മാവന് അറിയാമല്ലോ, വലിയമ്മാവാ അതേതാ ആ

ചുവന്ന നക്ഷത്രം?"

അവൾ ചൂണ്ടിയ ഭാഗത്തേക്ക് നോക്കിയിട്ട് അമ്മാവൻ പറഞ്ഞു,

"അതാണ് തിരുവാതിര നക്ഷത്രം അതിന്റെ അടുത്ത് കിഴക്കു പടിഞ്ഞാറായി ഒരേ വരിയിൽ ഒരേദൂരത്തിൽ മൂന്ന് നക്ഷത്രങ്ങൾ കാണുന്നില്ലേ, അത് ഓറിയൺസ് ബെൽട്ട് എന്ന് ഇംഗ്ലീഷിൽ പറയുന്ന നക്ഷത്രങ്ങളാണ്. അതിന്റെ തെക്കുകിഴക്ക് നന്നായി തിളങ്ങുന്ന നക്ഷത്രമാണ് റീഗൽ, ഈ നക്ഷത്രങ്ങളിലൊക്കെ റോക്കറ്റിൽ പോയാലും എത്തിച്ചേരാൻ ലക്ഷക്കണക്കിന് കൊല്ലം വേണ്ടിവരും."

"ഈ ബഹിരാകാശം ഇതിനും മുകളിലാണോ?"

'നമ്മൾ കാണുന്ന നക്ഷത്രങ്ങളെല്ലാം ബഹിരാകാശത്ത് ഉള്ളവയാണ്, ഭൂമിക്ക് ചുറ്റുമായി വായു ഉള്ളത് ആകാശം, അതിനു മുകളിൽ ബഹിരാകാശം. വിമാനം പറക്കുന്നത് ആകാശത്തിലൂടെ, എന്നാൽ ചന്ദ്രനും സൂര്യനും ഗ്രഹങ്ങളും നക്ഷത്രങ്ങളും ബഹിരാകാശത്താണ്."

"വലിയമ്മാവാ അതാ കാർത്തിക നക്ഷത്രക്കൂട്ടം. തലക്കുമുകളിൽ പടിഞ്ഞാറ് നോക്കിയാട്ടെ."

മണിക്കുട്ടി ചൂണ്ടിക്കാട്ടിയ ഭാഗത്തുള്ള ഒരു കൂട്ടം ചെറിയ സ്റ്റാർസിനെ ആശ്ചര്യത്തോടെ നോക്കുമ്പോഴാണ് ആരുടേയോ ശബ്ദം കേട്ടത്.

"മാഷ് കുട്ട്യേളെ ആകാശം നോക്കി പഠിപ്പിക്കുകയാണോ?"

തിരിഞ്ഞു നോക്കിയപ്പോൾ രണ്ടുപേർ നടന്നുവരുന്നു; ഒരാളുടെ കൈയിലുള്ള വിറകിന്റെ അറ്റത്ത് കത്തുന്ന തീ!

*** ***

10

കഥ പറയുന്ന അമ്മമ്മ

കുപ്പായം ഇടാതെ മുണ്ട് മാത്രം ഉടുത്ത രണ്ടുപേർ കത്തുന്ന ഓലച്ചൂട്ട വീശിക്കൊണ്ട് വീട്ടിലേക്ക് വന്നപ്പോൾ വലിയമ്മവൻ അവരെ സ്വീകരിച്ചു,

"മാധവനും ദാസനും ഇരുന്നാട്ടെ"

"മാഷേ നമ്മള് വന്നത് ഇവിടെയൊരു കുട്ടി വന്നിട്ടുണ്ടെന്ന് അറിഞ്ഞാണ്, അവനെയൊന്ന് കാണാമല്ലോ."

"അതിനെന്താ പരിചയപ്പെടാമല്ലോ, ഇതാ ഇവൻ തന്നെയാണ് കുട്ടി"

"ഈ ചൂട്ടയൊന്ന് ഞാൻ കെടുത്തട്ടെ."

മുറ്റത്തിന്റെ അരികിലുള്ള കല്ലിൽ കൈയിലുള്ള ഓലച്ചൂട്ട മുട്ടിച്ച് തീ കെടുത്തി. വീട്ടിൽവന്ന അതിഥികളോടൊപ്പം എല്ലാവരും വരാന്തയിൽ കയറിയശേഷം ഒരാൾവന്ന് ആദിഷിന്റെ കൈപിടിച്ചപ്പോൾ മറ്റേ ആൾ തലയിൽ തടവിയിട്ട് ചോദിച്ചു,

"മോന്റെ വീടെവിടെയാ?"

ആദിഷ് ഒന്നും പറയാത്തപ്പോൾ വലിയമ്മാവൻ പറഞ്ഞു,

"അവന് മലയാളം പറയാൻ അറിയില്ല. ആദിഷ് എന്നാണ് പേര്."

"മാഷെ ഇവന്റെ വീടെവിടെയെന്നാ പറഞ്ഞത്?"

"അതൊക്കെ ദൂരെ എവിടെയോ ആണ്. അവൻ പറയുന്നത് ഇംഗ്ലീഷിലാണെങ്കിലും നമുക്ക് പരിചയമില്ലാത്ത സ്ഥലവും ആളുകളും ആണ്."

"എന്നിറ്റ് പോലീസിനെ അറിയിക്കണ്ടേ?"

"പോലീസ് അറിഞ്ഞാൽ കുട്ടിയെ കൊണ്ടുപോയി എവിടെയെങ്കിലും ആക്കും. പിന്നെ നോക്കാനും ശ്രദ്ധിക്കാനും ആളുണ്ടാവില്ല. രക്ഷിതാക്കൾ ആരെങ്കിലും അന്വേഷിച്ച് വരട്ടെ; അതുവരെ ന

മ്മുടെ ചേരണി ഗ്രാമത്തിൽ ജിവിക്കട്ടെ.”

“എന്നാലും എന്തൊക്കെയാ ഇക്കാലത്ത് നടക്കുന്നത്? അങ്ങ് റഷ്യയിൽ ഒരു നായ്ക്കുട്ടീനെ റോക്കറ്റിൽ കേറ്റി ആകാശത്ത് അയച്ചു എന്നല്ലേ കടലാസിൽ വായിച്ചത്. കലികാലം.’

“ദാസനെന്തിനാ കലികാലം എന്നൊക്കെ പറയുന്നത്? റോക്കറ്റിൽ കയറിയിട്ട് മനുഷ്യരും ബഹിരാകാശത്തേക്ക് പോകാനുള്ള പരിശ്രമത്തിലാണ്. അതും റഷ്യക്കാരായിരിക്കും.”

“മാഷെ ഞാനൊരു കാര്യം കേട്ടു, പഠിപ്പിക്കുന്ന മാഷ്മ്മാർക്ക് ഇനിമുതൽ സർക്കാർ നേരിട്ട് ശമ്പളം കൊടുക്കുന്നൂന്ന്.”

“മാധവാ അതാണ് നല്ലത്, പക്ഷെ മാനേജർമാർ വിടുമെന്ന് തോന്നുന്നില്ല. അവരെല്ലാം ചേർന്ന് ഇ.എം.എസ്.ന്റെ ഭരണം അട്ടിമറിക്കാൻ നോക്കുകയാണ്.”

“നല്ലോരു ഭരണം ആയിരുന്നു.”

“ചില മനുഷ്യന്മാർക്ക് നല്ലത് തിരിച്ചറിയില്ല.”

“അതെ മാഷെ നമ്മളിപ്പോൾ പോകുന്നു, കൊറച്ച് സമയം കടപ്പുറത്തൂടെ നടക്കണം.”

അവർ രണ്ടുപേരും തെക്കുവശത്തുകൂടി ഇറങ്ങി പടിഞ്ഞാറ് ലക്ഷ്യമാക്കി നടന്നു.

അവർ പോയപ്പോൾ മണിക്കുട്ടിയോട് പുസ്തകമെടുത്ത് പഠിക്കാൻ വലിയമ്മാവൻ പറഞ്ഞു. അകത്തു പോയവൾ പുസ്തകവും അതേ വലിപ്പമുള്ള ടാബ് പോലുള്ള സാധനവും കൊണ്ടുവന്നു. വലിയമ്മാവൻ അത് വാങ്ങിയിട്ട് ചോദിച്ചു,

“ആദിഷ് ഇതെന്താണെന്ന് പറയാമോ? വാട്ട് ഈസ് ദിസ്?”

“ടാബ്”

“ടാബ് എന്നാണോ സ്ലെയിറ്റിന് പറയുന്ന പേര്?”

അമ്മാവന്റെ കൈയിലുള്ള ചതുരാകൃതിയിൽ കറുപ്പുനിറമുള്ള പരന്നസാധനം ആദിഷ് വാങ്ങി തിരിച്ചും മറിച്ചും നോക്കി. ടാബിന്റെ ആകൃതിയാണെങ്കിലും വർക്കുചെയ്യാത്ത വെറും പലകപോലുള്ള എന്തോ ആണെന്ന് തോന്നുന്നു. അവൻ പറഞ്ഞു,

‘നോ, ദിസ് ഈസ് നോട്ട് എ ടാബ്. ഇത് അറിയില്ല.”

“ഇതാണ് എഴുതാനുള്ള സ്ലെയ്റ്റ്; ഇതിൽ എഴുതാൻ സ്ലെയ്റ്റ് പെൻസിൽ ഉപയോഗിക്കണം. ഇതാണ് ആ പെൻസിൽ.”

കറുപ്പുനിറമുള്ള കമ്പ് പോലുള്ള നീണ്ട വസ്തു കാണിച്ചശേ

ഷം സ്ലെയിറ്റിൽ എഴുതിയിട്ട് വായിക്കാൻ പറഞ്ഞെങ്കിലും ഒന്നും മനസ്സിലായില്ല. അപ്പോൾ അമ്മാവൻ പറഞ്ഞു,

"ഇതിൽ എഴുതിയത് 'അമ്മ' എന്നാണ്. അ മ്മ, അമ്മ ഇംഗ്ലീഷിൽ മദർ എന്ന് പറയും."

"യെസ് മദർ, മൈ മമ്മി."

"മമ്മിയോ? അങ്ങനെയാണോ അമ്മയെ വിളിക്കുന്നത്?"

"അതെ, മമ്മി."

"മലയാളം എഴുതാനും വായിക്കാനും നാളെമുതൽ തുടങ്ങാം. ഇന്ന് രാധാമണി ചെയ്യുന്നതെല്ലാം നോക്കി മനസ്സിലാക്കിക്കൊ."

"ശരി."

രാധാമണി എന്ന മണിക്കുട്ടി പുസ്തകം തുറന്ന് വായിക്കാൻ ആരംഭിച്ചു.

'പാഠം ഇരുപത്തി എട്ട്, തൈമാവ്.

വിത്തിന്നകത്തൊളിച്ചീ ഞാൻ
വിരിമാറത്തുറങ്ങവേ,
എല്ലാർക്കുമമ്മയാം ഭൂമി
യെന്നെരക്ഷിച്ചിതാർദ്രയായ്.
വെയിലാലന്നെനിക്കേകി
വേണ്ടചൂടു ദിവാകരൻ,
കാലക്കേടേതുമേലാതെ
കഴിഞ്ഞു ചിലനാളുകൾ.'

പെട്ടെന്ന്, പുസ്തകം അടച്ചുവെച്ച് എഴുന്നേറ്റ മണിക്കുട്ടി ഉച്ചത്തിൽ പറഞ്ഞു,

'അച്ഛൻ വരുന്നേ."

ടോർച്ച്ലൈറ്റ് കൊണ്ടുള്ള വെളിച്ചം വീശിക്കൊണ്ട് വീടിന്റെ മുന്നിലെത്തിയ ആളുടെ അരികിൽ മണിക്കുട്ടി ഓടിയപ്പോൾ അയാൾ മണിക്കുട്ടിയെ എടുത്തുയർത്തിയിട്ട് പറഞ്ഞു,

'മോളേ ഇന്ന് പുതിയൊരു സാധനം കൊണ്ടുവന്നിട്ടുണ്ട്."

"അനക്കറിയാം ജിലേബി അല്ലേ?"

"അല്ല."

"പിന്നെ എന്താണ്?"

"ഹലുവാ'

"ഹായ് അലുവാ."

അവൾ കൈയിലുള്ള പൊതി വാങ്ങിയിട്ട് പറഞ്ഞു,

"അച്ഛാ, ഇന്നിവിടെ പുതിയ ആളുണ്ട്."

"പുതിയ ആളോ? ആരാണ്?"

"സ്കൂളിന്ന് കിട്ടിയതാ, ആദിഷ്."

മണിക്കുട്ടിയെ താഴെയിറക്കിയ അച്ഛൻ ആദിഷിന്റെ അടുത്തു വന്ന് ചോദിച്ചു,

"മോന്റെ വീടെവിടെയാ?"

ആദിഷ് ഒന്നും മിണ്ടാതെ എഴുന്നേറ്റ് നിന്നപ്പോൾ മണിക്കുട്ടി പറഞ്ഞു,

"അവന് പറയാൻ അറിയില്ല."

"കാര്യങ്ങളൊക്കെ വരുന്നവഴിയിൽ കോരൻമാഷ് പറഞ്ഞിരുന്നു. മോൾക്ക് ഒപ്പരം കളിക്കാൻ ഒരാളായല്ലോ. രണ്ടാളും അകത്തേക്ക് വാ, ഹലുവ തിന്നാം."

മണിക്കുട്ടിയോടൊപ്പം അകത്തു പോയപ്പോൾ അമ്മ കടലാസുപൊതി വാങ്ങി. അത് തുറന്നശേഷം കത്തികൊണ്ട് മുറിച്ച് രണ്ടുപേർക്കും ഓരോ കഷ്ണം നൽകിയത് തിന്നപ്പോൾ നല്ല മധുരം. ഇതുപോലുള്ള സ്വീറ്റ്സ് തിന്നത് ഓർമ്മയുണ്ടെങ്കിലും ഇത്രയും രുചി ആദ്യമായാണ്.

രാത്രിഭക്ഷണത്തിനായി എല്ലാവരും നിലത്ത് പലകയിൽ ഇരുന്നു. സ്വർണ്ണനിറമുള്ള പാത്രത്തിൽ ചോറും ചെറിയ പാത്രത്തിൽ കറിയും വിളമ്പിയത് കൈകൊണ്ട് വാരിത്തിന്നാൻ ആദ്യം പ്രയാസം തോന്നിയെങ്കിലും പിന്നീട് എല്ലാം ശരിയായി.

രാത്രിയിൽ ഉറങ്ങാൻ നേരത്താണ് ആകെ പ്രശ്നമായത്; വെറും നിലത്ത് ഷീറ്റ് വിരിച്ച് ഉറങ്ങുക എന്നത് വലിയ പ്രയാസം തന്നെ. കറുപ്പുനിറത്തിലുള്ള നിലത്ത് ഓലകൊണ്ടുള്ള പായയുടെ മുകളിൽ ഷീറ്റ് വിരിച്ച് പില്ലോ വെച്ചാണ് കിടക്കേണ്ടത്. അപ്പോഴാണ് അടുത്ത സംഭവം, മണിക്കുട്ടിയും കൂടെ കിടക്കുന്നു. ആകെ കുഴപ്പമായെന്ന് തോന്നി അനങ്ങാതെ നിൽക്കുമ്പോഴാണ് അമ്മമ്മ പറഞ്ഞത്,

"മക്കളിന്ന് അമ്മമ്മയുടെ ഒപ്പരമാണ് ഉറങ്ങുന്നത്. രണ്ടാളും വന്ന് കിടക്ക്, കഥ പറഞ്ഞുതരാം."

അമ്മമ്മ ഷീറ്റിൽ ഇരുന്നുകൊണ്ട് ആദിഷിനെ പിടിച്ച് മടിയിൽ ഇരുത്തിയപ്പോൾ മണിക്കുട്ടി അരികിലിരുന്ന് പറഞ്ഞു,

"അമ്മമ്മ നടുവിൽ കിടന്നാൽ മതി, നമ്മൾ രണ്ട് ഭാഗത്തും."

"എന്നാൽ കിടന്നോ, എന്നിട്ട് കഥ പറയാം. വിളക്കിപ്പോൾ കെടുക്കും."

ഇരുവശത്തുമായി കുട്ടികൾ രണ്ടുപേരും കിടന്നപ്പോൾ അമ്മമ്മ കഥ തുടങ്ങി,

"പണ്ട് പണ്ട് തച്ചോളി തറവാട്ടിൽ ഒതേനൻ എന്നൊരു വീരൻ ഉണ്ടായിരുന്നു. ദുഷ്ടന്മാരായ ആളുകളോട് പടക്ക് പോകാറുള്ള ഒതേനനെ നാട്ടുകാർക്കെല്ലാം പെരുത്ത് ഇഷ്ടമായിരുന്നു."

"ആദിഷെ അമ്മമ്മക്ക് ധാരാളം കഥകളറിയാം. അതുകൊണ്ട് ഞാനെപ്പോഴും അമ്മമ്മയുടെ ഒപ്പരമാണ് ഉറങ്ങുന്നത്."

മണിക്കുട്ടി ആദിഷിനോട് പറഞ്ഞപ്പോൾ അമ്മമ്മ ചോദിച്ചു,

"മോന്റെ അമ്മ കഥ പറയാറുണ്ടോ?"

"നോ.. ഇല്ല."

"എന്നാല് എല്ലാദിവസവും കഥ പറഞ്ഞുതരാം, ഇവിടെ ഒറങ്ങിയാൽ പാട്ടുപാടിയിട്ട് കഥ പറയാം."

അമ്മമ്മ പാട്ടിലൂടെ കഥകൾ പറയുകയാണ്,

'തച്ചോളിയല്ലോമന കുഞ്ഞൊതേനൻ,
ആചാരത്തോടെയടക്കത്തോടെ,
തച്ചോളിയോമനകുഞ്ഞിഒതേനൻ,
ആചാരത്തോടെയടക്കത്തോടെ,
ചിത്രത്തുണ്ണുമൊളിമറഞ്ഞു,
മോതിരക്കയ്യാലെ വായുംപൊത്തി,
ഏട്ടനോടല്ലേ പറയുന്നതു,
ഒലവണ്ണൂർ കാവിൽ ഭഗവതിക്കു,
കാവൂട്ടും വേലയടുത്തുപോയി.'

അമ്മമ്മ പാട്ടു പാടുന്നതോടൊപ്പം കഥ പറയുകയാണ്; പറഞ്ഞുകൊണ്ടിരിക്കെ അവർ ഉറങ്ങാൻ തുടങ്ങി. വിളക്ക് കെടുത്തിയപ്പോൾ പരിസരത്ത് ഇരുട്ട് കടന്നുവന്നു. അമ്മമ്മയും മണിക്കുട്ടിയും ഉറങ്ങിയെങ്കിലും ആദിഷിന് ഉറങ്ങാനായില്ല. അവരുടെ സമീപം കിടന്നുകൊണ്ട് രാവിലെ മുതൽ സംഭവിച്ച കാര്യങ്ങൾ ഓരോന്നായി അവൻ ഓർമ്മിച്ചുതുടങ്ങി.

****

11
ആശ്ചര്യകരമായ അനുഭവങ്ങൾ

കൂട്ടുകാരോടൊത്ത് സ്കൂളിലേക്ക് പുറപ്പെട്ടപ്പോൾ ആദിഷിന് ആഹ്ലാദം വർദ്ധിച്ചു. ഇവിടെയുള്ള കുട്ടികൾക്ക് എന്തെല്ലാം സൗകര്യങ്ങളാണ് ലഭിക്കുന്നത്. വായും മൂക്കും മറക്കുന്ന മാസ്ക് ഇല്ലാത്തതിനാൽ എല്ലാവർക്കും വായതുറന്ന് ഉച്ചത്തിൽ ചിരിക്കാം. മാസ്കിന്റെ മറ ഉണ്ടായിരുന്ന കാലത്ത് കണ്ണിൽ നോക്കിയാലാണ് ചിരിക്കുന്ന കാര്യം അറിയാൻ കഴിഞ്ഞത്. മുഖത്ത് മാസ്ക് കെട്ടാത്ത മനുഷ്യരെ കാണാൻ എന്തൊരു രസമാണ്. കൂടാതെ മറ്റു സൗകര്യങ്ങൾ ധാരാളം.

അതിരാവിലെ ഉണർന്ന് യോഗ ചെയ്യുകയോ കുളിക്കുകയോ വേണ്ട. ഇടയ്ക്കിടെ കൈ കഴുകുന്ന ശീലം ഇവിടെയാർക്കും ഇല്ല. വീട്ടിൽ ഭക്ഷണം കഴിക്കുമ്പോൾ ടേബിൾമാനേർസ് പാലിക്കാതെ എല്ലാവർക്കും നിലത്തിരുന്ന് ഫുഡ് കഴിക്കാം. യൂനിഫോം ഇല്ലാതെ സ്കൂളിൽ ബസ്സിനെ വെയ്റ്റ് ചെയ്യാതെ നേരെ നടന്നാൽ മതി.

മനസ്സിൽ തോന്നുന്നത് മലയാളത്തിൽ വിളിച്ചു പറയാൻ എന്തൊരു സുഖമാണ്. ബോയ്സും ഗേൾസും ഒന്നിച്ച് വീടിനകത്തും മുറ്റത്തെ മണ്ണിലും ഇറങ്ങിനടന്ന് കളിക്കുമ്പോൾ സോഷ്യൽ ഡിസ്റ്റൻസ് ആവശ്യമില്ല. ആർക്കും ആരെയും തൊടാം ഫ്രൻസിനെ കെട്ടിപ്പിടിക്കുകയും ചെയ്യാം. മുതിർന്നവർ കുട്ടികളെ കെട്ടിപ്പിടിച്ച് സംസാരിക്കുകയും ചിരിക്കുകയും ചെയ്യുന്നപോലെ കുട്ടികൾക്ക് മുതിർന്നവരോട് ചിരിക്കാം, സംസാരിക്കാം.

ഇന്നലത്തെ ഡ്രസ് കഴുകി ഉണക്കിയാണ് ഇന്ന് അണിഞ്ഞത്. നാളെക്കുള്ള ഡ്രസ്സും മലയാളം പഠിക്കാൻവേണ്ടി ഒന്നാം പാഠപുസ്തകവും മണിക്കുട്ടിയുടെ അച്ഛൻ ജോലികഴിഞ്ഞ് വരുമ്പോൾ കണ്ണൂരിൽ നിന്നും വാങ്ങുമെന്ന് പറഞ്ഞു.

രാവിലെ വലിയമ്മാവൻ അടുത്തുവിളിച്ച് ഒരു നോട്ടുപുസ്തകവും അതിൽ എഴുതാനായി ബ്ലെയിഡുകൊണ്ട് ചെത്തി കൂർപ്പിച്ച കടലാസ് പെൻസിലും തന്നു; അതോടൊപ്പം ടാബ് പോലുള്ള സ്ലെയ്റ്റും അതിൽ എഴുതാനുള്ള പെൻസിലും. നീളമുള്ള സ്ലെയ്റ്റ് പെൻസിൽ മണിക്കുട്ടി വാങ്ങി രണ്ടായി പൊട്ടിച്ചുതന്നിട്ട് പറഞ്ഞു,

"ആദിഷേ, ഇതാ ഇങ്ങനെ പൊട്ടിച്ചിട്ടാണ് എഴുതുന്നത്"

എന്നിട്ട് സ്ലെയ്റ്റിൽ 'അമ്മ' എന്ന് എഴുതിയിട്ട് അതുപോലെ എഴുതാൻ പറഞ്ഞു.

അവൾ എഴുതിയതു നോക്കി അതേപോലെ എഴുതിയപ്പോൾ വലിയമ്മാവനും മറ്റുള്ളവർക്കും ഇഷ്ടപ്പെട്ടു. ഇനിയും എഴുതണമെന്ന് അമ്മ പറഞ്ഞപ്പോൾ സ്ലേയ്റ്റ് നിറയെ എഴുതി. സ്ലെയ്റ്റ് മായ്ച്ചിട്ട് മണിക്കുട്ടി 'കാക്ക' എന്നെഴുതിയത് അതേപോലെ നോക്കി എഴുതിയപ്പോൾ എല്ലാവരും 'നല്ലകുട്ടി' എന്ന് പറഞ്ഞു.

ചില കാര്യങ്ങൾ വളരെയധികം വിഷമം ഉണ്ടാക്കി. മെയിൻ പ്രോബ്ലം ടോയ്‌ലറ്റ് തന്നെ. എന്നാലും ഇങ്ങനെയുള്ള മനുഷ്യരുണ്ടോ? അടുത്ത പറമ്പിലെ മരങ്ങളും ചെടികളും വളരുന്ന സ്ഥലത്ത് പോയിട്ട് ഒന്നും രണ്ടും നടത്തുക, അതിനുശേഷം വീട്ടിലെത്തിയിട്ട് വാഷ് ചെയ്യുക എന്നത് വല്ലാത്ത പ്രശ്നം തന്നെയാണ്. പിന്നെയുള്ള പ്രോബ്ലം മങ്ങിയ വെളിച്ചമാണ്, വീട്ടിലുള്ളത് മണ്ണെണ്ണ വിളക്കാണെന്ന് അമ്മ പറഞ്ഞു. ഈ നാട്ടുകാർക്ക് ഇലക്ട്രിസിറ്റിയെ അറിയില്ലെന്ന് തോന്നുന്നു. അപ്പോൾ ഫ്രിഡ്ജ്, ടീവി, ഫാൻ, കമ്പ്യൂട്ടർ, ഒന്നും വർക്ക് ചെയ്യില്ലല്ലോ.

ഇവിടെയാർക്കും മോട്ടോർ ബൈക്കോ കാറോ ഇല്ലാത്തതിനാൽ നടന്നിട്ടാണ് യാത്ര. ആരുടെ കൈയിലും മൊബൈൽ ഇല്ലാത്തത് ആശ്ചര്യപ്പെടുത്തുന്നു. അകലെയുള്ളവരോട് ഇവിടെയുള്ളവർ എങ്ങനെ സംസാരിക്കും? ജോലികൾ ചെയ്യാൻ യന്ത്രങ്ങൾ ഇല്ലാത്തതിനാൽ സ്ത്രീകളാണ് വീട്ടുജോലികളെല്ലാം ചെയ്യുന്നത്. അടുക്കളയിലെ പാചകത്തിന് അരക്കാനുള്ള മിക്സിപോലും ഇല്ല; പകരം അമ്മി എന്ന് പറയുന്ന കരിങ്കല്ലിനു മുകളിൽ മറ്റൊരു കല്ലുകൊണ്ട് അരക്കുന്നത് രസകരമായ കാഴ്ചയാണ്.

രാവിലെ അടുക്കളയിൽ വന്നപ്പോൾ അമ്മമ്മയെ കണ്ടു. ഒരിടത്തിരുന്ന് ജോലി ചെയ്യുന്നത് ശ്രദ്ധിച്ചപ്പോൾ അവർ ചോദിച്ചു,

"മോന്റെ വീട്ടില് അമ്മയാണോ അരക്കുന്നത്?"

ഒന്നും പറയാതെ അടുത്തു നിന്നപ്പോൾ മണിക്കുട്ടി പറഞ്ഞു,

"ആദിഷേ അമ്മമ്മ അമ്മിക്കുട്ടികൊണ്ട് അമ്മിയിൽ അരക്കുകയാണ്. മഞ്ഞളും മുളകും തേങ്ങയും അരച്ചിട്ട് കറിവെക്കും."

ആദ്യം മഞ്ഞനിറമുള്ള മഞ്ഞൾ അമ്മിയുടെ മുകളിൽവെച്ച് അമ്മിക്കുട്ടികൊണ്ട് കുത്തിപ്പൊട്ടിച്ചശേഷം അമ്മമ്മ ഉരുട്ടിത്തുടങ്ങി. അത് മഞ്ഞക്കുഴമ്പ് ആയപ്പോൾ ഉരുളയാക്കി വാരിയെടുത്ത് മരം കൊണ്ട് നിർമ്മിച്ച ബോക്സിൽ വെച്ച് അടച്ചു. ആ ബോക്സിന് 'മരിക' എന്ന പേരാണ് മണിക്കുട്ടി പറഞ്ഞത്. അതിനുശേഷം വെള്ളത്തിൽ കുതിർത്ത ഒരുപിടി മുളക് അമ്മിയിലിട്ട് അരച്ചപ്പോൾ ചോരച്ചുവപ്പുള്ള മറ്റൊരു കുഴമ്പായി മാറി. അതും ഉരുട്ടിയശേഷം മരിക തുറന്ന് അകത്ത് വെച്ചു. പിന്നീട് പ്ലെയിറ്റിൽനിന്നും ചിരവിയ തേങ്ങ വാരി അമ്മിയിൽ വെച്ചപ്പോൾ അല്പമെടുത്ത് ആദിഷിന് തിന്നാൻ കൊടുത്തു. അതുകണ്ടപ്പോൾ മണിക്കുട്ടി മുന്നിൽ വന്ന് വായ തുറന്നു. തേങ്ങ അവളുടെ വായിലിട്ട് കൊടുക്കുമ്പോൾ അമ്മമ്മ പറഞ്ഞു,

"പെൺകുട്ടികൾ അരക്കുന്ന തേങ്ങ തിന്നാൽ മങ്ങലത്തിന് മഴ പെയ്യും."

തേങ്ങ തിന്നുമ്പോഴും ആദിഷിന്റെ ശ്രദ്ധമുഴുവൻ അമ്മിയുടെ മുകളിലായിരുന്നു. അമ്മമ്മ കറുത്ത അമ്മിയിൽ വെളുത്ത തേങ്ങ അരക്കുകയാണ്. അല്പം മഞ്ഞൾ ചേർത്തതുകൊണ്ട് തേങ്ങയുടെ നിറം ഇളം മഞ്ഞയായി. നന്നായി അരച്ച് കുഴമ്പ് ആയപ്പോൾ അരച്ച തേങ്ങ വലിയ ഉരുളയാക്കി എല്ലാം മരികയിൽ വെച്ചു. കറുത്ത അമ്മിയിൽ മഞ്ഞ, ചുവപ്പ്, വെള്ള എന്നീ നിറങ്ങൾ ചേർന്ന് പുത്തൻ കാഴ്ചകൾ..

വീട്ടിൽ വാട്ടർ ലഭിക്കുന്നത് കിണറിൽ നിന്നാണ്. ആഴം കുറഞ്ഞ കിണർ ആണെങ്കിലും എത്തിനോക്കിയപ്പോൾ ഭയം തോന്നി. ബക്കറ്റ് കയറിൽ കെട്ടി കിണറ്റിൽ താഴ്ത്തിയിട്ടാണ് വെള്ളം ഉയർത്തുന്നത്. മോർണിംഗ് ഫുഡ് ആയി കഴിച്ചത് കഞ്ഞിയും പയറും ചമ്മന്തിയും. മണിക്കുട്ടിയോട് മത്സരിച്ച് സ്വർണ്ണനിറമുള്ള കിണ്ണത്തിലെ കഞ്ഞി സ്പൂൺ ഉപയോഗിച്ച് ധാരാളം കഴിച്ചു; നല്ല ടെയ്സ്റ്റ്. വീട്ടിലുള്ള എല്ലാവരും മോണിങ്ങിൽ കഞ്ഞിയും കറിയുമാണ് കഴിക്കുന്നത്; ദോശയും ഇഡ്ഡലിയും ചപ്പാത്തിയും ഉണ്ടാക്കാൻ ആർക്കും അറിയില്ലെന്ന് തോന്നുന്നു. ചായയോ കാപ്പിയോ,

ഒന്നും കിട്ടിയില്ല.

രാവിലെതന്നെ കുളിച്ച് കഞ്ഞി കുടിച്ചശേഷം അച്ഛൻ കണ്ണൂരിലേക്കും വലിയമ്മാവൻ സ്കൂളിലേക്കും പോയി. കടപ്പുറത്തുകൂടി നടന്നാണ് രണ്ടുപേരും പോകുന്നത്. അച്ചൻ വടക്കോട്ട് നടന്ന് കണ്ണൂരിൽ എത്തിയാൽ കച്ചവടം ചെയ്യും. വലിയ ബിസിനസ് ആണ്. വലിയമ്മാവൻ കടപ്പുറത്തുകൂടി തെക്കോട്ട് നടന്നാൽ സ്കൂളിൽ എത്തും, അവിടെ മാസ്റ്ററാണ്. രണ്ടുപേർക്കും കടപ്പുറത്തുകൂടി കുറേദൂരം നടക്കാനുണ്ടെന്ന് അമ്മമ്മ പറഞ്ഞു.

പുരുഷന്മാർ രണ്ടുപേരും പോയപ്പോൾ കുട്ടികളുടെ സ്കൂൾ യാത്രക്കുള്ള ഒരുക്കം തുടങ്ങി. മോണിങ്ങിൽ കുളിക്കാൻ പറയാത്തത് ഭാഗ്യം തന്നെ; കഴുകി ഉണക്കിയ ഇന്നലത്തെ ഡ്രസാണ് ഇന്നത്തെ വേഷം. ഹെയർ ബ്രഷ് ചെയ്തപ്പോൾ ആദിഷ് തയ്യാറായി. ഉടുപ്പിടാൻ നേരത്ത് ഇളയമ്മയോട് മണിക്കുട്ടി പറഞ്ഞു,

“ഇളയമ്മേ മുടികെട്ടുമ്പോൾ ‘ബോ’ വെക്കണം”

“ഇന്ന് ഏതായാലും നിന്റെ ഇഷ്ടം പോലെയാവട്ടെ. ബോ വെച്ച് കെട്ടാം”

അവളുടെ ഹെയർ ബ്രഷ് ചെയ്തശേഷം രണ്ടായി പകുത്ത് റിബ്ബൺ കെട്ടുമ്പോൾ മറ്റൊരു റിബ്ബൺ മടക്കി ‘ബോ’ആക്കി മുകളിൽ വെച്ചിട്ട് ഇളയമ്മ ആദിഷിനോട് ചോദിച്ചു,

“ആദിഷേ മണിക്കുട്ടിന്റെ മുടി എങ്ങനെയുണ്ട്?”

“ബ്യൂട്ടിഫുൾ. നൈസ് റ്റു സീ, നല്ലത്.”

ആദിഷ് അഭിപ്രായം പറഞ്ഞപ്പോൾ മണിക്കുട്ടി ചിരിച്ചു. രണ്ടുപേർക്കും ‘കുട്ടികൂറ’ എന്ന് എഴുതിയ മഞ്ഞ ടിന്നിൽനിന്നും കൈയിലിട്ടു തന്ന പൗഡർ മുഖത്ത് പൂശി.

പുസ്തകങ്ങൾ എടുക്കുന്ന സമയത്താണ് അഞ്ച് കുട്ടികൾ വീട്ടിലേക്ക് ഓടിക്കയറിയത്. ഇന്ദിരേച്ചിയോടൊപ്പം സുധനും ജയനും രമണിയും രാധയും വന്നപ്പോൾ ഇളയമ്മ അവരുടെ കൈകളിലും പൗഡർ കൊടുത്തു. വലിയമ്മാവൻ തന്ന സ്ലെയ്റ്റും ബുക്കും പെൻസിലും തുണികൊണ്ടുള്ള ബാഗിലിട്ട് കൈയിൽ തന്നശേഷം ഇന്ദിരേച്ചിയോട് ഇളയമ്മ പറഞ്ഞു,

“ഇന്ദിരേ, സ്കൂളിൽ എത്തുന്നതുവരെ ആദിഷിനെ നല്ലോണം നോക്കണം. നാട്ടുകാരെയും നാടും പരിചയമില്ലാത്ത, ആരോടും ഒന്നും പറയാൻ അറിയാത്തവനാണ്. ഏതോ വലിയവീട്ടിലെ കു

ട്ടി എങ്ങനെയോ ഇവിടെ എത്തിയതാണ്. എല്ലാരും ശ്രദ്ധിക്കണം."

"ഇവനെ നമ്മള് നോക്കിക്കൊള്ളും, നമ്മളല്ലേ ഈ വീട്ടിലാക്കിയത്."

അപ്പോൾ അമ്മ മുന്നിലെത്തി ചില നിർദ്ദേശങ്ങൾ പറഞ്ഞു,

"മണിക്കുട്ടിനെ കോണിയും കണ്ടിയും കടക്കുമ്പോൾ എടുത്ത് കയറ്റണം. കൊല്ലോന്ന് കുന്നിന്റെ മുകളിന്നും സ്കൂളിന്റെ പടിഞ്ഞാറ് ഭാഗത്തുനിന്നും താഴേക്ക് നോക്കാൻ പോകരുത്. ആരാന്റെ പറമ്പിലെ അണ്ടീം മാങ്ങയും പറിക്കുമ്പോൾ കുട്ടീനെ ഒപ്പരം കൂട്ടണ്ട. പൊട്ടൻ കുമാരൻ പിന്നാലെ ഓടുമ്പോൾ കുട്ടീനെ ഒറ്റക്കാക്കി പായരുത്. കുട്ടീന്റെ കൈ പിടിച്ചിട്ട് സ്കൂളിൽ എത്തിയാൽ പൊറത്തു പോകാതെ അകത്തുതന്നെ ഇരുത്തണം. പിന്നെ ഉപ്പുമാവ് വാങ്ങിയാൽ കുട്ടി തിന്നുന്നുണ്ടോ എന്നും നോക്കണം."

എല്ലാം കേട്ടുകഴിഞ്ഞപ്പോൾ ഇന്ദിരേച്ചി പറഞ്ഞു,

"മണിക്കുട്ടീനെ എല്ലാ ദിവസവും നോക്കുന്നതുപോലെ നോക്കും. പിന്നെ ആദിഷിന്റെ കാര്യം."

"ആദിഷിന്റെ കാര്യം?"

"സ്കൂളിന്ന് പറഞ്ഞപ്പോൾ ഇവിടെ ആക്കിയത് നമ്മളല്ലേ. അവന്റെ കാര്യം നമ്മളേറ്റു, നിങ്ങള് തിന്നാനും ഉറങ്ങാനും ഉടുക്കാനും കൊടുത്താമതി."

"തിന്നാനും ഉറങ്ങാനും ഉടുക്കാനും അല്ലാതെ വേറെയെന്താണ് വേണ്ടത്?"

"അതൊക്കെ നിങ്ങളെ വീട്ടിന്ന് കൊടുക്കുന്നതു കൊണ്ടല്ലേ ഇവിടെ നിർത്തിയത്."

ഇന്ദിര പറഞ്ഞതിന് വീട്ടിലുള്ളവർ മറുപടി പറഞ്ഞില്ല. ഉറങ്ങാൻ നേരത്താണ് അമ്മായി ചെറിയൊരു കിണ്ണവുമായി ഓടിവന്നത്. കിണ്ണം നീട്ടിക്കൊണ്ട് അവർ പറഞ്ഞു,

"ആദിഷിന് ഉപ്പുമാവ് തിന്നണ്ടേ, ഈ കിണ്ണം സഞ്ചിയിൽ വെച്ചോ."

"അക്കാര്യം അമ്മായിക്ക് ഓർമ്മ വന്നത് നന്നായി. ഇങ്ങോട്ടു താ."

ഇന്ദിരേച്ചി കിണ്ണം വാങ്ങി ആദിഷിന്റെ ബാഗ് തുറന്ന് അതിനകത്ത് വെച്ചു. കുട്ടികളെല്ലാം ചിരിച്ചും കളിച്ചും സ്കൂളിലേക്ക് പോകുന്നത് എല്ലാവരും നോക്കിനിന്നു.

ഒളിച്ചുകളിക്കുശേഷം

പറയുന്നതെല്ലാം ശരിയാണെന്ന് തലയാട്ടിക്കൊണ്ട് കുട്ടിപ്പട നടന്നുനീങ്ങി. ആ കാഴ്ച നോക്കിയിട്ട് വീട്ടിലുള്ളവരെല്ലാം കിണറ്റിൻകരയിൽ നിന്നു. ആദിഷ് ഇന്നലെ ഇട്ടിരുന്ന കുപ്പായം അലക്കിയിട്ടാണ് ഇട്ടത്. നീലനിറത്തിൽ തിളങ്ങുന്ന വെൽവെറ്റ് ഉടുപ്പിട്ടപ്പോൾ മണിക്കുട്ടി കൂടുതൽ സുന്ദരിയായിട്ടുണ്ട്.

****

12

അഖിലാണ്ഡമണ്ഡലം അണിയിച്ചൊരുക്കി

വീട്ടുകാരുടെ ഉപദേശങ്ങളും അനുഗ്രഹങ്ങളും വാങ്ങിയശേഷം ആദിഷിനെയും കൂട്ടി എല്ലാവരും സ്കൂളിലേക്ക് പുറപ്പെട്ടു. ഇന്ദിരേച്ചി മണിക്കുട്ടിയുടെ കൈപിടിച്ചപ്പോൾ അവരുടെ അനുജൻ സുധാകരനും രമണിയും ആദിഷിന്റെ കൈ പിടിച്ചു. ഇടവഴിയിലൂടെ നടന്ന് കുന്ന് കയറുന്നതുവരെ അധികം ഒച്ചയാക്കാതെ അവരെല്ലാം നല്ല കുട്ടികളായി നടന്നു. കുന്നിന് മുകളിലെത്തിയപ്പോൾ തിരിഞ്ഞുനോക്കി.

വീട്ടുകാർ കാണുന്നില്ലെന്ന് ഉറപ്പായപ്പോൾ എല്ലാവരും സാധാരണ കുട്ടികളായി മാറി. പിന്നീടവർ ഒച്ചവെച്ച് സംസാരിക്കാനും ഓടിക്കളിക്കാനും തുടങ്ങി. ഇന്ദിരേച്ചി ചോദിച്ചത് ഇന്നലത്തെ കാര്യമാണ്,

"ആദിഷിന് ഇപ്പോൾ മലയാളത്തിൽ വർത്തമാനം പറഞ്ഞൂടെ?"

"ആ അതെ."

ആദിഷ് തലയാട്ടിക്കൊണ്ട് പറഞ്ഞപ്പോൾ അടുത്ത ചോദ്യം,

"ഇന്നലെ എവിടെയാ ഉറങ്ങിയത്? ആദിഷ് തന്നെ പറയണം"

"അമ്മമ്മ ഒപ്പം"

'എന്നിട്ട് അമ്മമ്മ കഥ പറഞ്ഞുതന്നോ?'

"പറഞ്ഞുതന്നു"

"ഏത് കഥയാണ്?"

"പടക്ക് പോയ സ്റ്റോറി"

"സ്റ്റോറിയോ, കഥയല്ലേ?"

"യസ് കഥ"

"യസ് കഥയല്ല, വെറും കഥ"

"വെറും കഥ"

"ആ വെറും കഥ തന്നെയാവട്ടെ,, പിന്നെയോ?"

"പിന്നെ പാട്ടുകൾ പാടി"

"എന്നിട്ട്?"

"ഉറങ്ങി."

ആദിഷ് ഓരോ വാക്ക് പറയുമ്പോഴും ഒപ്പരം നടക്കുന്ന കുട്ടികളെല്ലാം 'ഹായ്, ഹായ്' എന്ന് ഒച്ചയാക്കുന്നുണ്ട്. അതുകേട്ട് മണിക്കുട്ടി പറഞ്ഞു,

"ആദിഷിന്റെ ഒപ്പരം ഞാനും ഉണ്ടായിരുന്നു"

"മണിക്കുട്ടി എല്ലാദിവസവും അമ്മമ്മയുടെ ഒപ്പരമല്ലേ ഉറങ്ങുന്നത്. നിങ്ങളുടെ ഭാഗ്യം"

"ഭാഗ്യമോ?"

"ഭാഗ്യം തന്നെ, നമ്മളെ വീട്ടിൽ അമ്മമ്മ ഇല്ലല്ലോ"

"അതിന്, നിങ്ങളെ വീട്ടിൽ മൂത്തമ്മ ഇല്ലേ."

"മൂത്തമ്മയോ, ഓർക്ക് കഥയൊന്നും അറിയില്ല, പാട്ട് പാടാനറിയാം."

കുട്ടികളുടെ യാത്രാസംഘം ഇടവഴി വിട്ട് വീട്ടുപറമ്പിൽ പ്രവേശിച്ചു. മണിക്കുട്ടി ഒഴികെയുള്ള പെൺകുട്ടികളെല്ലാം സ്വന്തം പുസ്തകങ്ങളും സ്ലെയ്റ്റും ഒരു കൈകൊണ്ട് മാറോടുചേർത്ത് പിടിച്ചിരിക്കയാണ്. മണിക്കുട്ടിയും ആദിഷും ജയനും പുസ്തകങ്ങൾ സഞ്ചിയിലാണ് വെച്ചത്. മറ്റുള്ള ആൺകുട്ടികൾ പുസ്തകങ്ങളും സ്ലെയ്റ്റും സ്വന്തം ചുമലിൽ അടുക്കിവെച്ചാണ് നടത്തം. ഓരോ വീടിന്റെമുന്നിലും എത്തുമ്പോൾ അകത്തുനിന്നും വീട്ടുകാർ പുതിയകുട്ടിയെ കാണാൻ ഇറങ്ങിവന്നു. അകത്തിരിക്കുന്ന മുത്തശ്ശിമാർപോലും ഇറങ്ങിവന്ന് ആദിഷിനെ തൊട്ടുനോക്കി ലോഹ്യം പറഞ്ഞു. ചില വീട്ടിൽനിന്നും സ്കൂളിൽ പഠിക്കുന്ന കുട്ടികൾ ഇറങ്ങിവന്ന് ഒപ്പം ചേർന്നു.

അവരുടെ സംഘത്തിൽ പതിമൂന്ന് കുട്ടികൾ ആയപ്പോൾ സ്കൂളിനെ സമീപിക്കാറായി. തലേദിവസം ഒരക്ഷരം പോലും മിണ്ടാതിരുന്ന കുട്ടി വാതുറന്ന് സംസാരിക്കുന്നത് കേൾക്കാൻ എല്ലാവർക്കും കൊതിയായി. ചിലർക്ക് ഇംഗ്ലിഷ് കേൾക്കാനാണ് ഇഷ്ടം.

അവർ നടന്ന് സ്കൂളിനടുത്തുള്ള മൈതാനത്തിൽ എത്തിയപ്പോഴാണ് ഒറ്റ മൈനയെ കണ്ടത്. പെട്ടെന്ന് മണിക്കുട്ടി വിളിച്ചുകൂവി,

"അതാ ഒറ്റമൈന, ആരും പടിഞ്ഞാറ് നോക്കേണ്ട"

അതേസമയം ഇന്ദിരേച്ചി വിളിച്ചുപറഞ്ഞു,

"ഒറ്റയല്ല, രണ്ടാമത്തത് അതാ കടപ്പുറത്തുചാഞ്ഞ കല്ലിന്റെ മുകളിലുണ്ട്. ആദ്യം കണ്ടത് ആദിഷിന്റെ മൈന, രണ്ടാമത്തേത് എനിക്ക്. മറ്റാർക്കും മൈനയില്ല. എല്ലാവരും നോക്കിക്കോ"

മണിക്കുട്ടി ആദിഷിനോട് ചോദിച്ചു,

"ആദിഷേ, മൈനയുടെ ഇംഗ്ലീഷ് പേരെന്താ?"

"മൈന"

"മൈന എന്നോ? അത് മലയാളമല്ലേ, ഇംഗ്ലീഷിൽ എങ്ങനെയാ മൈനയെ വിളിക്കുക?"

"ഇംഗ്ലീഷ് മൈന"

"ഇംഗ്ലീഷിലും മൈന എന്നാണോ? നമ്മൾ മൈനയെ മലയാളത്തിൽ വിളിക്കുമ്പോൾ ഇംഗ്ലീഷ് അറിയുന്ന മൈനയും ഓടിവരുമല്ലോ."

കളിച്ചും പൊട്ടിച്ചിരിച്ചും നടന്നുകൊണ്ട് എല്ലാവരും സ്കൂളിന്റെ മുന്നിലെത്തി. പിന്നെ, ഞാനാദ്യം എന്നുപറഞ്ഞ് ഏതാനും കുട്ടികൾ ചേർന്ന് ഓട്ടമായിരുന്നു.

തുറന്ന വാതിലിലൂടെ സ്കൂളിന്റെ അകത്തേക്ക് കടന്നപ്പോൾ ആരെയും കാണാനായില്ല. എല്ലാ ക്ലാസിലൂടെയും നടന്ന് ഓഫീസ്മുറിയിൽ എത്തിയപ്പോൾ ഹെഡ്മാസ്റ്ററായ കുമാരൻമാഷെ കണ്ടു. കുട്ടികളെല്ലാം കൈകൂപ്പി 'നമസ്തെ' എന്ന് പറഞ്ഞപ്പോൾ അദ്ദേഹം കൈ ഉയർത്തി. ആദിഷിനെയും മണിക്കുട്ടിയെയും മൂന്നാം ക്ലാസിൽ ഇരുത്തിയിട്ട് മുതിർന്ന പെൺകുട്ടികൾ ക്ലാസ് വൃത്തിയാക്കാൻ തുടങ്ങിയപ്പൊൾ ആൺകുട്ടികൾ ബെഞ്ചും മേശയും കസേരയും മാറ്റിവെച്ച് സഹായിക്കാൻ തുടങ്ങി. അതിനിടയിൽ മൂന്ന് ആൺകുട്ടികൾ ചാക്കുമായി വന്ന് ഹെഡ്മാഷോട് ചോദിച്ചു,

"മാഷേ, നമ്മള് ഒന്നാം ക്ലാസിൽ ഇടാനായി പൂഴി വാരാൻ കടപ്പുറത്ത് പോകട്ടേ?"

"ആ പോയ്ക്കോ, ശ്രദ്ധിച്ച് നടക്കണം, കടലിലൊന്നും ഇറങ്ങി കളിക്കരുത്"

"നമ്മള് വെള്ളം ചവിട്ടൂല്ല മാഷേ"

അവർ ചാക്കുമായി പടിഞ്ഞാറ് ഭാഗത്തുള്ള പാറകൾക്കിടയിലൂടെ താഴോട്ട് നടന്നുപോയി. മറ്റുള്ള ആൺകുട്ടികൾ പറമ്പിലൂ

ടെ ചുറ്റിനടന്ന് ഉണങ്ങിയ തെങ്ങോലയും വിറകും എടുത്ത് സ്കൂളിന്റെ വടക്കുവശത്ത് ഉപ്പുമാവ് ഉണ്ടാക്കുന്ന കൂടയുടെ മുന്നിൽ ശേഖരിച്ചു. നിലം അടിച്ചുവാരിയ പെൺകുട്ടികൾ അടുത്ത വീട്ടിലെ കിണറിൽനിന്നും വെള്ളം വലിച്ചെടുത്ത് കൈയും കാലും കഴുകി ക്ലാസിൽ വന്നിരുന്നു. അപ്പോഴേക്കും പൂഴിവാരാൻ പോയവർ ചാക്ക് നിറയെ പൂഴിയുമായി വന്നു. അഞ്ചാം ക്ലാസിലെ തടിയനായ ശങ്കരൻ പൂഴിച്ചാക്ക് ഒറ്റക്ക് ചുമലിലേറ്റിയാണ് കുന്ന് കയറിവന്നത്. അവർ ഒന്നാം ക്ലാസിന്റെ വാതിലിലൂടെ അകത്തുകടന്ന് പൂഴി മുഴുവൻ ക്ലാസിലേക്ക് ഇട്ടപ്പോൾ മറ്റുള്ളവരോടൊപ്പം ആദിഷും ആ ദൃശ്യം കാണാൻ അങ്ങോട്ടുപോയി. ഒന്നാം ക്ലാസിന്റെ തറ മുഴുവൻ വെളുവെളുത്ത് തിളങ്ങുന്ന പൂഴി, ചില കുട്ടികൾ അതിൽ ഇരുന്നിട്ടുണ്ട്. എന്തൊരു കാഴ്ചയാണ്.

"ഹായ്, ബ്യൂട്ടിഫുൾ വൈറ്റ് സേന്റ്, ലവ്‌ലി"

ആദിഷ് പറഞ്ഞപ്പോൾ മറ്റു കുട്ടികൾ അവനെ നോക്കി.

കുട്ടികളോടൊപ്പം എല്ലാ അദ്ധ്യാപകരും സ്കൂളിൽ എത്തി. ഒന്നാം ക്ലാസിൽ രോഹിണി ടീച്ചർ, രണ്ടാം ക്ലാസിൽ അപ്പുമാസ്റ്റർ, മൂന്നാം ക്ലാസിൽ കോരൻ മാസ്റ്റർ, നാലാം ക്ലാസിൽ കറുവൻ മാസ്റ്റർ, അഞ്ചാം ക്ലാസിൽ ഹെഡ്മാഷ് ആയ കുമാരൻ മാസ്റ്റർ.

പട്ടികയിൽ ഒപ്പിടാൻ അദ്ധ്യാപകരെല്ലാം ഓഫീസ്മുറിയിൽ എത്തിയപ്പോൾ ഭയങ്കര ചർച്ച നടന്നു. ആദിഷിനെ ഏത് ക്ലാസിൽ ഇരുത്തും? അവൻ മൂന്നാം ക്ലാസിൽ പഠിക്കുന്നു എന്നാണ് പറഞ്ഞത്, പക്ഷെ,, അക്ഷരം എഴുതാനും വായിക്കാനും അറിയില്ല. ഒടുവിൽ കോരൻ മാസ്റ്റർ പറഞ്ഞ തീരുമാനം എല്ലാവർക്കും ഇഷ്ടപ്പെട്ടു. തീരുമാനം:

"മലയാളത്തിൽ എഴുതാനും വായിക്കാനും പഠിക്കുന്നതുവരെ ഒന്നാം തരത്തിൽ ഇരിക്കട്ടെ. ഒന്നാം തരത്തിൽ പുതിയ കുട്ടി ആയിട്ട് ആദിഷിനെ ഇപ്പോൾ പഠിപ്പിക്കുക. മലയാളം പഠിച്ചുകഴിഞ്ഞാൽ അവന് മൂന്നാം ക്ലാസിൽ ഇരുന്നുപഠിക്കാം. അടുത്തകൊല്ലം നാലാം തരത്തിലെ കുട്ടിയായിട്ട് സ്കൂളിൽ ചേർക്കുക"

തീരുമാനം ഉറപ്പിച്ചശേഷം കോരൻ മാസ്റ്റർ മണിയടിച്ചതുകേട്ട് കുട്ടികളെല്ലാം അവരുടെ സ്ഥാനത്ത് ബെഞ്ചിൽ ഇരുന്നപ്പോൾ ഹാജർ പട്ടികയുമായി അദ്ധ്യാപകർ ക്ലാസിലേക്ക് നടന്നു. ഒന്നാം ക്ലാസിലേക്ക് പോകുന്ന രോഹിണി ടീച്ചർ മൂന്നാം ക്ലാസിലിരിക്കുന്ന

ആദിഷിന്റെ കൈപിടിച്ച് ഒന്നിലേക്ക് കൂട്ടിക്കൊണ്ടുപോയി.

ടീച്ചർ വരുന്നതുകണ്ട് ഒന്നാം തരത്തിലെ കുട്ടികളെല്ലാം എഴുന്നേറ്റുനിന്ന് പറഞ്ഞു,

"നമസ്തേ ടീച്ചർ"

'ഇതാ നിങ്ങൾക്കൊരു കൂട്ടുകാരൻ വന്നിട്ടുണ്ട്, ആദിഷ്. ഏട്ടനാണെങ്കിലും നിങ്ങളുടെ ഒപ്പരം അക്ഷരം പഠിക്കും. കേട്ടോ"

"ശരി ടീച്ചർ"

കൊച്ചു കുട്ടികളെല്ലാം അവരെക്കാൾ വലിയ ആദിഷിനെ കൗതുകത്തോടെ നോക്കുമ്പോൾ മണിയടി കേട്ടു. ടീച്ചർ പറഞ്ഞു,

"പ്രാർത്ഥന, എല്ലാവരും എഴുന്നേറ്റ് നിന്ന് കൈകൂപ്പിയാട്ടെ"

കുട്ടികളോടൊപ്പം ആദിഷും എഴുന്നേറ്റുനിന്ന് ഇരുകൈകളും കൂപ്പി. അപ്പോൾ കേട്ടു,

'അഖിലാണ്ഡമണ്ഡലം അണിയിച്ചൊരുക്കി
അതിനുള്ളിൽ ആനന്ദദീപം കൊളുത്തി
പരമാണു പൊരുളിലും സ്ഫുരണമായ് മിന്നും
പരമപ്രകാശമെ ശരണം നീയെന്നും, ശരണം നീയെന്നും,,
അഖിലാണ്ഡമണ്ഡലം അണിയിച്ചൊരുക്കി
അതിനുള്ളിൽ ആനന്ദദീപം കൊളുത്തി"

****

13

ഉപ്പുമാവിന്റെ രുചി

ശ്രവണസുഖം പകരുന്ന പ്രാർത്ഥനയിൽ ലയിച്ച് ആദിഷ് കൈകൂപ്പി അതേപടി നിൽക്കുകയാണ്, മറ്റുകുട്ടികൾ ഇരുന്നതൊന്നും അറിഞ്ഞില്ല. രോഹിണിടീച്ചർ അടുത്തുവന്ന് ബെഞ്ചിൽ പിടിച്ചിരുത്തി പുസ്തകസഞ്ചി വാങ്ങിയപ്പോൾ അവന് സന്തോഷമായി.

ഒരേ ബെഞ്ചിൽ അടുത്തിരിക്കുന്നവരിൽ ബോയ്സും ഗേൾസും ഉണ്ട്, ബ്ലാക്കും വൈറ്റും ഉണ്ട്. വെളുത്ത നിറമുള്ള പെൺകുട്ടിയുടെ സമീപം ഇരുന്നപ്പോൾ അവൾക്കൊരു പ്രശ്നവും ഇല്ലായെന്നത് അതിശയമായ കാര്യം തന്നെ. ഇന്നലെ രാത്രിയിൽ ആദിഷിന്റെ നാണമെല്ലാം മാറിയതാണ്. ഓർമ്മവെച്ചപ്പോൾ ആദ്യമായാണ് അവൻ മറ്റൊരാളുടെ ഒപ്പം ഉറങ്ങുന്നത്. ഒന്ന് പ്രായമായ അമ്മമ്മയാണെങ്കിൽ മറ്റേത് ഒരു ഗേൾ! ഇവിടെ എല്ലാവരും ഒരുപോലെ,, ഓൾ ആർ ഈക്വൽ, ഒപ്പം..

ഒന്നാം ക്ലാസിലെ കസേരയിൽ ഇരുന്ന രോഹിണി ടീച്ചർ ഹാജർപട്ടിക മേശപ്പുറത്ത് തുറന്നുവെച്ച് പേനയുടെ മൂടി ഊരിയശേഷം പേര് വിളിച്ചു,

'ലക്ഷ്മണൻ' 'ഹാജർ'
'ജയരാജൻ' 'ഹാജർ'
'ശൈലേശൻ' 'ഹാജർ'
'സുന്ദരൻ' 'ഇല്ലാ'
'ബാലചന്ദ്രൻ' 'ഹാജർ'
'ലീല' 'ഹാജർ'
'ലളിത' 'ഹാജർ'
'ശോഭിനി' 'ഇല്ലാ'
'സൌമിനി' 'ഹാജർ'

'സുനന്ദ' 'ഹാജർ'
'ദേവയാനി' 'ഹാജർ'
'ഗീത' 'ഹാജർ'

കേൾക്കാൻ സുഖമുള്ള ഹാജർ വിളിയാണ്; വിളിയെക്കാൾ രസകരം ഹാജർ പറയുന്നത്. ആരും ഒറ്റക്കല്ല; എല്ലാ കുട്ടികളും ഒത്തുചേർന്നാണ് പറയുന്നത്. അവസാനം ആദിഷിനെ അടുത്തു വിളിച്ചപ്പോൾ മറ്റുള്ളവരും മേശക്ക് ചുറ്റും എത്തി. ടീച്ചർ പറഞ്ഞു,

"ആദിഷിന്റെ പേര് ഹാജർ പട്ടികയിൽ ഇവിടെ ചേർക്കുന്നില്ല. മലയാളത്തിൽ എഴുതാനും വായിക്കാനും പഠിച്ചാൽ മൂന്നാം ക്ലാസിൽ ചേർക്കാമെന്നാണ് ഹെഡ്മാഷ് പറഞ്ഞത്"

പറയുന്നതിനിടയിൽ അവന്റെ സഞ്ചി തുറന്ന് പുസ്തകവും സ്ലെയിറ്റും പെൻസിലുകളും പുറത്തെടുത്ത് ടീച്ചർ ചോദിച്ചു,

'മലയാളം അക്ഷരം കണ്ടാൽ മനസ്സിലാവുമോ?"

ഇല്ല എന്ന് പറയുന്നതിനു പകരം ആദിഷ് തലയാട്ടിയപ്പോൾ ടീച്ചർ പറഞ്ഞു,

"അറിയില്ലെങ്കിൽ ഇല്ല എന്ന് പറയണം"

"ഇല്ല"

"അങ്ങനെ പറഞ്ഞാൽ മതി. നമുക്കിപ്പോൾ അക്ഷരം പഠിക്കാം"

ടീച്ചർ സഞ്ചിയിലുള്ള സ്ലെയ്റ്റും പെൻസിലും എടുത്തു. പെൻസിൽ ഉപയോഗിച്ച് സ്ലെയ്റ്റിൽ 'ഹരി' എന്നും 'ശ്രീ' എന്നും എഴുതിയശേഷം പറഞ്ഞുകൊടുത്തു,

"ഹ, രി, ഹരി എന്ന് വായിക്കണം. അടുത്തത് ശ്രീ, വായിക്കൂ.."

"ഹരി, ശ്രീ"

"ബാക്കി കൂടി ചേർത്ത് പുസ്തകത്തിൽ എഴുതാം. എന്നിട്ട് അതുനോക്കി എഴുതി പഠിക്കണം"

ടീച്ചർ നോട്ട് പുസ്തകം തുറന്നു. അതിനുശേഷം കടലാസു പെൻസിൽ എടുത്ത് മുന കൂർത്തതാണോ എന്ന് പരിശോധിച്ച് ആദ്യപേജിൽ പേരെഴുതി, 'ആദിഷ്'

"നിന്റെ പേര് ആദിഷ് എന്നാണ് എഴുതിയത്. അടുത്ത പേജിൽ 'ഹരിശ്രീ' എഴുതിത്തരാം"

ടീച്ചർ പേന തുറന്ന് അടുത്ത പേജിൽ എഴുതിയശേഷം വായിച്ചു,

"ഹരി, ശ്രീ, ഗ, ണ, പ, ത, യെ, ന, മഃ,"

ടീച്ചർ ഓരോ അക്ഷരങ്ങളായി പരിചയപ്പെടുത്തിയപ്പോൾ ആദിഷ് വായിച്ചു,

"ഹരി ശ്രീ ഗ ണ പ ത യെ ന മഃ"

"എല്ലാ അക്ഷരങ്ങളും നോക്കി ഓരോന്നായി സ്ലെയിറ്റിൽ എഴുതുക. ബെഞ്ചിലിരുന്ന് വീണ്ടും വീണ്ടും എഴുതി പഠിക്കുക."

ആദിഷ് സ്ലെയ്റ്റും പുസ്തകവുമായി സ്വന്തം സ്ഥലത്തിരുന്ന് എഴുതാൻ തുടങ്ങി. അവൻ എഴുതുന്നത് നോക്കി ചുറ്റും നിന്നവരോട് വീട്ടിൽനിന്നും സ്ലെയിറ്റിൽ എഴുതിയത് കാണിക്കാൻ പറഞ്ഞപ്പോൾ സ്വന്തം സ്ലെയ്റ്റ് എടുത്ത് ഓരോകുട്ടിയും ടീച്ചറെ കാണിക്കാൻ തുടങ്ങി. ആ സമയത്ത് ആദിഷ് സ്ലെയിറ്റ് നിറയെ അക്ഷരങ്ങൾ എഴുതിയിട്ട് ടീച്ചറെ കാണിച്ചു.

അല്പസമയം കഴിഞ്ഞപ്പോൾ ടീച്ചർ പറഞ്ഞു,

"ഇനി നാളെ എഴുതിപ്പഠിക്കാം, ഇപ്പോൾ നമ്മൾക്ക് പാട്ടുപാടാം"

"ഹായ് നമ്മക്ക് പാട്ടുപാ!ടാം"

"കുട്ടികളേ ഇന്നുനമ്മൾ ഏത് പാട്ടാണ് പാടുന്നത്?"

"നമുക്ക് കാക്കയുടെ പാട്ടുപടാം"

"എഴുന്നേറ്റ് നിന്ന് എന്നോടൊപ്പം എല്ലാവരും പാടുക."

'കാക്കെ കാക്കെ കൂടെവിടെ?
കൂട്ടിനകത്തൊരു കുഞ്ഞുണ്ടോ?
കുഞ്ഞിന് തീറ്റ കൊടുക്കാഞ്ഞാൽ
കുഞ്ഞുകിടന്ന് കരഞ്ഞീടും.
കുഞ്ഞേ കുഞ്ഞേ നീ തരുമോ
നിന്നുടെ കൈയിലെ നെയ്യപ്പം?
ഇല്ല തരില്ലാ നെയ്യപ്പം
അയ്യോ കാക്കേ പറ്റിച്ചോ'

ടീച്ചരും കുട്ടികളും എഴുന്നേറ്റുനിന്ന് കൈമുട്ടിക്കൊണ്ട് പാടുകയാണ്, എന്തൊരു രസം,, കാക്കയുടെ പാട്ട് കഴിഞ്ഞപ്പോൾ മറ്റൊരു പാട്ട് തുടങ്ങി,

'കാട്ടുമരത്തിൻ കൊമ്പുകൾ തോറും
കയറാം മറിയാം ചാടാം,
വാലാൽ ചില്ലത്തുമ്പിൽ ചുറ്റി
വരിഞ്ഞു കിടന്നൊന്നാടാം,

കായികവിദ്യകളിങ്ങനെ പലതും
കാട്ടും ഞാൻ പുകൾതേടും
വാലില്ലാത്തവർ നിങ്ങളെറിഞ്ഞാൽ
വാൽ പൊക്കിക്കൊണ്ടോടും'

കുട്ടികളും ടീച്ചറും എഴുന്നേറ്റ് കൈകൾ വീശിയിട്ട് 'കാട്ടുമരത്തിൽ' രണ്ടാമതും പാടുമ്പോൾ ക്ലാസിനുചുറ്റും പതുക്കെ ഓടാൻ തുടങ്ങി. അവസാനവരി 'വാൽ പൊക്കിക്കൊണ്ടോടും' എന്നു പറഞ്ഞ് ക്ലാസിന് വെളിയിൽ മുറ്റത്തിറങ്ങി ഓടിയ ടീച്ചറുടെ പിന്നാലെ എല്ലാകുട്ടികളും ഓടിയോടി കളിസ്ഥലത്ത് എത്തി. അവിടെ കൈകോർത്തു വട്ടത്തിൽ നിന്നാണ് പിന്നീട് പാട്ടുകൾ പാടിയത്.

പാട്ട് അവസാനിച്ചു; കുട്ടികളോട് മൂത്രമൊഴിക്കാൻ പറഞ്ഞശേഷം ക്ലാസിലേക്ക് നടക്കുന്ന ടീച്ചർ ഒറ്റക്ക് നിൽക്കുന്ന ആദിഷിനോട് ചോദിച്ചു,

"മോനേ നിനക്ക് മൂത്രം ഒഴിക്കണ്ടേ?"

"നോ, വേണ്ട"

"എങ്കിൽ വാ, നമുക്ക് അകത്തേക്ക് പോകാം"

രോഹിണി ടീച്ചർ ആദിഷിന്റെ കൈപിടിച്ച് ക്ലാസിലേക്ക് നടന്നു. വെള്ളയിൽ പൂക്കളുള്ള സാരിയാണ് ടീച്ചർ ഉടുത്തത്. ചൂരീദാർ ആയിരുന്നെങ്കിൽ കൂടുതൽ ബ്യൂട്ടിഫുൾ ആയിരിക്കുമെന്ന് തോന്നി. ആദിഷിനെ സമീപം നിർത്തി കസേരയിൽ ഇരുന്നുകൊണ്ട് ടീച്ചർ ചോദിച്ചു,

"മോനേ ആദീ, നിന്റെ വീട് എവിടെയാ?"

"എന്റെ ഹോം,, വരപ്രത്ത് ഹൌസിംഗ് കോളനി"

"നീ പറയുന്ന വരപ്രത്ത് എവിടെയാണ്? ഇവിടെ അടുത്ത് ചേരക്കല്ലിനടുത്ത് വരയിൽ എന്നൊരു പറമ്പുണ്ട്. അവിടെയാണെങ്കിൽ വീടൊന്നും ഇല്ലാത്ത വെറും പാറകളാണ്'

ടീച്ചർ പറയുന്നതൊന്നും ആദിഷിന് മനസ്സിലായില്ല. കാര്യങ്ങളൊന്നും മനസ്സിലാവാതെ ടീച്ചറും ഉത്തരം പറയാനാവാതെ കുട്ടിയും അന്യോന്യം നോക്കി. അവനാകെ സംശയമായി,,

"സ്വന്തം ഹോം എവിടെയാണെന്ന് അറിയാത്ത അവസ്ഥ; ഇത്രയും കാലം ജീവിച്ചിരുന്ന ഹൌസിംഗ് കോളനിയും ഫാദറും മദറും ഫ്രന്റ്സും റിലേറ്റീവ്സും സ്കൂളും ബിൽഡിങ്ങ്സും എല്ലാം എങ്ങോട്ടാണ് പോയത്? ഇപ്പോൾ അറിയപ്പെടാത്ത തികച്ചും മാറി

യ ലോകത്ത് എത്തിച്ചേർന്നിരിക്കുന്നു. ഇതുവരെ മലയാളം പറഞ്ഞാൽ പണിഷ്മെന്റ് ആയിരുന്നു; ഇപ്പോൾ മലയാളം മാത്രം പറയുന്ന സ്കൂളിൽ! എന്തൊരു മാജിക്കാണ് പെട്ടെന്ന് സംഭവിച്ചത്?

വെളിയിലേക്ക് പോയ കുട്ടികളെല്ലാം 'ഞാനാദ്യം' എന്നുപറഞ്ഞ് ആർപ്പുവിളിച്ച് ക്ലാസിലേക്ക് ഓടിവരികയാണ്. എല്ലാവരും എത്തി അവരവരുടെ സ്ഥലത്ത് ഇരുന്നപ്പോൾ ടീച്ചർ എഴുന്നേറ്റ് ബ്ലാക്ക്ബോർഡിൽ ഒരു ആനിമലിന്റെ ചിത്രം വരച്ചു. അതിനുശേഷം അടിയിൽ എഴുതിയത് ഉച്ചത്തിൽ വായിച്ചു, 'മുയൽ'. കുട്ടികളെല്ലാം ഏറ്റുപറഞ്ഞു, 'മുയൽ'

പിന്നിട് ടീച്ചർ ഒരു ബേർഡിന്റെ ചിത്രം വരച്ചിട്ട് എഴുതി, 'മയിൽ'. അടുത്തതായി ഏതാനും വാക്കുകൾകൂടി എഴുതി, 'പായൽ, വയൽ, കുയിൽ, ജയിൽ'. ബോർഡിൽ എഴുതിയ വാക്കുകൾ ഓരോന്നായി കുട്ടികൾ പറഞ്ഞു,

"മുയൽ, മയിൽ, വയൽ, പായൽ, കുയിൽ, ജയിൽ"

എല്ലാവരും വായിച്ചപ്പോൾ ബോർഡിലുള്ള വാക്കുകളെല്ലാം സ്ലെയിറ്റിൽ എഴുതാൻ പറഞ്ഞതുകേട്ട് കുട്ടികൾ സ്ലെയ്റ്റും പെൻസിലും എടുത്ത് എഴുതാൻ തുടങ്ങി. ആദിഷ് അവന്റെ സ്ലെയ്റ്റ് എടുത്തപ്പോൾ ടീച്ചർ ചോദിച്ചു,

"ആദിഷെ പെൻസിൽ കൊണ്ട് എഴുതാൻ കഴിയുമോ എന്ന് നോക്കിയാട്ടെ,"

ആദിഷ് സ്ലെയിറ്റിൽ ആദ്യമായി മുയലിന്റെ ചിത്രം വരച്ചു. പിന്നീട് അക്ഷരങ്ങൾ ഓരോന്നായി വരച്ചെടുക്കാൻ തുടങ്ങി.

എഴുതിക്കഴിഞ്ഞ കുട്ടികൾ ഓരോരുത്തരായി ടീച്ചറെ കാണിച്ചപ്പോൾ ഓരോ സ്ലെയ്റ്റിലും ചോക്കുകൊണ്ട് വെള്ളനിറത്തിലുള്ള ശരിയിട്ടു. ശരി കിട്ടിയവർ അത് മായാതെ സ്ലെയ്റ്റ് അവരുടെ ഇരിപ്പിടത്തിന് സമീപം വെച്ചു. ആദിഷ് എഴുതിയതും ടീച്ചർ ശരിയിടുന്നതും കാണാൻ എല്ലാവരും അടുത്തുകൂടി. സ്ലെയ്റ്റ് വാങ്ങി ശരി ഇട്ടുകൊണ്ട് ടീച്ചർ പറഞ്ഞു,

"ആദിഷേ നിനക്ക് വേഗം പഠിക്കാനാവും, അപ്പോൾ ഇതിലും നന്നായിട്ട് എഴുതാൻ കഴിയും"

ആ സമയത്ത് സ്കൂളിലെ മണിയടിച്ചു, അതോടെ കുട്ടികളെല്ലാം വീട്ടിൽനിന്നും കൊണ്ടുവന്ന പാത്രവുമായി പുറത്തേക്കോടി. ഒപ്പമുള്ളവരെല്ലാം ഓടുന്നതു നോക്കിയിരിക്കുന്ന ആദിഷിന്റെ സ

മീപം ഇന്ദിരേച്ചി വന്നപ്പോൾ ടീച്ചർ പറഞ്ഞു,

"ഇന്ദിര വന്നത് നന്നായി, ആദിഷിന് ഉപ്പുമാവ് വാങ്ങിക്കൊടുക്കണമല്ലോ,"

"ഉപ്പുമാവിന് ആദിയുടെ സഞ്ചിയിൽ കിണ്ണം വെച്ചിട്ടുണ്ട്"

ഇന്ദിരേച്ചി സഞ്ചിയിൽ കൈയിട്ട് കിണ്ണം എടുത്തശേഷം ആദിഷിന്റെ കൈ പിടിച്ച് ക്ലാസിന് പുറത്തേക്ക് നടന്നു. ഒരിടത്ത് നിൽക്കാൻ പറഞ്ഞശേഷം വടക്കുഭാഗത്തുള്ള ഓലമേഞ്ഞ ഷെഡ്ഡിന്റെ അകത്തേക്ക് പോയി. പാത്രത്തിൽ നിറയേ ഇളം മഞ്ഞനിറത്തിൽ ആവിപൊങ്ങുന്ന സാധനവുമായാണ് തിരിച്ചുവന്നത്. അതും എടുത്ത് അഞ്ചാം ക്ലാസിൽ വന്ന് ബെഞ്ചിൽ ഇരുന്നശേഷം ചോദിച്ചു,

"ആദി ഉപ്പുമാവ് തിന്നിട്ടുണ്ടോ?"

"ഇല്ല"

"ഇതാണ് ഉപ്പുമാവ്, സ്കൂളിന്ന് മാത്രമേ ഇത് കിട്ടുകയുള്ളൂ. ഇഷ്ടംപോലെ തിന്നോ?"

വെള്ളനിറമുള്ള സ്വന്തം വസിയിലെ ഉപ്പുമാവ് എടുത്തുതിന്നുന്ന ഇന്ദിരേച്ചിയെ അവൻ നോക്കി. തിന്നാതെ വെറുതേയിരിക്കുന്ന ആദിഷിനോട് അവൾ വീണ്ടും പറഞ്ഞു,

"ഇതുപോലെ കൈകൊണ്ട് വാരിയിട്ട് തിന്നാട്ടെ,, കൈ പൊള്ളാതെ നോക്കണം"

ഇന്ദിരേച്ചി ചെയ്യുന്നതുപോലെ ഒരുപിടി ഉപ്പുമാവ് വാരിയെടുത്ത് തിന്നപ്പോൾ അമേരിക്കയിൽനിന്നും ലഭിക്കുന്ന സ്കൂൾ ഉച്ചഭക്ഷണത്തിന്റെ അപാരമായ രുചി ആദ്യമായി ആദിഷ് തിരിച്ചറിഞ്ഞു.

****

14

പച്ച വെള്ളരിയും ചുവന്ന ചീരയും

വൈകുന്നേരം സ്കൂൾ വിട്ടു വന്നപ്പോൾ മണിക്കുട്ടിക്കും ആദിഷിനും ലഘുഭക്ഷണമായി കിട്ടിയത് കലത്തപ്പവും കാപ്പിയും ആണ്. അമ്മായിയുടെ ഇളയ സഹോദരനും അമ്മയും അവരുടെ വീട്ടിൽനിന്ന് വരുമ്പോൾ കൊണ്ടുവന്നതാണ് മധുരമുള്ള കലത്തപ്പം. വെള്ളസാരി ഉടുത്ത് കണ്ണടവെച്ച ആ അമ്മ ടീച്ചറാണെന്ന് പറഞ്ഞു. വിരുന്നുകാർ രണ്ടുപേരും ചേർന്ന് ആദിഷിനോട് പലതും ചോദിച്ചെങ്കിലും കൂടുതലൊന്നും സംസാരിക്കാൻ അവന് കഴിഞ്ഞില്ല. വീട്ടിലേക്ക് തിരിച്ചുപോകുന്നതിനു മുൻപ് ആദിഷിനെ കാണാൻ അവർ കാത്തിരിക്കുകയാണ്. അവനെ തലോടിക്കൊണ്ട് അമ്മമ്മയോട് അവർ പറഞ്ഞു,

“നല്ലൊരു കുട്ടി, ഇവനെയും മണിക്കുട്ടിയെയും കൂട്ടിയിട്ട് അടുത്തമാസം തെയ്യം കാണാൻ നമ്മളെ വീട്ടിൽ വരണം.”

“വരാൻ നോക്കാം. ഒരുമാസം കഴിഞ്ഞിട്ടല്ലേ? എല്ലാവരോടും ചോദിക്കട്ടെ.”

അവർ പോകുമ്പോൾ ഇടവഴിവരെ അമ്മായിയും കൂടെപോയി.

വിരുന്നുകാർ പോയതിനുശേഷം മൺപാത്രങ്ങളുമായി മുറ്റത്തിറങ്ങിയിട്ട് അമ്മയും ഇളയമ്മയും പറഞ്ഞു,

“രണ്ടുപേരും വാ. ചേരണി വയലിൽ പോയി പച്ചക്കറിക്ക് വെള്ളം നനക്കണം.”

കേട്ട ഉടനെ മണിക്കുട്ടി ചാടി ഇറങ്ങിയിട്ട് പറഞ്ഞു.

“ആദിഷേ വാ, വയലിൽ പോയിട്ട് നമ്മക്ക് കളിക്കാം.”

“കളിക്കാനൊന്നും വിടില്ല, അടങ്ങി ഇരിക്കുമെങ്കിൽ മാത്രം വന്നാൽ മതി.”

ഇളയമ്മ പറഞ്ഞതുകേട്ട് മണിക്കുട്ടി പറഞ്ഞു,

"നമ്മള് രണ്ടാളും കൊഴപ്പോന്നും ഉണ്ടാക്കില്ല, വരമ്പിന്മേൽ ഇരുന്ന് കളിച്ചോളാം."

വീട്ടിൽനിന്നും ഇറങ്ങിയ നാലുപേരും മുന്നോട്ടുനടന്ന് പറമ്പിന്റെ കിഴക്കേ മൂലയിലുള്ള വലിയൊരു മാവിന്റെ ചുവട്ടിലെത്തിയപ്പോൾ മുകളിലേക്ക് നോക്കിയിട്ട് അമ്മ പറഞ്ഞു,

"അടുത്ത മാസം മാങ്ങയൊക്കെ പറിക്കാനാവും."

"ഏച്ചി പറയുന്നത് ശരിയാ, എത്ര മാങ്ങയാ ഇപ്പോൾ പിള്ളേര് എറിഞ്ഞിടുന്നത്?"

"പ്രഭാകരനോട് പറഞ്ഞാൽ മാവിന്മേൽ കയറി പറിച്ചുതരും. എത്രയാ മാങ്ങകൾ!"

മറ്റുള്ളവരോടൊപ്പം തല ഉയർത്തി നോക്കിയപ്പോൾ ആദിഷ് ഞെട്ടി. ആകാശക്കാഴ്ച മറക്കുന്ന മാങ്കോ ട്രീ, അതിൽ നിറയെ മാങ്കോ ഫ്രൂട്ട്സ് തൂങ്ങിയാടുന്നു. എന്റമ്മോ!! ഇതൊക്കെ തിന്നു തീർക്കാനാവുമോ, അവനങ്ങനെ ആശ്ചര്യപ്പെട്ട് നോക്കുമ്പോൾ ഇളയമ്മ പറഞ്ഞു,

"മോനേ വേഗം നടന്നൊ, ഇവിടെയിങ്ങനെ നിന്നാൽ മാങ്ങ തലയില് വീഴും."

അവിടെനിന്നും കിഴക്കോട്ട് നടന്ന് അടുത്ത വീടായ കുഞ്ഞിക്കടപ്പുറത്ത് എത്തിച്ചേർന്നു. വീടിന്റെ മുറ്റത്ത് എത്തിയപ്പോൾ അകത്തുനിന്നും നാല് സ്ത്രീകൾ ഇറങ്ങിവന്നു. കൂട്ടത്തിലുള്ള ഓൾഡ് ലേഡി ഒരു സ്റ്റിക്ക് പിടിച്ചാണ് നടക്കുന്നത്. വെള്ളനിറമുള്ള മുണ്ടു മാത്രം ഉടുത്തിരുന്ന അവരുടെ ചെവി അമ്മമ്മയെപോലെ വലിയൊരു വളയമായി തൂങ്ങുന്നു. കാണാൻ സ്ലിം ആയ അവർ വാക്കിംഗ് സ്റ്റിക്ക് പിടിച്ച് ഇറങ്ങി വന്നിട്ട് ആദിഷിന്റെ തലയിൽ കൈവെച്ച് പറഞ്ഞു,

"നല്ല കുട്ടി, നിങ്ങള് പടിഞ്ഞാറേല വീട്ടിലേക്കൊരു വാലിയക്കാരനെ കിട്ടിയല്ലോ."

"ചീരുഏടത്തീ നമ്മളിപ്പോൾ വയലിൽ വെള്ളം കോരാൻ പോവുകയാ,, തിരിച്ചു വരുമ്പോൾ വിശേഷമെല്ലാം പറയാം. ഇപ്പോൾ പറഞ്ഞാൽ പണി തീരുമ്പോൾ സന്ധ്യയാവും."

"മീനാക്ഷീ നിങ്ങള് പോയിട്ട് വാ, വരുമ്പോൾ ഇതിലെ വരണം. കൊറച്ച് തൈര് തരാം."

"ശരി രാധയേടത്തി, നമ്മള് വരാം."

സാരിയുടുത്ത സ്ത്രീയാണ് രാധയേടത്തി, മുണ്ടുടുത്ത് പ്രായമുള്ളവർ ചീരുഏടത്തി, മുന്നോട്ട് നടന്നപ്പോൾ അമ്മ പറഞ്ഞു,

"വീട്ടില് പശു ഉള്ളതുകൊണ്ട് ഇവിടെയുള്ള കുട്ടികൾക്ക് മോരും തൈരും കൂട്ടാം."

"ഏച്ചീ, നമ്മള് തിരിച്ചുവരുമ്പോൾ തൈര് വാങ്ങാൻ മറന്നു പോകരുത്."

ആ വീട്ടിൽനിന്നും നടന്ന് താഴോട്ട് ഇറങ്ങിയപ്പോൾ എത്തിയത് വെള്ളം ഒഴുകുന്ന ചെറിയൊരു തോടിന്റെ മുന്നിലാണ്. വെള്ളത്തിൽ ഇറങ്ങിനടക്കാൻ നല്ല രസം; ഒഴുകുന്ന വെള്ളത്തിൽ ചവിട്ടി മണിക്കുട്ടിയുടെ പിന്നാലെ നടക്കുമ്പോൾ ഇളയമ്മ പറഞ്ഞു,

"ആദിഷെ ഈ വെള്ളം ഒഴുകി പീച്ചത്തോട്ടിൽ എത്തും. ഒരു ദിവസം പീച്ചത്തോട് കാണിച്ചുതരാം. മഴപെയ്ത് വെള്ളം അധികമായാൽ ഇവിടെ വന്നിട്ടാണ് നമ്മൾ തുണി അലക്കുന്നത്, ഇപ്പോൾ വെള്ളം കുറവാണ്."

"ഹായ് ഫിഷ്, ദെയാർ സ്വിമ്മിങ്ങ്."

ആദിഷ് ഉച്ചത്തിൽ പറഞ്ഞ് ചൂണ്ടികാണിച്ച ഭാഗത്ത് എല്ലാവരും നോക്കി, അവിടെ ചെറിയൊരു കണ്ണിമീൻ.

"അതാണോ, അത് തോട്ടിലൊക്കെ ഇഷ്ടം പോലെ കാണുന്ന കണ്ണിക്കുറിയനാണ്. നമുക്ക് തിന്നാനൊന്നും പറ്റാത്തത്."

ഇളയമ്മ പറഞ്ഞപ്പോൾ ധാരാളം മീനുകളെ മണിക്കുട്ടി കാണിച്ചുകൊടുത്തു.

തോട്ടിലെ വെള്ളത്തിൽനിന്നും കയറിയത് വിശാലമായ വയലിന്റെ കരയിലാണ്, ചേരണി വയൽ. നെൽകൃഷി കഴിഞ്ഞ വയലിൽ പയറും ഉഴുന്നും പച്ചക്കറികളും നട്ടു വളർത്തിയിട്ടുണ്ട്. ഉഴുന്ന് കൃഷികൾക്കിടയിലുള്ള വരമ്പിലൂടെ കുറച്ചുദൂരം നടന്നപ്പോൾ പച്ചക്കറികൾ വളരുന്ന സ്ഥലത്ത് എത്തിച്ചേർന്നു. അവിടെ ഏതാനും കുട്ടികളും മുതിർന്നവരും ചേർന്ന് ചെടികൾക്ക് വെള്ളം ഒഴിക്കുന്നതോടൊപ്പം മറ്റു ജോലികൾ ചെയ്യുന്നുണ്ട്. അമ്മയും ഇളയമ്മയും അവർ വളർത്തിയ ചെടികൾക്ക് വെള്ളം നനക്കാൻ തുടങ്ങി. അമ്മ പറഞ്ഞു,

"നമ്മൾ വെള്ളം കോരുകയാണ്, മക്കള് രണ്ടാളും അവിടെ ചീരനട്ടതിന്റെ പിന്നിലെ വരമ്പിൽ പോയിരിക്ക്, എന്നിട്ട് മറ്റുള്ളവർ

ചെയ്യുന്നതെല്ലാം നോക്കിയാട്ടെ."

ആദിഷിന്റെ കൈപിടിച്ചുകൊണ്ട് മണിക്കുട്ടി വരിവരിയായി വളരുന്ന ചുവന്ന ചീരകൾക്കു പിന്നിലെത്തി. അവിടെയുള്ള വരമ്പിനു മുകളിലിരുന്ന് കാലുകൾ താഴ്ത്തി വെച്ച് മുന്നിലെ കാഴ്ചകളെല്ലാം നോക്കി. ഇളയമ്മയും അമ്മയും അകലെയുള്ള വെള്ളരിക്കുണ്ടിൽ ഇറങ്ങി മൺപാത്രത്തിൽ വെള്ളമെടുത്ത് ചെടികളുടെ ചുവട്ടിൽ ഒഴിച്ചുതുടങ്ങി.

വിശാലമായ കൃഷിസ്ഥലം കണ്ടപ്പോൾ ആദിഷിന് ആശ്ചര്യമായി. മണിക്കുട്ടി പലതും പറഞ്ഞെങ്കിലും അതൊന്നും ശ്രദ്ധിച്ചില്ല. മുതിർന്നവരും കുട്ടികളും ചേർന്ന് മണ്ണിലിറങ്ങി കൃഷി ചെയ്യുന്ന കാഴ്ച അവന് ആശ്ചര്യവും സന്തോഷവും ഉണ്ടാക്കി. വെജിറ്റബിൾസ് ചെടിയിൽ ഉണ്ടാകുന്നത് ആദ്യമായാണ് നേരിട്ട് കാണുന്നത്. സമയം പോയത് അറിഞ്ഞതേയില്ല. വെള്ളം ഒഴിച്ചു കഴിഞ്ഞപ്പോൾ ഇളയമ്മ അടുത്തുവന്ന് പുതിയൊരു സാധനം രണ്ടുപേർക്കും നൽകിയിട്ട് ചോദിച്ചു,

"ആദിഷിന് ഇത് എന്താണെന്ന് അറിയോ?"

"വെജിറ്റബിൾസ്"

"വെജിറ്റബിൾ തന്നെ, ഇതാണ് വെണ്ടക്ക, മൂക്കുന്നതിനു മുൻപ് പച്ചയായി ചവച്ചുതിന്നാം."

"ഇറ്റീസ് ടെയ്സ്റ്റി."

"ഇവിടെ എന്തെല്ലാം പച്ചക്കറികളാണ് നട്ടതെന്ന് ആദിഷിന് അറിയോ? അധികവും നിലത്ത് പടരുന്ന വെള്ളരിയാണ്. പിന്നെയുള്ളത് വെണ്ടയും വഴുതനയും കുമ്പളവും ചീരയും. ചീര മുറിക്കാറായി, ഇന്ന് കറിവെക്കാം."

ചുവന്ന് ഭംഗിയുള്ള ചീരകൾ പകുതിക്കുവെച്ച് പൊട്ടിച്ചെടുത്ത് രണ്ട് കെട്ടുകളാക്കി മണിക്കുട്ടിയുടെയും ആദിഷിന്റെയും കൈയിൽ കൊടുത്തിട്ട് പറഞ്ഞു,

"ഇന്നു രാത്രി ചീരയും വെള്ളരിയും കറിവെച്ചത് കൂട്ടി രണ്ടാൾക്കും ചോറുതിന്നാം."

"എനിക്കിഷ്ടമാണ്"

"എന്നിട്ട് മീനില്ലാതെ നീ ചോറ് തിന്നാറില്ലല്ലോ?."

"ഇന്നെനിക്ക് കൂട്ടാൻ പച്ചക്കറി മതി."

മണിക്കുട്ടി പറഞ്ഞത് ഇളയമ്മക്ക് ഇഷ്ടമായി,

"നല്ലത്, ചെടികളെല്ലാം നനച്ചു തീരാറായി, രണ്ട് വെള്ളരിക്ക കൂടി പറിച്ചിട്ട് പോകാം."

പച്ച നിറമുള്ള രണ്ട് വെള്ളരിക്കയുമായി അമ്മ വന്നപ്പോൾ വീട്ടിലേക്ക് പോകാൻ തയ്യാറായി. അവരവർ വളർത്തിയ ചെടികൾക്ക് വളവും വെള്ളവും നൽകുന്ന ജോലിയാണ് എല്ലാവരും ചെയ്യുന്നത്. സമീപത്ത് ഓലകൊണ്ടുള്ള കൂടാരം ചൂണ്ടിക്കാട്ടി ഇളയമ്മ പറഞ്ഞു,

"അതാ അവിടെയാണ് രാത്രി കാവലിന് ആണുങ്ങൾ താമസിക്കുന്നത്. രാത്രിനേരത്ത് അവർ പാട്ട് പാടുകയും നാടകം കളിക്കുകയും ചെയ്യാറുണ്ട്; വെള്ളരിനാടകം."

"അതെല്ലാം രാത്രിയല്ലേ, നമ്മൾക്കൊന്നും കാണാൻ പറ്റില്ലല്ലോ."

അമ്മ പറഞ്ഞത് കേട്ടപ്പോൾ ഇളയമ്മ അഭിപ്രായം പറഞ്ഞു,

"ആണായി ജനിച്ചാൽ മതിയായിരുന്നു, ഇഷ്ടംപോലെ രാത്രിയിലെല്ലാം നടക്കാലോ."

"അതും പറഞ്ഞിട്ട് ഇവിടെ നിൽക്കുകയാണോ? വേഗം നടക്ക്, രാത്രി ആവാറായി."

നടക്കുന്നതിനിടയിൽ മണിക്കുട്ടിക്ക് സംശയം,

"അതെന്തിനാ രാത്രിയിൽ കാവല്? വെള്ളരിക്ക കക്കാൻ കള്ളന്മാർ വരുമോ?."

"രാത്രി വെള്ളരിക്കണ്ടത്തിൽ കുറുക്കന്മാർ കടന്നുവന്ന് വെള്ളരിക്ക തിന്നും. വയലിൽ കാവൽ നിൽക്കുന്നവർ പാട്ടമുട്ടി ഒച്ചയാക്കുമ്പോൾ കുറുക്കന്മാർ ഓടും."

"കുറുക്കന്മാർ കോഴിയെ അല്ലേ പിടിക്കുന്നത്, വെള്ളരിക്ക തിന്നുമോ?"

"തിന്നും, നീ പാട്ടുകേട്ടിട്ടില്ലേ?"

"ഏത് പാട്ട്?"

വരമ്പിലൂടെ നടന്നുകൊണ്ട് പാത്രത്തിൽ മുട്ടിയിട്ട് ഇളയമ്മ പാടാൻ തുടങ്ങി,

"കുഞ്ഞിക്കുഞ്ഞി കുറുക്കാ, നിനക്കെന്ത് ബര്ത്തം?
അയ്യോന്റേട്ടാ, തലക്കുത്തൻ പനിയും തലവേദനയും,
അതിനെന്ത് ബൈശ്യം?
വെളുക്കുമ്പം കുളിക്കാം, വെളുത്ത മുണ്ടുടുക്കണം,
വയലില് പോകാം,

കക്കിരിക്ക പറിക്കണം, കറുമുറെ ചവക്കണം,
കടപ്പുറം പോകാം,
ഞണ്ടിനെ പിടിക്കണം, കറുമുറെ തിന്നണം,
കുന്നുമ്മെ പോകാം
കൂക്കിവിളിക്കണം, അച്ചാ അമ്മേ കൂ...'

പാത്രത്തിൽ കൊട്ടുമ്പോഴുള്ള താളത്തിനൊത്ത് നാലുപേരും ഉച്ചത്തിൽ പാടുകയാണ്. ചുവന്ന ചീരയുടെ ഇലകൾ ഉയർത്തിപ്പിടിച്ച് ആദിഷും മണിക്കുട്ടിയും മുന്നിൽ നടക്കുമ്പോൾ പിന്നാലെ പാട്ടുപാടിക്കൊണ്ട് പച്ച വെള്ളരിക്കയും മൺപാത്രങ്ങളുമായി അമ്മയും ഇളയമ്മയും വയൽ വരമ്പിലൂടെ വീട്ടിലേക്ക് നടന്നു. ആ നേരത്ത് സൂര്യൻ പടിഞ്ഞാറ് അറബിക്കടലിൽ ഇറങ്ങാൻ തുടങ്ങിയിരുന്നു.

****

15

പ്രസവിക്കുന്ന മയിൽപ്പീലി

രാവിലെ കുളിച്ചില്ലെങ്കിലും പുത്തൻ വസ്ത്രമണിഞ്ഞ് സ്കൂളിൽ പോകാൻ കഴിഞ്ഞതിൽ ആദിഷ് സന്തോഷിച്ചു. തലേദിവസം രാത്രി മണിക്കുട്ടിയുടെ അച്ഛൻ കണ്ണൂരിൽനിന്നും വരുമ്പോൾ ആദിഷിന് മൂന്ന് ജോഡി ഡ്രസ് കൊണ്ടുവന്നു. കൂട്ടത്തിൽ മണിക്കുട്ടിക്ക് തിളങ്ങുന്ന പട്ടിന്റെ ഉടുപ്പും. വീട്ടിൽ പുതിയതായി വന്ന കുട്ടിക്ക് പുതിയ കുപ്പായം വാങ്ങുമ്പോൾ സ്വന്തം മകൾക്ക് വാങ്ങിയതാണ് ഉടുപ്പ്. രണ്ടുപേരും ഇന്ന് പുത്തനുടുപ്പിലാണ്;

അതോടൊപ്പം വിശേഷപ്പെട്ട ഒന്നുകൂടി ആദിഷിന് ലഭിച്ചു, ചിത്രങ്ങളും അക്ഷരങ്ങളും നിറഞ്ഞ ഒന്നാം പാഠപുസ്തകം. നീലയും വയലറ്റും നിറമുള്ള 'കേരള പാഠാവലി'യുടെ കവറിൽ സ്കൂളിൽ പോകുന്ന ആൺകുട്ടിയുടെയും പെൺകുട്ടിയുടെയും ചിത്രം. പുതിയ പുസ്തകം വാങ്ങിയിട്ട് മണിക്കുട്ടി ചെയ്തതുപോലെ ആദിഷും പുസ്തകം തുറന്ന് മണം മൂക്കിലേക്ക് വലിച്ചുകയറ്റി.

ആദിഷിന്റെ മഞ്ഞ ഷേർട്ടും നീല ട്രൗസറും കാണാൻ നല്ല ഭംഗിയുണ്ട്. വീട്ടിന്ന് പുറപ്പെടുമ്പോൾ ഇന്ദിരേച്ചി രണ്ടുപേരുടെയും ഡ്രസ് പിടിച്ചുനോക്കി മണപ്പിച്ചിട്ട് പറഞ്ഞു,

"പുതിയ കുപ്പായത്തിന് നല്ല മണം"

സ്കൂളിൽ എത്തിയപ്പോൾ രണ്ടുപേരെയും കാണുന്ന കുട്ടികളെല്ലാം പുത്തനുടുപ്പ് പിടിച്ച് മണത്തുകൊണ്ട് പറഞ്ഞു,

"പുതിയ കുപ്പായം"

ഒന്നാം ക്ലാസിലെ കുട്ടികളെല്ലാം ആദിഷിനെക്കാൾ ചെറിയവർ ആയിരുന്നു. അവർക്കിടയിൽ ഇരിക്കാൻ പ്രയാസം തോന്നിയതുകൊണ്ട് പെട്ടെന്നുതന്നെ പഠിച്ചുതീർക്കാൻ തീരുമാനിച്ചു. മലയാളം എഴുതാനും വായിക്കാനും പഠിച്ചാൽ ഏതാനും ദിവസ

ത്തിനകം തേർഡ് സ്റ്റാന്റേർഡിൽ ഇരുന്ന് പഠിക്കാമെന്ന് ഹെഡ്മാസ്റ്റർ പറഞ്ഞത് അവൻ ഓർമ്മിച്ചു.

കുട്ടികളിൽ പലരും സ്കൂൾ മുറ്റത്തിറങ്ങി കളിക്കുകയാണ്. പുത്തൻ കുപ്പായമണിഞ്ഞ ആദിഷ് ഒന്നാം ക്ലാസിലുള്ള ബെഞ്ചിന്റെ അറ്റത്ത് ഇരിക്കുമ്പോൾ കാണാൻ സുന്ദരിയായ ചുരുളമുടിക്കാരി പെൺകുട്ടി അരികിൽ വന്നിരുന്നു. പച്ച വെൽവെറ്റ് ഉടുപ്പിട്ട അവൾ വയലറ്റ് നിറമുള്ള ചെറിയൊരു പുസ്തകം കാണിച്ചിട്ട് പറഞ്ഞു,

“ഈ ബുക്കിലുള്ള പാട്ട് രണ്ടാം ക്ലാസിൽ പഠിക്കാനുള്ളതാ, ബാലരാമായണം”

“നല്ല ബുക്ക്, ബ്യൂട്ടിഫുൾ”

ആദിഷ് മറുപടി പറഞ്ഞപ്പോൾ അവൾ ഉച്ചത്തിൽ ചിരിച്ചു, മണികിലുക്കം പോലെ ചിരിച്ചശേഷം അവൾ പറഞ്ഞു,

“എന്റെ പേര് മനോരഞ്ജിനി, നിന്റെ പേര് പറഞ്ഞാൽ ഞാനൊരു സാധനം തരാം.”

“ആദിഷ്.”

“അത് ഇംഗ്ലീഷിലെ പേരല്ലേ, മലയാളത്തിൽ എങ്ങനെയാ പറയുന്നത്?”

“മലയാളത്തിൽ ആദിഷ്.”

അവൾ വീണ്ടും ചിരിച്ചു; കൂടുതൽ ഉച്ചത്തിൽ പൊട്ടിച്ചിരിച്ചു. അതിനുശേഷം പുസ്തകം തുറന്ന് ആദിഷിനെ കാണിച്ചശേഷം പെട്ടെന്ന് അടച്ചുവെച്ചിട്ട് ചോദിച്ചു,

“കണ്ടോ?”

“നോ, വാട്ട്? എന്ത്?”

“ഒന്നും കണ്ടില്ലേ? ഇനി ഒരിക്കലേ കാണിക്കുള്ളു, ശ്രദ്ധിച്ചു നോക്കണം.”

ഒരിക്കൽകൂടി പുസ്തകം തുറന്നുകാണിച്ചശേഷം അടച്ചിട്ട് അവൾ ചോദിച്ചു,

“ഇപ്പോൾ കണ്ടോ?”

“യസ്, കണ്ടു.”

“എന്താന്നറിയോ?”

“ഇല്ല.”

“മയിൽപ്പീലിയാ, അധികം തുറക്കരുത്, ആകാശം കാണിച്ചാൽ

മയിൽപ്പീലി ചത്തുപോകും."

"ഹായ് മയിൽ, പീകോക്ക്."

"രണ്ടെണ്ണം ഉണ്ട്, ഒന്ന് നിനക്ക് വേണോ?"

"യസ്, വേണം."

"പുസ്തകം തുറക്ക്."

ബാലരാമായണത്തിൽ ഒളിപ്പിച്ച മയിൽപ്പീലിയിൽ ഒന്നെടുത്ത് ആദിഷിന്റെ ഒന്നാംപാഠം എഴുപത്തിരണ്ടാം പേജിലുള്ള തുമ്പിയുടെ ചിത്രത്തിനുമുകളിൽ വെച്ചിട്ട് പറഞ്ഞു,

"വേഗം പുസ്തകം അടച്ചോ. ആകാശം കാണിക്കാതിരുന്നാൽ രണ്ട് ദിവസം കഴിയുമ്പോൾ മയിൽപ്പീലി പ്രസവിച്ച് കുട്ടികൾ ഉണ്ടാവും."

കൂട്ടുകാരിയുടെ സമ്മാനമായ അത്യപൂർവ്വ വസ്തുവിനെ ആദിഷ് നോക്കി, അനേകം നിറങ്ങളിൽ തിളങ്ങുന്ന മയിൽപ്പീലി, അടുത്തനിമിഷം പാഠപുസ്തകം അടച്ചു. അതെല്ലാം നോക്കിയിരിക്കുന്ന മനോരഞ്ജിനി എഴുന്നേറ്റ് പോകാൻ നേരത്ത് പറഞ്ഞു,

"മയിൽപ്പീലിയെ പറ്റി ആരോടും പറയരുത്, മണിയേച്ചിയോട് തീരെ പറയേണ്ട."

ആദിഷിന് അക്ഷരങ്ങളെല്ലാം എളുപ്പത്തിൽ എഴുതാനും വായിക്കാനും കഴിഞ്ഞു. ഓരോന്നായി വായിച്ചശേഷം എഴുതിപഠിച്ചു. പൂഴിയിലും സ്ലെയിറ്റിലും എഴുതുന്നതിനു പകരം അവൻ എഴുതിയത് വലിയമ്മാവൻ കൊടുത്ത പുസ്തകത്തിനകത്ത് കടലാസ് പെൻസിൽ ഉപയോഗിച്ചാണ്. പുസ്തകത്തിൽ എഴുതിയതും കടലാസിൽ അച്ചടിച്ചതും വായിക്കാൻ ആദിഷ് ശീലിച്ചുതുടങ്ങി.

ഉച്ചക്ക് മണിയടിച്ചപ്പോൾ ഇന്ദിരേച്ചി ഒന്നാം ക്ലാസിൽവന്ന് ആദിഷിന്റെ പ്ലെയ്റ്റ് എടുത്ത് അതിൽ ഉപ്പുമാവ് വാങ്ങിക്കൊടുത്തപ്പോൾ മറ്റു കുട്ടികളോടൊപ്പം അവനും തിന്നു. ഭക്ഷണം കഴിച്ച് വെള്ളം കുടിച്ചതോടെ കുട്ടികളെല്ലാം വെളിയിലിറങ്ങി കളിക്കുകയാണ്. പ്രധാനമായും ഓട്ടവും ചാട്ടവും തന്നെ. ആൺകുട്ടികൾ ഓട്ടമത്സരം നടത്തുമ്പോൾ പെൺകുട്ടികൾ ഗ്രൂപ്പ് ആയിട്ടുള്ള കളികളാണ്. ഒറ്റക്കാലിൽ ചാടിയിട്ടുള്ള തൊട്ടുകളി, കുറുക്കനും കോഴിയും കളി, ആകാശവും ഭൂമിയും കളി, ഒളിച്ചുകളി, പട്ടകളി, സോഡികളി, എന്നിവ കൂടാതെ പെൺകുട്ടികൾക്ക് മാത്രമായി ഇരുന്നിട്ടുള്ള വേറെയും കളികളുണ്ട്. അതിലൊന്നാണ് ചെറിയ കല്ലുകൾ

കൊണ്ടുള്ള കൊത്തങ്കല്ല് കളി. ആദിഷ് ഇതിലൊന്നും പങ്കെടുക്കാതെ മറ്റുള്ളവർ കളിക്കുന്നതെല്ലാം നോക്കി രസിച്ചങ്ങിനെ നിൽക്കുകയാണ്.

പെട്ടെന്നാണ് ഏതാനും കുട്ടികൾ സ്കൂളിലേക്കുള്ള പ്രവേശന വഴിയിൽ ഓടിയത്, ആദ്യം ഓടിയവർക്കു പിന്നാലെ മറ്റുള്ളവരും ഓടി. കാര്യം എന്താണെന്ന് അറിയാൻ അവരോടൊപ്പം ആദിഷും ഓടി, അവിടെ ഇടവഴിയിലൊരു കാളവണ്ടി, ചിലർ പാട്ടുപാടി,

'കട കട, കട കട കാളവണ്ടി
കട കട, കട കട കാളവണ്ടി'

"അത് മൂരിവണ്ടിയാ."

ആദിഷിന് പുതുമയുള്ള കാഴ്ച ആണെങ്കിലും പുതുമ തോന്നാത്ത കുട്ടികൾ തിരികെവന്ന് കളിക്കാൻ തുടങ്ങി. വെള്ളനിറമുള്ള രണ്ട് കാളകളുടെ പിന്നിൽ മരംകൊണ്ട് നിർമ്മിച്ച വണ്ടി! വണ്ടിക്ക് മരം കൊണ്ടുള്ള വലിയ രണ്ട് ചക്രം. കാളയുടെ മുതുകിൽ വെച്ച മരം വണ്ടിയുമായി ചേർത്ത് ഉറപ്പിച്ചിട്ടുണ്ട്. വണ്ടിയുടെ അകത്തുനിന്നും നിറയെ സാധനമുള്ള വലിയൊരു ചാക്ക് തലയിലെടുത്ത് നടന്ന കുന്നുമ്മലെ കണ്ണാട്ടൻ അത് സ്കൂളിന്റെ ആപ്പീസുമുറിയിൽ കൊണ്ടിട്ടു. ആകെ നാല് ചാക്കുകൾ. പിന്നെ ഏതാനും കാർഡ്ബോഡ് പെട്ടികളും ടിന്നുകളും. അതിനിടയിൽ വണ്ടിക്കാരൻ അഴിച്ചുമാറ്റിയ കാളകൾ രണ്ടും വഴിയരികിലെ പച്ചപ്പുല്ലുകൾ ആർത്തിയോടെ തിന്നാൻ തുടങ്ങി. അപ്പുമാസ്റ്റർ പറഞ്ഞു,

"ഇതെല്ലാം അമേരിക്കയിൽ നിന്നും വരുന്നതാ. നിങ്ങൾക്കുള്ള പാൽപ്പൊടികളും ഉപ്പുമാവിന്റെ റവയും ഓയിലും ആണ്."

സാധനങ്ങൾ ഇറക്കിയശേഷം കാളകളെ വണ്ടിയുടെ മുന്നിൽ കെട്ടിയിട്ട് മുതുകിൽ ഭാരമുള്ള മരം കയറ്റിവെച്ചു. വണ്ടിക്കാരൻ കാളകൾക്കു പിന്നിലായി വണ്ടിയിൽ കയറിയിരുന്ന് ചാട്ടവാർ കൊണ്ട് രണ്ട് മൃഗങ്ങളെയും അടിച്ചു. അടിയുടെ വേദന സഹിച്ചുകൊണ്ട് വണ്ടി വലിക്കുന്ന കാളകൾ മുന്നോട്ട് നടന്നു. വണ്ടിക്കാരനാണ് ഡ്രൈവർ, കാളകളാണ് എഞ്ചിൻ.

വൈകുന്നേരം വീട്ടിലേക്ക് പോകുന്നതിനുമുൻപ് സ്കൂളിൽനിന്നും ചൂടാക്കിയ പാല് കുടിക്കാം. ആദിഷിന് പാൽ ഇഷ്ടമായതുകൊണ്ട് ധാരാളം കുടിച്ചു. ഏതാനും കുട്ടികൾ ബാക്കിയുള്ള പാൽ അതേ പാത്രത്തിൽ വീട്ടിലേക്ക് കൊണ്ടുപോകുന്നത് കാണാനിട

യായി. വീട്ടുകാർക്കും പാലിന്റെ രുചി അറിയണമല്ലോ.

അന്നുവൈകുന്നേരം വീട്ടിലെത്തുന്നതിന് മുൻപ് അയൽപക്കമായ കുളങ്ങരക്കണ്ടിയിൽ പോയി. വിശാലമായ പറമ്പിന്റെ വടക്കുകിഴക്കേ മൂലയിൽ ഓലമേഞ്ഞ ഇരുനില വീടുണ്ട്. ധാരാളം മരങ്ങളുള്ള കുളങ്ങരക്കണ്ടി പറമ്പിന്റെ തെക്കുകിഴക്കെ മൂലയിയിൽ പഴയൊരു കുളം കാണാം. അവിടെയുള്ളത് വളരെ പ്രായമുള്ളൊരു സ്ത്രി മാത്രമാണ്. കുളങ്ങരക്കണ്ടിയിലെ താച്ചി. മണിക്കുട്ടിയുടെ അച്ഛന്റെ അമ്മായി ആണവർ.

അവരുടെ ഒരേയൊരു മകൻ കണ്ണൂരിലെ കച്ചവടക്കാരനാണ്. പണക്കാരനായ മകൻ കൊട്ടാരം പോലുള്ള വീട്ടിൽ ഭാര്യയും പതിനൊന്ന് മക്കളുമൊത്ത് കണ്ണൂരിലാണ് താമസിക്കുന്നതെങ്കിലും താച്ചിക്ക് പഴയ ഓലമേഞ്ഞ വീട്ടിൽ താമസിക്കാനാണ് ഇഷ്ടം. ഇന്ദിരേച്ചിയും ആദിഷും സുധനും മണിക്കുട്ടിയും വീട്ടിൽ വന്നത് താച്ചിക്ക് സന്തോഷമായി. വിശേഷങ്ങൾ ഓരോന്നായി അവർ ചോദിച്ചു. കുട്ടികളെ അകത്തേക്ക് വിളിച്ചിട്ട് എല്ലാവർക്കും തിന്നാനായി ഒരു ചട്ടിയിൽ മധുരം ചേർത്ത് വേവിച്ച മമ്പയർ നൽകി. നാലുപേരും നിലത്തിരുന്ന് മൺചട്ടിയിലെ പയർ കൈകൊണ്ട് വാരിത്തിന്നു. നല്ല മധുരം.

അവിടെനിന്നും ഇറങ്ങാൻനേരത്ത് ആദിഷിന്റെ മനസ്സിലൊരു സംശയം, ഇവിടെ എല്ലാവീട്ടിലും മുണ്ടുമാത്രം ഉടുത്ത് കാണാൻ ഒരേപോലുള്ള ഓൾഡ് വുമൺ ഉണ്ട്. ചെവിയുടെ കീഴ്ഭാഗം വളയരൂപത്തിലായ, അമ്മിഞ്ഞ കാണിക്കുന്ന, തൊലിയെല്ലാം ചുളിഞ്ഞ അവരിൽ ചിലർ വടിയുടെ സഹായത്താൽ നടക്കുന്നു. ഈ നാട്ടിൽ ഓൾഡ് ഏജ് ഹോം ഇല്ലേ?

ആ വീട്ടിൽനിന്നും ഇറങ്ങിയവർ നേരെ പറമ്പിലേക്ക് നടന്നു. പറമ്പ് എന്നുവെച്ചാൽ മാവിന്റെ ചുവട്ടിൽ. ഉയരമുള്ള അനേകം മാവുകൾ, അവയിൽ നിറയെ പല നിറത്തിലും വലിപ്പത്തിലും ആകൃതിയിലും ഉള്ള മാങ്ങകൾ. പഴുക്കാൻ തുടങ്ങിയിട്ടേ ഉള്ളൂ. അതുകൊണ്ട് ഏതാനും പച്ചമാങ്ങകൾ മാത്രം കിട്ടി. വഴിയിലുള്ള കല്ലുകളെടുത്ത് സുധാകരൻ എറിഞ്ഞപ്പോൾ നാല് മാങ്ങകൾ താഴെ വീണു. ആദിഷ് കല്ലെടുത്ത് എറിയാനൊരു ശ്രമം നടത്തിയെങ്കിലും മാങ്ങയിൽ കൊണ്ടില്ല. അഞ്ച് പച്ചമാങ്ങ കിട്ടിയിട്ട് വീട്ടിലേക്ക് നടക്കുമ്പോൾ ഇന്ദിരേച്ചി പറഞ്ഞു.

“ഒരു മാങ്ങ ആദിഷിന്, ഒരു മാങ്ങ മണിക്കുട്ടിക്ക്, രണ്ട് മാങ്ങയും അമ്മയുടെ കൈയിൽ കൊടുക്കണം. എന്നിട്ട് മുറിച്ച് ഉപ്പും മുളകും കടുകും ചേർത്തുതരാൻ പറയണം. തിന്നാൻ നല്ല രസമുണ്ടാവും, എന്റെ കൈയിലുള്ള മാങ്ങയൊക്കെ ഉപ്പിലിടുകയാണ്.”

ഇന്ദിരേച്ചി പറഞ്ഞ കടുമാങ്ങയുടെ രുചിയോർത്ത് രണ്ടുപേരും വീട്ടിലേക്ക് നടന്നു.

*** ***

16

മഴവില്ല് വിടരുന്ന ചേരണിഗ്രാമം

ആദിഷ് വന്നതുമുതൽ വടക്കെവീട്ടിൽ ചിരിയും കളിയും ആണെന്ന് ചേരണി ഗ്രാമത്തിലുള്ളവർ പറയുന്നു. ചിരിക്കാനും കളിക്കാനും വഴക്കുപറയാനും മണിക്കുട്ടി മാത്രം വീട്ടിലുള്ളപ്പോൾ അധികമൊന്നും ഒച്ച ഉണ്ടായിരുന്നില്ല. ആദിഷിന്റെ വരവോടെ ഒരാഴ്ചകൊണ്ട് മണിക്കുട്ടിയുടെ ഉന്മേഷവും ഉണർവ്വും വർദ്ധിച്ചു.

കണ്ണൂർ ജില്ലയിലുള്ള ചേരണി ഗ്രാമത്തിന്റെ ഒരറ്റത്ത് അറബിക്കടലിന് സമീപമുള്ള സ്ഥലമാണ് കടപ്പുറംചാൽ. ഇവിടെയുള്ള വീടുകൾക്ക് സ്വന്തമായി പേരോ അതിരുകളോ ഇല്ല. തെക്കേല്, വടക്കേല്, പടിഞ്ഞാറേല്, കിഴക്കേല്, കുഞ്ഞിക്കടപ്പുറം, ആനേന്റെകടപ്പുറം, പീച്ചേല്, ചെറമ്മൽ അങ്ങനെ പോകുന്നു വീട്ടുപേരുകൾ. ഒരു വീടിനുതന്നെ ഒന്നിലധികം പേരുകൾ കാണും, അതുപോലെ ഒരേപേര് ഒന്നിലധികം വീടുകൾക്ക് ഉണ്ടാവും. മണിക്കുട്ടിയുടെ വീട് പലർക്കും 'വടക്കേല്' ആണെങ്കിലും കിഴക്കുഭാഗത്ത് താമസിക്കുന്ന വീട്ടുകാർ 'പടിഞ്ഞാറേല്' എന്നുപറയും. കടപ്പുറംചാലിന്റെ കിഴക്കുഭാഗത്തുള്ള ചേരണി വയലിന്റെ ഇരുവശത്തുകൂടി ഒഴുകിവരുന്ന പീച്ചത്തോട് ഒന്നായി മാറി പടിഞ്ഞാറ് അറബിക്കടലിൽ ചേരുന്നത് 'തെക്കേല്' വീട്ടുകാരുടെ തൊട്ടപ്പുറത്താണ്. ഗ്രാമീണരെല്ലാം സഹകരിച്ച് വയലിൽ ഇറങ്ങിയിട്ട് രണ്ടുവിള നെല്ലും ഇടവിളയായി വെള്ളരിയും പയറും കൃഷിചെയ്യുന്നു. പിന്നെയോ?

എവിടെത്തിരിഞ്ഞൊന്ന് നോക്കിയാലും ഇളംകാറ്റിൽ ഇളകിയാടുന്ന തെങ്ങുകൾ കാണാം. നൃത്തം ചെയ്യുന്ന തെങ്ങുകളും പാട്ടുപാടുന്ന തെങ്ങോലകളും ചൂളംവിളിക്കുന്ന കുരുത്തോലകളും ഉണ്ട്. തെങ്ങുകൾ നിറയെ തേങ്ങകൾക്കൊപ്പം മാധുര്യമേറിയ കാമ്പും വെള്ളവുമായി ധാരാളം ഇളനീർക്കുലകളും തൂങ്ങിയാടുന്നു.

കടൽത്തീരത്ത് കാണപ്പെടുന്ന വെളുത്ത മണൽ തന്നെയാണ് കടപ്പുറംചാലിലെ പറമ്പുകളിൽ ഉള്ളത്. കടൽ ആക്രമിച്ച് കൈയ്യേറാറില്ലെങ്കിലും ചിലകാലത്ത് രൗദ്രഭാവംപൂണ്ട ഭദ്രകാളിയെപ്പോലെ ഇളകിമറിയുന്ന തിരമാലകൾ തൊട്ടടുത്തപറമ്പിൽ അതിക്രമിച്ചുകയറി ഒന്നോ രണ്ടോ തെങ്ങുകൾ ഇളക്കിമാറ്റി തേങ്ങയടക്കം കൊണ്ടുപോകും. അത്രയേ ഉള്ളു, വേറെ ദ്രോഹമൊന്നും കടൽ ചെയ്യാറില്ല.

ചേരണി ഗ്രാമത്തിൽ കടപ്പുറംചാൽ ഒഴികെ എല്ലായിടത്തും ചെങ്കല്ലും ചെമ്മണ്ണും ആണ്. വടക്കുവശത്ത് കടലിലേക്ക് ഇറങ്ങിനിൽക്കുന്ന ചെങ്കൽ പാറക്കൂട്ടങ്ങളാണ് വട്ടക്കല്ല്. അതിൽ പറ്റിപ്പിടിച്ചു വളരുന്ന പച്ചനിറത്തിൽ തിളങ്ങുന്ന കല്ലുമ്മക്കായ ഗ്രാമീണരുടെ പൊതുസ്വത്തായ വിശിഷ്ടാഹാരമാണ്; അതുപോലെ കടലിൽനിന്ന് പിടിച്ചെടുക്കുന്ന മത്സ്യങ്ങൾ എല്ലാവർക്കും ലഭിക്കും. കടലോരത്ത് ജീവിക്കുന്നുണ്ടെങ്കിലും മത്സ്യത്തൊഴിലാളികൾ ആരുമില്ല. പുരുഷന്മാർ സ്വന്തമായി വലവീശിയും ചൂണ്ടയിട്ടും മുങ്ങിത്തപ്പിയും കുറേയേറെ മീൻ പിടിക്കുമ്പോൾ അധികമുള്ളത് അയൽക്കാർക്ക് നൽകും. വിതക്കാതെ വേലികെട്ടാതെ കൊയ്തെടുക്കുന്നത് പൊതുസ്വത്ത് ആവണം. അതാണ് ചേരണിക്കടപ്പുറത്തെ ശീലം.

ആദിഷിന്റെ വരവ് ഗ്രാമത്തിൽ അറിയാൻ തുടങ്ങിയതോടെ പരിചയപ്പെടുന്നവരുടെ എണ്ണം വർദ്ധിച്ചു. അവനോട് മിണ്ടാനും പറയുന്നത് കേൾക്കാനും എല്ലാവർക്കും ഇഷ്ടമാണ്. അവൻ പറയുന്നകാര്യങ്ങൾ നാട്ടുകാർക്കിടയിൽ ചർച്ച ചെയ്യപ്പെട്ടെങ്കിലും ആർക്കും ഒരു പിടിയും കിട്ടിയില്ല. ആദിഷ് പറയുന്ന വസ്തുക്കളും സ്ഥലവും സംഭവങ്ങളും ഭൂമിയിൽ ഒരിടത്തും ഇല്ലാത്തതാണെന്ന കാര്യം നാട്ടുകാരെ കുഴക്കി.

സ്വന്തം വീട്ടിലിരുന്ന് അമേരിക്കയിലുള്ള ബന്ധുക്കളോട് നേരിട്ടു സംസാരിക്കാൻ കഴിയുന്ന യന്ത്രം ആദിഷിന് സ്വന്തമായി ഉണ്ടെന്ന് പറയുന്നു. ദൂരെയുള്ളവരോട് പറയാൻ കഴിയുന്നത് ടെലഫോൺ മാത്രമാണ്. ഇവിടെ കണ്ണൻ മുതലാളിയുടെ മില്ലിലും പിന്നെ ആസ്പത്രിയിലും കോടതിയിലുമാണ് ടെലഫോൺ ഉള്ളത്. അതുപോലെ ആളുകൾ വർത്തമാനം പറയുന്നതും പാടുന്നതും കളിക്കുന്നതും കൂടാതെ സിനിമയും കാണാൻ കഴിയുന്ന പെട്ടി

അവന്റെ നാട്ടിൽ എല്ലാവീടുകളിലും ഉണ്ടെന്ന് പറയുന്നു. പാട്ടുപാടുന്നതും വർത്തമാനം പറയുന്നതും കേൾക്കാൻ കഴിയുന്ന റേഡിയോ ആദ്യമായി കൊണ്ടുവന്നത് പുത്തൻപുര വീട്ടിലെ സിങ്കപ്പൂരിൽ ജോലിയുള്ള ദേവരാജനാണ്. ടാക്കീസിൽ പോകാതെ വീട്ടിലിരുന്ന് സിനിമ കാണുക, അതെങ്ങനെ നടക്കും!

വീട്ടിലെ കാര്യങ്ങൾ ആദിഷ് പറഞ്ഞതുകേട്ട് പലരും ആശ്ചര്യപ്പെട്ടു. എല്ലാ വീടുകളിലും വൈദ്യുതി ഉള്ളതിനാൽ രാത്രി വെളിച്ചം കിട്ടുന്നത് ബൾബിൽ നിന്നാണ്. ബൾബ് മാത്രമല്ല, കറന്റുകൊണ്ട് പ്രവർത്തിക്കുന്ന അടുപ്പ്, ഫാൻ, ഇസ്ത്രിപ്പെട്ടി, അരക്കുന്ന യന്ത്രം, അലക്കുന്ന യന്ത്രം, ഐസ് ഉണ്ടാക്കാനുള്ള യന്ത്രം, നിലം അടിച്ചുവാരുന്ന യന്ത്രം തുടങ്ങിയവ എല്ലാ വീടുകളിലും ഉണ്ടെന്ന് പറയുന്നു. പട്ടണത്തിലുള്ള പണക്കാരുടെ വീട്ടിൽ സ്വിച്ച് ഇട്ടാൽ വെളിച്ചം തരുന്ന ബൾബ് ഉണ്ട്. അരക്കാനും അലക്കാനും അടിച്ചുവാരാനും യന്ത്രമോ? അവിടെയുള്ള പെണ്ണുങ്ങൾക്ക് പിന്നെന്താണ് പണി? അതൊക്കെ ഉണ്ടെങ്കിൽ തന്നെ ഏതെങ്കിലും കോടിശ്വരന്റെ വീട്ടിൽ മാത്രമായിരിക്കും.

പിന്നെ വെള്ളത്തിന്റെ കാര്യം വിചിത്രമാണ്. വീട്ടിൽ കിണർ ഇല്ലാത്തതുകൊണ്ട് വെള്ളത്തിന് പണം കോടുക്കണം. പൈസ കൊടുത്ത് കുപ്പിയിലെവെള്ളം വാങ്ങാറുണ്ടെന്ന് പറയുന്നു. വെള്ളം മാത്രമല്ല, ചക്കയും മാങ്ങയും ഒക്കെ പണം കൊടുത്ത് പീടികേന്ന് വാങ്ങിയിട്ടാണ് അവിടെയുള്ളവർ തിന്നുന്നത്. ഇവിടെ ഇഷ്ടംപോലെ വെള്ളം എടുക്കാം, ചക്കയും മാങ്ങയും വിലകൊടുത്ത് വാങ്ങാറേയില്ല, എല്ലാം വെറുതെ കൊടുക്കും. ആദിഷ് പറഞ്ഞ കാര്യങ്ങൾ കേട്ട് ചേരണി നാട്ടുകാരുടെ ചർച്ചകൾ നീണ്ടുപോയി.

സ്കൂൾ ഇല്ലാത്ത ദിവസങ്ങളിൽ മണിക്കുട്ടി വളരെ വൈകിയാണ് ഉണരുന്നത്. കഥ പറഞ്ഞുകൊണ്ട് കൂടെ ഉറങ്ങിയിരുന്ന അമ്മമ്മ മക്കളെ രണ്ടുപേരെയും ഉണർത്താതെ നേരം പുലരുന്നതിനു മുൻപെ എഴുന്നേറ്റ് പോകും. പിന്നീട് മണിക്കുട്ടി ഉണരുമ്പോൾ ആദിഷിനെ വിളിക്കാറാണ് പതിവ്. ഇത്രയും ദിവസത്തിൽ ഒരിക്കലും വിളിച്ചുണർത്താതെ അവൻ ഉണർന്നിട്ടില്ല. അധികദിവസവും ആദിഷ് ഉറക്കത്തിൽ സ്വപ്നം കാണാറുണ്ട്. പുലരാറാകുമ്പോൾ കാണുന്ന അതിമനോഹരമായ സ്വപ്നത്തിനിടയിലാണ് മണിക്കു

ട്ടി വിളിച്ച് ഉറക്കം ഞെട്ടിക്കുന്നത്. അപ്പോൾ ദേഷ്യം വരും.

അങ്ങനെയുള്ള അവധിദിവസം, സുന്ദരമായ സ്വപ്നം കണ്ട് ആദിഷും മണിക്കുട്ടിയും ഉറങ്ങുമ്പോഴാണ് ഇളയമ്മയുടെ വിളി കേട്ടത്,

"രണ്ടാളും പെട്ടെന്ന് ഏഴുന്നേറ്റാട്ടെ, ഒരു കാഴ്ച കാണാൻ വാ"

മണിക്കുട്ടിയോടൊപ്പം ആദിഷും ഞെട്ടി എഴുന്നേറ്റപ്പോൾ ഇളയമ്മ വീണ്ടും പറഞ്ഞു,

"പെട്ടെന്ന് വാ, അല്ലേൽ അതിപ്പോൾ പോകും, മഴവില്ല്, മഴവില്ല്."

"മഴവില്ലോ, അതെന്താണ്?"

ആദിഷിന്റെ ചോദ്യത്തിന് മണിക്കുട്ടി മറുപടി പറഞ്ഞു,

"ആകാശത്തുള്ള മഴവില്ല് കണ്ടിട്ടില്ലേ? ഏഴ് നിറത്തിൽ."

"റെയിൻബോ, ഐ നവർ സീ ഇറ്റ്, ആകാശത്ത് കണ്ടിട്ടില്ല."

മുഴുവൻ കേൾക്കാതെ മണിക്കുട്ടി എഴുന്നേറ്റ് ഓടി, ആദിഷ് പിന്നാലെയോടി. അടുക്കള വാതിലിലൂടെ പടിഞ്ഞാറ് ഇറങ്ങിയപ്പോൾ തെങ്ങോലകൾക്കിടയിൽ കണ്ടു, മഴവില്ല്, അത്യപൂർവ്വമായ മഴവില്ല്. രാവിലെതന്നെ പടിഞ്ഞാറൻ ചക്രവാളത്തിൽ കാറ്റും കോളും ഇല്ലാത്ത ശാന്തമായ അറബിക്കടലിന്റെ ഒരുവശത്തുനിന്നും ഉയർന്നുപൊങ്ങി 'റ' ആകൃതിയിൽ വളഞ്ഞ് കടലിന്റെ മറ്റൊരുവശത്ത് താഴുന്ന മഴവില്ല്. നീലയും മഞ്ഞയും ചുവപ്പും വയലറ്റും പച്ചയും എല്ലാം ചേർന്ന് കാണപ്പെടുന്ന മഴവില്ല്. ഒരിക്കലും മറക്കാനാവാത്ത കാഴ്ച.

വീട്ടിലെ സ്ത്രീകളെല്ലാം അടുക്കളയിൽനിന്നും ഇറങ്ങിവന്ന് നോക്കുന്നതിനിടയിൽ ഇന്ദിര വന്നത് ആരും അറിഞ്ഞില്ല. അവൾ പറഞ്ഞു,

"ഇവിടെനിന്നാണോ മഴവില്ല് കാണുന്നത്? രണ്ടാളും വാ, കടപ്പുറത്ത് പോയാൽ നന്നായിട്ട് കാണാം."

"ഇന്ദിരയോ, അവരിപ്പോൾ എഴുന്നേറ്റതേയുള്ളു, പല്ല് തേച്ച് കഞ്ഞി കുടിച്ചിട്ട് പോകാം."

"അപ്പോഴേക്കും മഴവില്ല് മായും, വലതുഭാഗം കുറേശ്ശേ മായാൻ തുടങ്ങി."

ഇളയമ്മയോട് മറുപടി പറഞ്ഞശേഷം ആദിഷിന്റെയും മണിക്കുട്ടിയുടെയും കൈപിടിച്ച് പടിഞ്ഞാറോട്ട് നടക്കാൻ തുടങ്ങിയ

പ്പോൾ ഇന്ദിരേച്ചി പാട്ടുപാടി.

'വാർമഴവില്ലേ വന്നാലും,
വാനിൻ മടിയിലിരുന്നാലും,
കൺകുളിരുന്നു കാണുമ്പോൾ,
കരൾ നോവുന്നു മായുമ്പോൾ.'

തെങ്ങുകൾ നിറഞ്ഞ സ്ഥലത്തുകൂടി നടന്ന് കടൽതീരത്തിന്റെ അരികിൽ അവരെത്തി. ഇനിയങ്ങോട്ട് കടലിന് അവകാശപ്പെട്ട ഇടമാണ്. ചിലകാലത്ത് ഇളകിമറിയുന്ന തിരമാലകൾ അത്രയും സ്ഥലത്തെ മണൽ കോരിയെടുത്ത് എങ്ങോട്ടോ കൊണ്ടുപോവും. കുറച്ചു ദിവസങ്ങൾ കഴിഞ്ഞാൽ തിരമാലകൾ തന്നെ വെളുത്ത പഞ്ചസാര പോലുള്ള മണൽ കൊണ്ടുവന്ന് അവിടമാകെ നിറക്കും. കാലാകാലങ്ങളായി തുടരുന്ന ഈ മാറ്റത്തിൽ തീരത്ത് താമസിക്കുന്നവർക്ക് പുതുമയൊന്നും ഇല്ല. ഇന്ദിരേച്ചിയോടൊപ്പം അവിടെ നിന്നുകൊണ്ട് അറബിക്കടലിന്റെ ചക്രവാളത്തിൽ വിടർന്ന മഴവില്ല് നോക്കിയിരിക്കെ നിറങ്ങൾക്ക് പതുക്കെ മങ്ങലേൽക്കാൻ തുടങ്ങി. മഴവില്ല് മാഞ്ഞു തുടങ്ങി, ഒടുവിൽ കടലിനെ തൊട്ടുകൊണ്ട് മങ്ങിയ നിറം അവശേഷിച്ചു. ആകാശക്കാഴ്ചകൾ അവസാനിച്ച നേരത്താണ് മുന്നിലുള്ള ദൃശ്യങ്ങൾ ശ്രദ്ധിച്ചത്. കടപ്പുറത്ത് ധാരാളം ആളുകൾ നടക്കുന്നതു കണ്ടപ്പോൾ ഇന്ദിരേച്ചി പറഞ്ഞു,

"വല വലിക്കുന്നുണ്ട്, ഇന്ന് ധാരാളം മീന് കിട്ടും."

"നമ്മക്ക് അങ്ങോട്ട് പോയാലോ?"

"ഇപ്പോൾ വേണ്ട, രാവിലെയൊന്നും തിന്നിട്ടില്ലല്ലോ, അമ്മ വഴക്കുപറയുന്നത് എന്നെയാവും."

"അങ്ങോട്ട് നോക്ക്, ധാരാളം തോണികൾ, അതിലുള്ളവർ മീനിനെ പിടിക്കുന്നുണ്ടാവും."

"ധാരാളം ഉണ്ടല്ലോ, മണിക്കുട്ടി, അതിലൊന്ന് ഇങ്ങോട്ടേക്കാണ് വരുന്നത്."

"അതിനകത്ത് ഫിഷ് ഉണ്ടാകുമോ? അത്, മീനുകൾ."

"മീനുണ്ടാകുമല്ലോ, മത്തി ആയിരിക്കും. ഓ തോണി കരയിലേക്ക് അടുത്തല്ലോ."

കടലിലുള്ള വലിയൊരു തോണി തീരത്തേക്ക് അടുത്തപ്പോൾ ആളുകൾ അതിന്റെ അടുത്തേക്ക് ഓടി. പെട്ടെന്ന് സ്ത്രീകളുടെ ഒച്ച കേട്ട് തിരിഞ്ഞു നോക്കിയപ്പോൾ മൂന്നുപേർ കൂട്ടകളുമായി കട

പ്പുറത്ത് ഇറങ്ങുന്നത് കണ്ട് ഇന്ദിരേച്ചി ചോദിച്ചു,

"ദേവുഏടത്തി എവിടെയാ പോകുന്നത്?"

"മോളേ നീയെന്താ നോക്കിനിൽക്കുന്നത്? പിള്ളേരൊടൊപ്പം കളിക്കാതെ വേഗം സഞ്ചിയും എടുത്തിട്ട് വാ, തോണീല് മത്തി വന്നിട്ടുണ്ട്, കിട്ടൻ കൈക്കോറെ തെങ്ങിന് വളമിടാൻ."

"ഞാനിപ്പോൾ തന്നെ വരാം."

ഇന്ദിരേച്ചി തിരികെ നടന്നുകൊണ്ട് പറഞ്ഞു,

"നമ്മക്ക് പോകാം,, ഇപ്പം തോണിന്റെ അടുത്ത് പോയാൽ സഞ്ചി നിറയെ മത്തികിട്ടും. വേഗം പോയിട്ടില്ലെങ്കിൽ തെങ്ങിൻതടത്തിൽ വളമായിട്ട് കുഴിച്ചിട്ടു കളയും."

ആദിഷിന് ഒന്നും മനസ്സിലായില്ല. അവൻ ചോദിച്ചു,

"തെങ്ങിന് മീൻ കുഴിച്ചിടാനോ?"

"അധികമുള്ള മത്തിയൊക്കെ തെങ്ങിനിടാതെ എന്താ ചെയ്യുക? അതുകൊണ്ട് ചേരണിയിലെ തെങ്ങുകളിൽ ധാരാളം തേങ്ങയുണ്ടാവും."

"വണ്ടർഫുൾ."

"വണ്ടർഫുൾ തന്നെ, വീട്ടിൽപോയി സഞ്ചിയെടുത്ത് വരാം. മീന് നിങ്ങൾക്കും തരാം."

'വണ്ടർഫുൾ' എന്ന് ഉച്ചത്തിൽ പറഞ്ഞുകൊണ്ട് മൂന്നുപേരും വീട്ടിലേക്ക് നടന്നു.

****

17

കൊഞ്ചൻ തുള്ളിയാൽ മുട്ടോളം

മഴവില്ല് കാണാൻ പതിവിലും നേരത്തെ ഉണർന്ന ആദിഷും മണിക്കുട്ടിയും പറമ്പിൽപോയി ഒന്നും രണ്ടും കഴിഞ്ഞ് വന്നതിനുശേഷം ഇളയമ്മ കൊടുത്ത ഉമിക്കരി കൊണ്ട് പല്ല് തേച്ചു. ആദിഷിന് ഉമിക്കരിയോടുള്ള ഇഷ്ടക്കേട് മാറിയിട്ടുണ്ട്. കറുത്ത ഉമിക്കരി കൈവെള്ളയിലിട്ട് പൊടിച്ച് വിരലുകൊണ്ട് തൊട്ടു പല്ലുതേക്കുന്നത് ഇപ്പോൾ ശീലമായി.

രണ്ടുപേരും കഞ്ഞികുടിക്കുന്നതിന് മുൻപ് പച്ചമാങ്ങയും സഞ്ചി നിറയെ മത്തിയുമായി ഇന്ദിര വീട്ടിലെത്തി. അവ രണ്ടും ഇളയമ്മയുടെ കൈയിൽ കൊടുത്തിട്ട് പറഞ്ഞു,

"രാവിലത്തെ കഞ്ഞിക്ക് കൂട്ടാൻ ചമ്മന്തി ആയിക്കോ, പിന്നെ ഉച്ചക്ക് കറിവെക്കാൻ മീനും."

"എന്നാല് നിനക്കും ഇവിടെന്ന് കഞ്ഞി കുടിക്കാം, ഞാൻ ചമ്മന്തി അരക്കട്ടേ."

മാങ്ങയുടെ തൊലി ചെത്തുന്നതിനിടയിൽ ഇളയമ്മ പറഞ്ഞപ്പോൾ ഇന്ദിര പറഞ്ഞു,

"ഇന്ന് മണിക്കുട്ടിയെയും ആദിയെയും ഞങ്ങളെ വീട്ടിൽ കൂട്ടുകയാണ്. ഇന്നത്തെ കഞ്ഞീം ചോറും അവിടെന്നാണ്."

"കഞ്ഞീം ചോറും, എന്താ വിശേഷം?"

"ആദി നമ്മളെ വീട്ടിന്ന് ചോറ് തിന്നിട്ടില്ലല്ലോ, ഇന്ന് കഞ്ഞിക്ക് കൂട്ടാൻ ചക്കയുണ്ട്."

"ചക്കയോ, അതെവിടെന്നാ?"

"അമ്മ ഇന്നലെ പണാടത്തെ പറമ്പില് പണിക്ക് പോയപ്പോൾ അവിടത്തെ പ്ലാവിലെ ചക്കക്ക് ചോദിച്ചു. ഇന്നു തരാമെന്ന് പറഞ്ഞിട്ട് രാവിലെ പോയപ്പോൾ രാമാട്ടൻ ചെറിയൊരു ചക്കതന്നു.

നല്ല വരിക്കച്ചക്കയാ, പിന്നെ കറിവെക്കാൻ വലവെലിച്ച പലതരം മീനുകൾ കിട്ടിയിട്ടുണ്ട്. അതുകൊണ്ടാണ് ഇന്ന് രണ്ടാളെയും വിളിക്കുന്നത്."

"ആദിമോനെ നീ കൂട്ടിക്കോ, മണിക്കുട്ടീ."

അമ്മ മുഴുവനായി പറയുന്നതിന് മുൻപെ മണിക്കുട്ടി കരയാൻ തുടങ്ങി,

"എനിക്കും പോകണം, ഞാൻ പോകും."

"എന്നാൽ പോയ്ക്കോ, ഓടിക്കളിക്കേണ്ട, വേറെ എവിടെയും പോകരുത്, വേഗം വരണം."

ഇന്ദിരേച്ചിയുടെ കൈ പിടിച്ച് സന്തോഷത്തോടെ രണ്ടുപേരും ഇറങ്ങിനടന്നു.

മുറ്റത്തിറങ്ങിയ മൂവർസംഘം നേരെ തെക്കോട്ട് നടന്നപ്പോൾ ഇന്ദിരേച്ചിയുടെ പറമ്പിലെത്തി. അക്കാര്യം അറിയിച്ചത് ചുവന്ന ചെമ്പരത്തി പൂക്കളാണ്. അവരുടെ പുരയിടത്തിലെ ചെമ്പരത്തി ചെടികളിൽ ധാരാളം പൂക്കളുണ്ട്. പരിസരം നോക്കി നടന്ന ആദിഷ് നേരെമുന്നിലെ കാഴ്ചകണ്ട് ഞെട്ടി. ഒരു കിണർ. നടക്കുന്നവഴിയിൽ നിലത്ത് അതേ ലവലിൽ ഒട്ടും ഉയരമില്ലാത്ത, മതിലോ വേലിയോ ഇല്ലാതെ കുഴിപോലുള്ള കിണർ. പതുക്കെ എത്തി നോക്കിയപ്പോൾ തെളിഞ്ഞ വെള്ളത്തിലൂടെ നീന്തുന്ന മീനുകൾ. ആഴം കുറഞ്ഞ കിണറിലെ മീനുകളെല്ലാം നീന്തുന്നത് നിർത്തിയിട്ട് ആദിഷിനെ നോക്കി ചിരിച്ചു.

കിണറ്റിൽ നോക്കി കരയിൽ നിൽക്കുന്ന ആദിഷിനോട് ഇന്ദിരേച്ചി പറഞ്ഞു,

"മോനേ ഇതാണ് നമ്മുടെ കിണർ, ഇങ്ങനെയൊന്ന് നീ കണ്ടിട്ടുണ്ടാവില്ല, ഇംഗ്ലീഷിൽ പേരും ഉണ്ടാവില്ല. വെള്ളം കോരുന്നത് പാള കൊണ്ടാണ്, കവുങ്ങിന്റെ ഓലയോടൊപ്പം ഉള്ളത്."

ഇന്ദിരേച്ചി പാളയെടുത്ത് കിണറ്റിലെ വെള്ളത്തിലിട്ടശേഷം അതിനോട് ചേർത്തുകെട്ടിയ കയർ വലിച്ച് വെള്ളം കോരിയിട്ട് അടുത്തുള്ള വാഴയുടെ ചുവട്ടിൽ ഒഴിച്ചു. രണ്ടാമതും വെള്ളം കോരി ആദിഷിന്റെയും മണിക്കുട്ടിയുടെയും കൈയിൽ ഒഴിച്ചുകൊടുത്തിട്ട് കുടിക്കാൻ പറഞ്ഞു. കിണറ്റിലെ വെള്ളം അതേപടി കുടിക്കുമ്പോൾ ആദിഷിന് ചെറിയൊരു പ്രയാസം തോന്നിയെങ്കിലും രുചികരമായി തോന്നി.

വെള്ളം കുടിച്ച് കൈകാലുകൾ കഴുകിയശേഷം മൂന്നുപേരും മുറ്റത്തുകൂടി നടന്ന് വരാന്തയിൽ കയറി. ചെറിയൊരു വീട്, ചെറിയൊരു വരാന്ത. ഓലമേഞ്ഞ മോന്തായവും ചാണകം തേച്ച നിലവും. വീടിന്റെ അകം മുഴുവൻ ഇരുട്ടിലാണെങ്കിലും അകത്ത് അല്പസമയം നിന്നപ്പോൾ എല്ലാം കാണാമെന്നായി. ചെറിയ അകമാണെങ്കിലും സാധനങ്ങളെല്ലാം വൃത്തിയായി അടുക്കും ചിട്ടയിലും വെച്ചിട്ടുണ്ട്.

വീടിന്റെ അടുക്കളയിൽ കടന്ന് തുറന്ന വാതിലിലൂടെ മുറ്റത്തിറങ്ങിയപ്പോൾ ഇന്ദിരേച്ചിയുടെ അമ്മ പലകയിൽ ഇരുന്നുകൊണ്ട് മത്സ്യം മുറിക്കുകയാണ്. രണ്ട് ചട്ടി നിറയെ മീനുകൾ. മൂന്നാമതൊരു ചട്ടിയിൽ മുറിച്ച് കഷ്ണങ്ങളാക്കിയ ചോരയുള്ള മീനുകളാണ്. ആദിഷ് ശ്രദ്ധിച്ച് നോക്കിയപ്പോൾ മുറിക്കാത്ത മീനുകളിൽ ചിലത് അനങ്ങുന്നത് കണ്ടു. ചില മീനുകൾ വായ തുറക്കുന്നു, ചില മീനുകളുടെ വാലുകളും ചിറകുകളും അനങ്ങുന്നു, പാവം.

പെട്ടെന്നൊരു മീൻ മുകളിലോട്ട് ചാടി തലയിൽ തൊട്ടപ്പോൾ ആദിഷ് ഞെട്ടിപ്പിടഞ്ഞ് ഒരൊറ്റ ഓട്ടം. ഓടുന്നവനെ പിടിച്ചുനിർത്താനായി ഇന്ദിരേച്ചി ഓടിയപ്പോൾ മണിക്കുട്ടിയും പിന്നാലെ ഓടി. മൂന്നുപേരുടെയും ഓട്ടം അവസാനിച്ചത് കിഴക്കേലെ ബീഡി പീടികയുടെ മുന്നിൽ. അവിടെയിരുന്ന് മുന്നിലുള്ള മുറത്തിലെ ബീഡിയിലകൾ മുറിച്ചശേഷം ഇലയിൽ പുകയില വെച്ച് ചുരുട്ടുകയും റോസ് നിറമുള്ള നൂലുകൊണ്ട് ചുറ്റിക്കെട്ടുകയും ചെയ്യുന്ന ഇരുപത് ആണുങ്ങളും ഒന്നിച്ച് ഞെട്ടി. കുട്ടികളുടെ ഓട്ടവും ബഹളവും കണ്ടപ്പോൾ തൊഴിലിന് ഇടവേളകൊടുത്ത് അവരെല്ലാം ഒന്നിച്ചെഴുന്നേറ്റ് മുറ്റത്തിറങ്ങി. കിഴക്കേലെ ഉണ്ണിയേട്ടൻ ചായക്കച്ചവടം ചെയ്ത പീടികയിലാണ് ബീഡിക്കാർ ജോലി ചെയ്യുന്നത്. മൂന്നുപേരെയും പിടിച്ചുവെച്ച് കാര്യം ചോദിച്ചപ്പോൾ ഇന്ദിരേച്ചി സംഭവം പറഞ്ഞു. കാര്യം അറിഞ്ഞപ്പോൾ ഉച്ചത്തിൽ പൊട്ടിച്ചിരിച്ചുകൊണ്ട് എല്ലാവരും സ്വന്തം തൊഴിലിലേക്ക് മടങ്ങി.

ആദിഷിനെ മുറുകെ പിടിച്ചുകൊണ്ട് ഇന്ദിരേച്ചി വീട്ടിലേക്ക് വന്നപ്പോൾ മാതുഅമ്മ നാല് ചെമ്മീനുകളെ പിടിച്ച് അവന്റെ കൈയിൽ കൊടുത്തു. അനങ്ങുന്ന ചെമ്മീനുകളെ തലയിലെ നാരുകൾ പിടിച്ച് തൂക്കിയിട്ട് ഭയത്തോടെ നോക്കുന്നവനോട് അവർ പറഞ്ഞു,

"ഇതാണ് മോനേ ചെമ്മീൻ, കൊഞ്ചൻ എന്നും പറയാം. കൊഞ്ചന്റെ പാട്ട് കേട്ടിട്ടുണ്ടോ?"

"ഇല്ല."

"എന്നാല് രണ്ടാളും കേട്ടോ,

കൊഞ്ചൻ തുള്ളിയാൽ മുട്ടോളം,

പിന്നെത്തുള്ളിയാൽ ചട്ടീല്'

ഇപ്പോൾ ചട്ടിയിൽ ആയി."

മാതുഅമ്മ ചെമ്മീൻവാങ്ങി ചട്ടിയിൽ ഇട്ടപ്പോഴാണ് ഭയപ്പെടുത്തുന്ന മറ്റൊരു കാഴ്ച അവൻ കണ്ടത്. എട്ടുകാലിയെപോലെ അനേകം കാലുകളുള്ള വലിയൊരു ജീവി നിലത്തുകൂടി ഓടുന്നു. വീണ്ടും ഓടാൻ തുടങ്ങിയ ആദിഷിനെ ഇന്ദിരേച്ചി പിടിച്ച് വരാന്തയിൽ കയറ്റിയിട്ട് മുറ്റത്തുകൂടി ഓടുന്ന പത്ത് കാലുള്ള വലിയ ജീവിയെ കൈകൊണ്ട് പിടിച്ചിട്ട് പറഞ്ഞു,

'ആദിഷേ ഇതാണ് ഞണ്ട്, കൊത്തമല്ലിയും കുരുമുളകും ചേർത്ത് തേങ്ങ വറുത്തരച്ച ഞണ്ട് കറി ഭയങ്കര രുചിയാണ്. ഇതിന്റെ തോട് പൊളിച്ചിട്ട് അമ്മയിപ്പോൾ കറിവെച്ച് തരും. ഉച്ചക്ക് അതും കൂട്ടി നമ്മക്ക് ചോറുതിന്നാം."

ജീവനുള്ള ചെമ്മീനിന്റെ തോട് പൊളിക്കുന്ന മാതുഅമ്മ ഇന്ദിരേച്ചിയോട് പറഞ്ഞു,

"രാവിലെതന്നെ മക്കള് വന്നിട്ട് നീയെന്താ കഞ്ഞിവിളമ്പി കൊടുക്കാത്തത്?"

"അതിന് ഇവനെയൊന്ന് നേരെ കിട്ടിയിട്ടു വേണ്ടേ? രണ്ടാളും അകത്തേക്ക് വാ, ഞാനിതാ കഞ്ഞി വിളമ്പുകയാണ്."

ആദിഷിന്റെ കൈപിടിച്ച് അടുക്കളയിൽ പോകുമ്പോൾ മണിക്കുട്ടിയും പിന്നാലെ പോയി.

അടുക്കളയിലെ പലകയിൽ ഇരിക്കാൻ പറഞ്ഞശേഷം വലിയൊരു കിണ്ണത്തിൽ കഞ്ഞി വിളമ്പി. അതിനുശേഷം വെള്ളനിറമുള്ള വസിയിൽ ചക്കപ്പുഴുക്ക് വിളമ്പി. കഞ്ഞി കുടിക്കാനായി രണ്ടുപേർക്കും നൽകിയത് പ്ലാവില, മഞ്ഞ നിറമുള്ള പഴുത്ത പ്ലാവില.

ആദിഷിന്റെ പ്ലാവില മണിക്കുട്ടി വാങ്ങി മടക്കിയിട്ട് ഒരു സ്പൂണിന്റെ ആകൃതി വരുത്തി. രണ്ടാമത്തേത് മടക്കിയിട്ട് അവൾ കഞ്ഞി കുടിക്കാൻ തുടങ്ങി. മണിക്കുട്ടിയോടൊപ്പം ഒരേ പാത്രത്തിൽ

നിന്ന് കഞ്ഞിയും കറിയും കോരിക്കുടിക്കുമ്പോൾ ഒരു പ്രയാസവും അവനിപ്പോൾ തോന്നിയില്ല. കഞ്ഞികുടിച്ച് വയറ് നിറഞ്ഞപ്പോൾ ഇന്ദിരേച്ചി അമ്മയോട് പറഞ്ഞു,

"അമ്മേ നമ്മള് വായനശാലയിൽ പോവുകയാണ്."

"എന്നാല് തേങ്ങ ഉരിച്ച് ചെരണ്ടിയിട്ട് പോയാൽ മതി."

"ഒരു തേങ്ങ മാത്രമേ ഞാൻ ഉരിക്കുന്നുള്ളൂ."

"ഇവിടെയാകെ ഒരു തേങ്ങയേ ഉള്ളൂ, അതിതാ ഇവിടെയുണ്ട്."

പച്ചനിറമുള്ള തേങ്ങ മുറ്റത്തെ കല്ലിനുമുകളിൽ വെച്ച് കത്ത്യാൾ കൊണ്ട് കൊത്തിയിട്ട് ഉരിക്കാൻ തുടങ്ങി. ആദ്യം ചകിരി നീക്കിയപ്പോൾ ചിരട്ട കണ്ടു. ചിരട്ട രണ്ടായി പൊട്ടിച്ചപ്പോൾ വെളുത്ത കാമ്പിനുള്ളിലെ മധുരമുള്ള വെള്ളം പകുതിവീതം ആദിഷിനും മണിക്കുട്ടിക്കും കൊടുത്തു. പിന്നീട് ചിരവ നിലത്തുവെച്ച് അതിലിരുന്ന് തേങ്ങമുറി ഓരോന്നായി ചെരണ്ടാൻ തുടങ്ങി. ചെരണ്ടിയ തേങ്ങ അടിയിൽ വെച്ച വസിയിൽ വീണപ്പോൾ ഒരുപിടി വാരി ത്തിന്നശേഷം മറ്റുള്ളവർക്കും കൊടുത്തു. പിന്നീട് രണ്ടുമുറി തേങ്ങയും വേഗത്തിൽ ചെരണ്ടിയിട്ട് ചിരട്ടകൾ അവശേഷിച്ചു. ചിരവിയ തേങ്ങ അമ്മിയുടെ മുകളിൽവെച്ച് അടച്ചശേഷം അമ്മയോട് പറഞ്ഞ് മൂന്നുപേരും വായനശാലയിലേക്ക് പുറപ്പെട്ടു.

വീടിന്റെ തെക്കുവശത്ത് ഇറങ്ങിനടന്ന് വായനശാലയിൽ എത്തിയപ്പോഴാണ് അവരുടെ പിന്നാലെ സുധാകരൻ വന്നത്. കടൽ തീരത്തിന് സമീപം തെങ്ങുകൾക്കിടയിലാണ് ചേരണി ഗ്രാമത്തിലുള്ള ആശാൻ സ്മാരക വായനശാല.

വായനശാലക്ക് രണ്ട് മുറികൾ ഉണ്ട്; അക്കൂട്ടത്തിൽ ആദ്യം കാണുന്നത് തുറന്ന വിശാലമായ ഇടമാണ്. അവിടെ വലിയൊരു മേശപ്പുറത്ത് വായനക്കാർക്കുള്ള പത്രങ്ങളും വാരികകളും മാസികകളും കാണാം. അതിനുചുറ്റും ആളുകൾക്ക് ഇരിക്കാനായി കുറച്ചു കസേരകളും രണ്ട് ബഞ്ചും ഉണ്ട്. പ്രായം കൂടിയ മൂന്ന് ആണുങ്ങൾ ബെഞ്ചിലിരുന്ന് പത്രം വായിക്കുന്നു. ഇരുന്നു വായിക്കുന്ന സ്ഥലത്തിന് പിന്നിലായി അടച്ചുപൂട്ടിയ മുറിയുണ്ട്. അതിനകത്താണ് പുസ്തകങ്ങൾ നിറച്ച അലമാരകൾ; ആ മുറി തുറക്കാനുള്ള താക്കോൽ ലൈബ്രേറിയൻ ആയ വലിയമ്മാവന്റെ കൈയിലാണുള്ളത്.

നാലുപേരും വായനശാലയിൽ കയറി വാരികയും മാസികയും

വായിക്കാൻ തുടങ്ങി. മണിക്കുട്ടി എടുത്തത് മാതൃഭൂമി, ആദിഷിന് കിട്ടിയത് ദേശാഭിമാനി, ഇന്ദിരേച്ചിക്ക് മനോരമ കിട്ടി, സുധന്റെ കൈയിൽ ദേശമിത്രം. അക്ഷരങ്ങളും വാക്കുകളും വായിക്കുന്ന തിന്റെ ഇടയിലാണ് അകത്തെ മുറി തുറന്നുകണ്ടത്. 'വലിയമ്മാ വൻ അകത്തുണ്ടാവും' എന്നുപറഞ്ഞ് മണിക്കുട്ടി അങ്ങോട്ട് പോ യപ്പോൾ മറ്റുള്ളവർ പിന്നാലെ നടന്നു.

വായനശാലയുടെ ഉള്ളിലെ പുസ്തകങ്ങൾ കണ്ടപ്പോൾ ആ ദിഷ് ആശ്ചര്യപ്പെട്ടു. നാല് ഷെൽഫ് നിറയെ പുസ്തകങ്ങൾ, എ ല്ലാം നന്നായി പൊതിഞ്ഞ് അടുക്കിവെച്ചത്. അവരെ കണ്ടപ്പോൾ വലിയമ്മാവൻ പറഞ്ഞു,

"വായനശാലയിൽ വന്നാൽ ഒച്ചയില്ലാതെ എന്തെങ്കിലും വാ യിക്കണം."

"നമ്മൾ പുറത്തിരുന്ന് വായിക്കുകയാണ്."

"ഇനിയും വായിക്കാമല്ലോ, കഥാ പുസ്തകങ്ങൾ പിന്നീട് തരാം."

"ശരി വലിയമ്മാവാ."

അവർ പുസ്തക അലമാരകൾക്കിടയിലൂടെ നടന്നു. അമ്മാവ നാണെങ്കിൽ വലിയൊരു പുസ്തകത്തിൽ തിരക്കിട്ട് എഴുതുകയാ ണ്. പുറത്തു വായനാമുറിയിൽ കടന്നിട്ട് കുറേസമയം വായിച്ച പ്പോൾ മണിക്കുട്ടി പറഞ്ഞു,

"നമുക്ക് കടപ്പുറം പോകാം."

"വേണ്ട, നിന്റെ അമ്മ വഴക്കുപറയും. പിന്നെ, രണ്ടാളെയും എ ന്റെ വീട്ടിലേക്ക് വിടില്ല."

"എന്നാൽ നമുക്ക് കളിക്കാം."

വായനശാലയിൽ നിന്നും ഇറങ്ങിയ നാലുപേരും പറമ്പിലൂടെ ഓടിക്കളിക്കാൻ തുടങ്ങി. ഒരാൾ മറ്റൊരാളെ തൊട്ടുകളിയാണ്. ഒ റ്റക്കാലിൽ ചാടിയിട്ടുള്ള തൊട്ടുകളി ആദിഷിന് ഇപ്പോൾ കളിക്കാ നാവുന്നുണ്ട്. കളിച്ചുകൊണ്ടിരിക്കെ മുറ്റത്തിനുസമീപം ഇന്ദിരേച്ചി നിലത്തിരുന്നു,

"ആദിഷിന് ഒരു സൂത്രം കാണണോ? ഇതുവരെ കാണാത്ത ത്."

"എന്ത് സൂത്രം?"

ഇന്ദിരേച്ചിയുടെ സമീപം മറ്റുള്ളവരും ഇരുന്നപ്പോൾ കണ്ടത് നിലത്ത് പൂഴിയിൽ ചെറിയ കുഴികളാണ്. എല്ലാ കുഴികളും ഒരേ

പോലെ ഉള്ളത്. അവൾ പറഞ്ഞു.

"ഈ കുഴിയുടെ അടിയിൽ ഒരു ജീവിയുണ്ട്; അറിയോ?"

"അത് കുഴിയാന അല്ലേ?"

"മണിക്കുട്ടിക്ക് അറിയാം, ആദി കുഴിയാനയെ കണ്ടിട്ടുണ്ടോ?"

"ഇല്ല."

"ഞാനിപ്പോൾ കുഴിയാനയെ പിടിച്ചുതരാം."

നിലത്ത് ഒരേ ആകൃതിയും വലിപ്പവും ഉള്ള കുഴികളിൽ ഒന്നിലെ മണൽ പതുക്കെ മാറ്റിയപ്പോൾ പുറത്തുവന്ന ചെറിയ ജീവിയെ ആദിഷിന്റെ ഉള്ളംകൈയിൽ ഇന്ദിരേച്ചി വെച്ചുകൊടുത്തു. ചെറിയൊരു വണ്ടിന്റെ ആകൃതിയുള്ള കുഴിയാന പതുക്കെ നടന്നപ്പോൾ അവന് ഇക്കിളി തോന്നി. അതിനെ നോക്കിയിട്ട് സുധാകരൻ പറഞ്ഞു,

'ആദീ, കുഴിയാന മുന്നോട്ട് നടക്കില്ല, പിന്നോട്ടാണ്, കുഴിയാന പിന്നോട്ട്, പിന്നോട്ട്."

അടുത്ത കുഴിയാനയെ പിടിച്ച് മണിക്കുട്ടിയുടെ കൈയിൽ വെച്ചപ്പോൾ അതും പിന്നോട്ട് നടക്കാൻ തുടങ്ങി. കുഴിയാനയെ പിടിക്കുന്നതിനിടയിൽ സമയം പോയത് അറിഞ്ഞില്ല. അപ്പോഴാണ് മാതുഅമ്മയുടെ വിളി കേട്ടത്,

"ഇന്ദിരേ വാ, ചോറായിന്, എല്ലരേം വിളിച്ചോ, ചോറ് വിളമ്പാൻ വാഴേടെ ഇല മുറിച്ചോ."

"വാ വാ ചോറായിന്."

വീട്ടിലെത്തിയപ്പോൾ ഇന്ദിരേച്ചി കിണറിനരികിലെ വാഴയിൽ നിന്നും നാല് ഇലകൾ മുറിച്ചെടുത്തു. അടുക്കളയിലെ നിലത്ത് പലകയിലിരുന്ന് മുന്നിൽ നിവർത്തിവെച്ച വാഴയിലയിൽ വിളമ്പിയിട്ടാണ് ഭക്ഷണം. ചോറിനോടൊപ്പം തേങ്ങ വറുത്തരച്ച ഞണ്ട്കറിയും ചെമ്മീൻ മുളകിട്ട് വറ്റിച്ചതും മത്തിപൊരിച്ചതും ചക്കക്കുരു വറുത്തതും മാങ്ങ അച്ചാറും എല്ലാമെല്ലാം തിന്നപ്പോൾ വയറുനിറഞ്ഞു. വിവിധ രുചികൾ ഒത്തുചേർന്ന ഭക്ഷണം കഴിച്ചത് ആദിഷിന് മറക്കാനാവാത്ത അനുഭവമായിരുന്നു.

ഉച്ചഭക്ഷണം കഴിഞ്ഞ് ലൈബ്രറിയിൽനിന്നും കൊണ്ടുവന്ന കഥാപുസ്തകം ഇന്ദിരേച്ചി ഉച്ചത്തിൽ വായിക്കുമ്പോഴാണ് മണിക്കുട്ടിയും ആദിഷും അമ്മയുടെ വിളി കേട്ടത്. വീട്ടിലേക്ക് നടക്കുമ്പോൾ ആദിഷിന്റെ മനസ്സിൽ രാവിലെ വന്നപ്പോൾ തനിക്കുനേരെ ചാടി

യ ചെമ്മീനിന്റെയും നിലത്തുകൂടി ഓടിയ ഞണ്ടിന്റെയും ഓർമ്മകളായിരുന്നു. കറിവെച്ചു തിന്നത് അവയെ ആണെന്നുള്ള കാര്യം ഓർത്തപ്പോൾ അവനൊന്ന് ഞെട്ടി.

****

18

കളിവീടും കള്ളക്കുണ്ടും

മണിക്കുട്ടിയുടെ അച്ഛന്റെ ബന്ധുക്കളായ ആങ്ങളയും പെങ്ങളും ശനിയാഴ്ചയാണ് വീട്ടിൽ വന്നത്. ശൈലയും സുരേശനും, മണിക്കുട്ടിയെക്കാൾ ഒരു വയസ് ഇളയവളാണ് ശൈല, ഒരു വയസ് മൂത്തവൻ സുരേശൻ. മറ്റൊരു സ്കൂളിൽ പഠിക്കുന്ന അവരുടെ വീട് പീച്ചത്തോടിന്റെ കരയിലാണ്.

ശൈലയും സുരേശനും വന്നപ്പോൾ ആദിഷിനെ കുറിച്ച് ആവേശത്തോടെ മണിക്കുട്ടി പറഞ്ഞു. അതിലൊന്നും ശ്രദ്ധിക്കാതെ കിണ്ണം നിറയെ അമ്മമ്മ വിളമ്പിക്കൊടുത്ത കഞ്ഞിയും കോപ്പ നിറയെ കിഴങ്ങും തിന്നുന്ന തിരക്കിലാണവർ. മുഴുവനും തിന്നതിനു ശേഷം എഴുന്നേറ്റ് കുളിമുറിയിൽ പോയി കിണറ്റിൽനിന്നും വെള്ളം വലിച്ച് കൈയും വായയും കഴുകി അടുക്കളയിൽ വന്നപ്പോൾ രണ്ടുപേരും ഒന്നിച്ച് മണിക്കുട്ടിയോട് ചോദിച്ചു,

"നീ ആരുടെ കാര്യമാ പറഞ്ഞത്?"

ഇത്രയും നേരം പറഞ്ഞതെല്ലാം വെറുതേ ആയെന്ന് അറിഞ്ഞപ്പോൾ മണിക്കുട്ടിക്ക് കരച്ചിൽ വന്നു. മിണ്ടാതെ നിൽക്കുന്ന അവളെ കണ്ടപ്പോൾ ശൈല പറഞ്ഞു,

"ചമിണീ നമ്മക്ക് പടിഞ്ഞാറ് ആലയിൽ പോയിറ്റ് ചോറും കറിയും വെച്ച് കളിക്കാം."

ചമിണി എന്ന് വിളിക്കുന്നത് മണിക്കുട്ടിക്ക് തീരെ ഇഷ്ടമല്ല. അടുപ്പിനരികിൽ ഇരുന്ന് വിറക് കത്തിക്കുന്ന അമ്മ ഉച്ചത്തിൽ പറഞ്ഞത് അവർ കേട്ടു,

"നിങ്ങള് കളിക്കാൻ പോകുന്നുണ്ടെങ്കിൽ ആദീനെയും കൂട്ടണം. അവനെ ഒറ്റപ്പെടുത്തരുത്."

പുതിയ കുട്ടികളെ കണ്ടപ്പോൾ അടുക്കളയുടെ മൂലയിൽ ഇരി

ക്കുന്ന ആദിഷിന്റെ കൈ പിടിച്ചുകൊണ്ട് മണിക്കുട്ടി പറഞ്ഞു,

"ആദിഷേ വാ, വീടുണ്ടാക്കി കളിക്കാം. ഇവര് ബന്ധുക്കളാണ്, ശൈലയും സുരേശനും. സ്കൂളില്ലാത്തതുകൊണ്ട് കളിക്കാൻ വന്നതാണ്."

നാലുപേരും പടിഞ്ഞാറ് തുറക്കുന്ന അടുക്കള വാതിലിലൂടെ ചെറിയ മുറ്റത്തേക്ക് ഇറങ്ങി. അവിടെയുള്ള ചിരട്ടകളിൽനിന്ന് രണ്ടു വീതം ഓരോരുത്തരും എടുത്ത് വീടിനോട് ചേർന്ന് തേങ്ങകൾ കൂട്ടിയിടുന്ന ആലയിലേക്ക് നടന്നു. അവിടം നിറയെ തേങ്ങകൾ ഉള്ളതിനാൽ അകത്തുകയറാതെ സമീപത്തുള്ള മണലിൽ കളിസ്ഥലം ശരിയാക്കി. ഇന്നത്തെ കളിവീട് അവിടെയാണ്; അപ്പോൾ സുരേശൻ ചോദിച്ചു,

"ഇതാരാ?"

"ഇതല്ലേ ഞാൻ പറഞ്ഞ ആദിഷ്, ആദി എന്നും വിളിക്കാം."

"ഇവന് ചോറും കറിയും വെച്ച് കളിക്കാനറിയുമോ?"

"നമ്മള് കാണിച്ചു കോടുക്കുന്നതെല്ലാം ചെയ്യും. നല്ല കുട്ടിയാണ്."

"നല്ല കുട്ടിയോ? ആ നോക്കട്ടെ."

സുരേശനും ശൈലക്കും ആദിഷിനെ ഇഷ്ടമായില്ലെന്ന് മണിക്കുട്ടിക്ക് തോന്നി.

സ്ഥലം വൃത്തിയാക്കിയശേഷം വീടിന്റെ അകം തിരിച്ചു. അവയിൽ അടുക്കള തീരുമാനിച്ചശേഷം അടുപ്പുകൂട്ടാൻ തുടങ്ങി. സമീപമുള്ള ചെറിയ കല്ലുകൾ കണ്ടുപിടിച്ച് നല്ലതുനോക്കി മൂന്നെണ്ണം അടുക്കിവെച്ച് അടുപ്പ് നിർമ്മിച്ചു. അടുപ്പുകൾ ഉണ്ടാക്കിയശേഷം വരാന്തയിൽ കമഴ്ത്തിവെച്ച വക്കുപൊട്ടിയ ചെമ്പുപാത്രവുമായി മണിക്കുട്ടി കിണറിനരികിൽ പോയി വെള്ളം കൊണ്ടുവന്നു. അതിലുള്ള വെള്ളം ഒരു ചിരട്ടയിൽ കോരിയെടുത്ത് അടുപ്പിനു മുകളിൽ വെച്ചശേഷം അടിയിൽ തെങ്ങോലകളും ഈർക്കിലികളും വിറകായി വെച്ചു. അടുപ്പിനുള്ളിൽ ഇല്ലാത്ത തീ ഊതി കത്തിക്കുമ്പോൾ ശൈല പറഞ്ഞു,

"ചമിണീ, നീയാ അരിയെടുത്ത് കഴുകിയാട്ടെ."

മണിക്കുട്ടി വലിയൊരു ചിരട്ടയിലെടുത്ത വെളുത്ത പൂഴി കഴുകുന്നതുപോലെ ചെയ്തശേഷം അത് മുഴുവനും അടുപ്പത്തുവെച്ച വെള്ളത്തിലിട്ടു. ചെറിയൊരു വടിയെടുത്ത് ശൈല വെള്ളത്തിൽ

ഇളക്കിയിട്ട് പറഞ്ഞു,

"ഇന്നത്തെ അരി വേവാൻ കുറേനേരം വേണമെന്നാ തോന്നുന്നത്. വിറക് നന്നായി കത്തട്ടെ."

ഏതാനും ചുള്ളിക്കമ്പുകൾ കൂടി അടുപ്പിൽ തിരുകികയറ്റിയിട്ട് പറഞ്ഞു,

"തീ നന്നായി കത്തുന്നുണ്ട്, ചോറ് വെന്തുകൊള്ളും. അതിനിടയിൽ കൂട്ടാൻ വെക്കണം. ആണുങ്ങളൊക്കെ പറമ്പില് നട്ട പച്ചക്കറികൾക്ക് വെള്ളം നനച്ചാട്ടെ."

ഇതാണ് കുട്ടികളുടെ കളിവീട്, ഇവിടെ വീട്ടമ്മയാണ് ശൈല, മറ്റുള്ളവരെല്ലാം അവൾ പറയുന്നത് അനുസരിക്കണം.

സുരേശനോടൊപ്പം ആദിഷും ചിരട്ടയെടുത്ത് കിണറ്റിൻകരയിൽ പോയി തൊട്ടിയിലെ വെള്ളം കോരിയിട്ട് അടുത്തുള്ള ചെടികളുടെ ചുവട്ടിൽ ഒഴിക്കാൻ തുടങ്ങി. പത്ത് തവണ വെള്ളം കൊണ്ടുവന്ന് പത്ത് ചെടികളുടെ ചുവട്ടിൽ ഒഴിച്ചു. ആ നേരത്ത് മണിക്കുട്ടിയും ശൈലയും ചേർന്ന് കറിവെക്കാൻ തുടങ്ങി. ചിരട്ടയുമായി പറമ്പിലൂടെനടന്ന് അവർ പലതരം ചെടികളുടെ കായകൾ പറിച്ചെടുത്തു, പലതരം ചെടികളുടെ കിഴങ്ങുകൾ കുഴിച്ചെടുത്തു, പലതരം ചെടികളുടെ ഇലകൾ പറിച്ചെടുത്തു, പലതരം പൂക്കൾ പറിച്ചെടുത്തു.

രണ്ടുപേരും ചേർന്ന് ശേഖരിച്ചതെല്ലാം കളിവീട്ടിൽ കൊണ്ടുവന്ന് അടുക്കളയിൽ നിരത്തിവെച്ചു. വലിയൊരു കല്ല് അമ്മിയായി മാറിയപ്പോൾ അമ്മിക്കുട്ടി ആയത് ഉരുണ്ട ചെറിയൊരു കല്ല്. പല നിറങ്ങളിലുള്ള മണ്ണും ചെങ്കല്ലും കണ്ടെത്തിയത് തേങ്ങയും മഞ്ഞളും മുളകുമായി മാറി. കറിവെക്കാനുള്ള ചട്ടികളായി മൂന്ന് ചിരട്ടകൾ കഴുകിയെടുത്തു. ഒന്നിൽ സാമ്പാർ വെക്കാനും മറ്റൊന്നിൽ മത്സ്യക്കറി വെക്കാനും അടുത്തതിൽ ഉപ്പേരി വെക്കാനും തീരുമാനിച്ചു. അവർ ജോലി തുടങ്ങി.

ആദ്യംതന്നെ മുളകും മഞ്ഞളും മല്ലിയും തേങ്ങയും അമ്മിയിൽ അരച്ചശേഷം കൊണ്ടുവന്ന കിഴങ്ങുകളും കായകളും ചിരട്ടയിൽ മുറിച്ചിട്ടു. വേറൊരു ചിരട്ടയിൽ ഇലകളും അടുത്ത ചിരട്ടയിൽ മത്സ്യങ്ങളായി മാറിയ ചേമ്പിൻതണ്ടുകളും മുറിച്ച് മസാല പുരട്ടിവെച്ചു. അതിനുശേഷം ചോറ് വെന്തോ എന്ന് നോക്കി അടുപ്പിൽ നിന്നും മാറ്റി വെള്ളം വാർത്തു. സാമ്പാർ കഷ്ണങ്ങളിൽ അരച്ച

മഞ്ഞളും മുളകും മല്ലിയും കലക്കിചേർത്ത് അടുപ്പത്തു വെച്ചശേഷം മഞ്ഞളും മുളകും പുരട്ടിവെച്ച മത്സ്യങ്ങളിൽ തേങ്ങയരച്ചത് ചേർത്ത് മറ്റൊരു അടുപ്പിൽവെച്ചു. ആദ്യം വെച്ച കറികളൊക്കെ പാകമായതിനുശേഷം പച്ചിലകൊണ്ട് വറവ് ഉണ്ടാക്കി. കറികൾക്ക് ഉപ്പും മുളകും പാകമാണോ എന്ന് നോക്കിയശേഷം മുളകും മഞ്ഞളും പുരട്ടിയ അയല പൊരിച്ചെടുത്തു. ഒടുവിൽ ചീനച്ചട്ടിയിൽ പപ്പടം വാട്ടിയശേഷം സാമ്പാറിൽ കടുക് വറവിട്ടു; അതോടെ ചോറും കറികളും തയ്യാറായി.

അപ്പോഴേക്കും ചെടികൾക്ക് വെള്ളം നനച്ചും പറമ്പിൽ കൃഷി ചെയ്തും ക്ഷീണിച്ച സുരേശനും ആദിഷും വീട്ടിലെത്തി. വന്ന ഉടനെ സുരേശൻ ചോദിച്ചു,

"ചോറായോ?"

"ചോറായിന്, രണ്ടാളും കൈ കഴുകിയിട്ട് ഇരുന്നാട്ടെ. ആണുങ്ങൾ ആദ്യം തിന്നണം."

ശൈല പറഞ്ഞതുകേട്ട് സുരേശനും ആദിഷും ചെമ്പുപാത്രത്തിലെ വെള്ളത്തിൽ കൈ കഴുകിയിട്ട് വീടിനുസമീപം വെയിലുകൊള്ളാത്ത ഇടത്ത് നിലത്തിരുന്നു. അവരുടെ മുന്നിൽ വാഴയില വെച്ച് ചോറ് വിളമ്പിയശേഷം ഉപ്പേരിയും പൊരിച്ച അയല ഓരൊന്നുവീതവും വിളമ്പി. ചോറിൽ കുഴിയുണ്ടാക്കിയിട്ട് മത്സ്യക്കറിയും മറ്റൊരു കുഴിയിൽ സാമ്പാറും വിളമ്പി. എല്ലാം വിളമ്പി കഴിഞ്ഞപ്പോൾ ശൈല പറഞ്ഞു,

"സാമ്പാർ വിളമ്പിയാൽ അടിക്കാം, സദ്യ അടിച്ചുവീശിക്കോ."

ഒന്നും മനസ്സിലാവാതെ ഇലക്കുമുന്നിൽ ഇരിക്കുന്ന ആദിഷിനോട് മണിക്കുട്ടി പറഞ്ഞു,

"ആദിഷെ സുരേശൻ ചെയ്യുന്നതുപോലെ ചെയ്താൽ മതി. മണ്ണ് വായിലിടല്ലേ."

ആദിഷിന് ആശ്വാസമായി. ഇത്രയും നേരം വിചാരിച്ചത്, ചോറാണെന്ന് പറഞ്ഞ് മണ്ണ് തിന്നേണ്ടിവരും എന്നായിരുന്നു. ഇപ്പോൾ മനസ്സിലായി സുരേശൻ ചെയ്യുന്നതുപോലെ അഭിനയിച്ചാൽ മതിയെന്ന്. ഇലയിലെ ചോറിനോടൊപ്പം കറികൾ ചേർത്ത് കുഴച്ച് ഉരുളയാക്കി തിന്നുന്നതുപോലെ അവനും അഭിനയിച്ചു.

ഭക്ഷണം കഴിഞ്ഞ് എഴുന്നേറ്റ ആണുങ്ങൾ ആലയുടെ തണലിൽ കിടന്നു വിശ്രമിക്കാൻ തുടങ്ങിയപ്പോൾ പെണ്ണുങ്ങളുടെ ഊ

ഴമായി. മണിക്കുട്ടിയും ശൈലയും അടുക്കളയിൽ ഇരുന്ന് ഭക്ഷണം കഴിച്ചു. മുന്നിൽ വെച്ച വാഴയിലയിൽ രണ്ടുപേരും ചേർന്ന് ചോറും കറികളും വിളമ്പിയിട്ട് കഴിച്ചുതുടങ്ങി. ഉച്ചഭക്ഷണം കഴിഞ്ഞ് പാത്രങ്ങളെല്ലാം കഴുകുന്നതിന്റെ ഇടയിലാണ് ഇളയമ്മ വന്നത്,

"എന്തേ, ആർക്കും വിശക്കുന്നില്ലേ? ചോറും കറിയും വെച്ച് നാലാളും തിന്നിട്ടുണ്ടാവും,, ഉച്ചക്ക് അടുക്കളയിൽനിന്ന് മറ്റൊന്നും വേണ്ടല്ലോ."

"നമ്മള് ചോറും കറിയും വെച്ചു."

"വൈകിട്ട് അപ്പം ചുട്ട് കളിക്കാം, ഇപ്പോൾ എല്ലാവരും ചോറ് തിന്നാൻ വാ."

ഇളയമ്മ ചോറ് എന്ന് പറഞ്ഞ ഉടനെ സുരേശനും ശൈലയും അടുക്കളയിലേക്ക് ഓടി. പിന്നാലെ മണിക്കുട്ടിയും ആദിഷും നടന്നു പോകുമ്പോൾ ഇളയമ്മ പറഞ്ഞു,

"കുട്ടികളായാൽ തിന്നുന്ന കാര്യത്തിൽ മുന്നിലാവണം, രണ്ടാളും അവരെ നോക്കി പഠിക്ക്."

മണിക്കുട്ടി സാധാരണ ചോറ് ബാക്കിവെക്കാറുണ്ടെങ്കിലും കൂട്ടുകാരുടെ കൂടെയിരുന്നതു കൊണ്ട് വിളമ്പിയത് മുഴുവനും തിന്നു. ഉച്ചഭക്ഷണം കഴിഞ്ഞശേഷം വരാന്തയിലിരുന്ന് 'അരിപ്പോ തിരിപ്പോ' കളിക്കാൻ തുടങ്ങി. വട്ടത്തിൽ എല്ലാവരും ഇരുന്ന് ഉള്ളംകൈ തറയിൽ കമഴ്ത്തി വെച്ചപ്പോൾ ശൈല പറഞ്ഞു,

"ഞാനാദ്യം തുടങ്ങാം."

വലത്തെ ചൂണ്ടുവിരൽകൊണ്ട് മറ്റുള്ള ഓരോ കൈയും തൊട്ട് അവൾ പറഞ്ഞു തുടങ്ങി,

"അരിപ്പൂ തിരിപ്പൂ തോരണി മംഗലം, പരിപ്പൂ പന്ത്രണ്ടാനയും കുതിരയും ചെമ്പിട്ടടിച്ചീ, കുളിച്ചു വരുമ്പോൾ എന്തമ്പൂ?"

"മുരിക്കമ്പൂ"

"മുരിക്കലെ ചിറക്കലെ കെടന്നോളേ, അഞ്ഞായി എണ്ണ കുടിച്ചോളേ, അക്കരെയിരിക്കുന്ന മാടപ്രാവിന്റെ, കൈയോ കാലോ ചെത്തിക്കൊത്തി, മടം കാട്."

ഒടുവിൽ തൊട്ടത് ആദിഷിന്റെ വലതുകൈ. അത് മലർത്തിവെച്ചുകൊണ്ട് വീണ്ടും ശൈല തുടങ്ങി,

"അരിപ്പൂ തിരിപ്പൂ തോലടി..."

ആദിഷിന്റെ വലതുകൈ പുറത്തായി, അടുത്തതായി സുരേശന്റെ കൈ, പിന്നെ മണിക്കുട്ടിയുടെ കൈ, എല്ലാവരുടെ കൈകളും പുറത്തായപ്പോൾ സുരേശൻ പറഞ്ഞു,

"നമുക്ക് പറമ്പിൽ പോയിട്ട് ഓടിക്കളിക്കാം."

"അതാണ് നല്ലത്, കളിക്കാൻ പോകാം."

കളിക്കുന്ന കാര്യത്തിൽ എല്ലാവർക്കും ഒരേ അഭിപ്രായമാണ്. നാലുപേരും മുറ്റത്ത് ഇറങ്ങിയപ്പോൾ മണിക്കുട്ടി അകത്തേക്ക് നോക്കി വിളിച്ചുപറഞ്ഞു,

"അമ്മേ നമ്മള് കളിക്കാൻ പോകുന്നു."

"ശരി, കടപ്പുറത്തൊന്നും പോകരുത്."

"ഇല്ല, നമ്മളിവിടെ അടുത്തുനിന്നാ കളിക്കുന്നത്."

വീടിന്റെ പടിഞ്ഞാറ് ആളുകൾപോകുന്ന വഴിയിൽ എത്തിയപ്പോൾ എന്താണ് കളിക്കേണ്ടതെന്ന് തർക്കമായി. തൊട്ടു കളിക്കാമെന്ന് മണിക്കുട്ടി പറഞ്ഞപ്പോൾ സോഡി കളിക്കാമെന്ന് ശൈലപറഞ്ഞു. അപ്പോൾ സുരേശൻ പറഞ്ഞു,

"അതൊന്നും വേണ്ട, നമുക്ക് കള്ളക്കുണ്ട് കുഴിച്ച് ആളുകളെ വീഴ്ത്താം."

"എങ്കിൽ അതാണ് നല്ലത്."

ശൈല പിൻതാങ്ങിയതോടെ കള്ളക്കുണ്ട് നിർമ്മാണത്തെ ഉറപ്പിച്ചു.

ആളുകൾ നടക്കുന്ന വഴിയിൽ, നാലുപേരും ചേർന്ന് ആഴത്തിൽ വലിയൊരു കുഴി തയ്യാറാക്കി. തീരപ്രദേശത്തെ വെളുത്ത മണലിൽ എളുപ്പത്തിൽ കുഴിക്കാം. കുറേ ചുള്ളിക്കമ്പുകളും വാഴയിലയും ചേമ്പിലയും കൊണ്ടുവന്ന് അതിന്റെ മുകളിൽ വെച്ചു. കുഴിയുടെ മുകളിലുള്ള കമ്പുകളിൽ നിരത്തിവെച്ച ഇലകളുടെ മുകളിൽ മണൽ നിരത്തി മൂടിയപ്പോൾ അടിയിലൊരു ചതിക്കുഴി കിടപ്പുണ്ടെന്ന് ആരും അറിയില്ല. കാട്ടിലുള്ള ആനയെ വീഴ്ത്താനുള്ള വാരിക്കുഴിയുടെ നിർമ്മാണരഹസ്യം തന്നെ. ഈ സൂത്രം ചേരണി ഗ്രാമത്തിലെ കുട്ടികൾക്ക് പാരമ്പര്യമായി കിട്ടിയതാണ്.

ആളുകൾ നടക്കുന്ന വഴിയിൽ ആർക്കും തിരിച്ചറിയാനാവാത്ത വിധം ചതിക്കുഴി തയാറായായി. കെണി ഒരുക്കിയശേഷം അകലെയുള്ള രണ്ട് തെങ്ങുകളുടെ പിന്നിലായി നാലുപേരും ഒളിച്ചിരുന്നു. കടൽക്കാറ്റേറ്റ് വണ്ണം കൂടിയ തെങ്ങിന്റെ പിന്നിൽ രണ്ടുപേർ

ക്ക് ശരിക്കും ഒളിച്ചിരിക്കാം. അവിടെ നിന്നുകൊണ്ട് അതിലെ വരുന്ന യാത്രക്കാരെ നിരീക്ഷിച്ചു. ആരായിരിക്കും കുഴിയിൽ വീഴുന്നത്?

ആദ്യമായി വന്നത് രണ്ട് ചെറുപ്പക്കാരാണ്; പരിസരംമറന്ന് സംസാരിച്ചുകൊണ്ട് വരുന്നവരിൽ ഏതെങ്കിലും ഒരുത്തൻ കുഴിയിൽ വീഴുമെന്ന് പ്രതീക്ഷിച്ചെങ്കിലും ഒന്നും സംഭവിച്ചില്ല. പിന്നീട് വന്നത് അയൽക്കാരി ജാനകിയമ്മയാണ്; അവർ കരയുന്ന മകനെയും എടുത്തുകൊണ്ട് നടന്നുവരികയാണ്. അവരെങ്ങാനും കുഴിയിൽ വീണാലോ? അമ്മയും കുഞ്ഞും ഒന്നിച്ച് വീഴുന്ന കാര്യമോർത്ത് ആകെ പേടിച്ചെങ്കിലും വിചാരിച്ചതുപോലെ സംഭവിച്ചില്ല. അവർ കെണിയിൽ ചവിട്ടാതെ നടന്നുപൊയി. കുഴിയിൽ വീഴുന്ന യാത്രക്കാരെ പ്രതീക്ഷിച്ചു നിന്നവരെല്ലാം ഒന്നിച്ച് ഞെട്ടി,

“അയ്യോ, വല്യമ്മാവൻ.”

വലിയമ്മാവൻ തന്നെ, ഉച്ചഭക്ഷണത്തിനു ശേഷം വായനശാലയിൽ പോവുകയാണ്. അമ്മാവന്റെ നടത്തത്തോടൊപ്പം എല്ലാവരും ഭയപ്പെട്ടു. അദ്ദേഹം കുഴിയിൽ വീണ് കാലൊടിഞ്ഞാൽ? പിന്നത്തെക്കാര്യം ഓർക്കാനേ വയ്യ.

പരിസരം നോക്കാതെ തലഉയർത്തി അമ്മാവൻ നടക്കുമ്പോൾ വളരെ കൃത്യമായി കുഴിയുടെ മുകളിൽ ചവിട്ടിയതു കണ്ടപ്പോൾ നാലുപേരും ഒച്ചവെച്ച് ഓട്ടമായി. ഒരു കാൽ കുഴിയിൽ താഴ്ന്ന് നിലത്തിരുന്ന അമ്മവൻ ഓടുന്ന പ്രതികളെ കണ്ടുപിടിച്ചു. അദ്ദേഹം വിളിച്ചപ്പോൾ ഭയത്തോടെ നാലുപേരും മുന്നിലെത്തി. തുടർന്ന് ചോദ്യം ചെയ്യലായി,

“ആരെടാ കുഴി ഉണ്ടാക്കിയത്?”

“അത് മണിക്കുട്ടിയാണ്.” ശൈല പറഞ്ഞു.

“ആരെടാ കുഴി മൂടി ആളെ വീഴ്ത്തിയത്?”

“അതും മണിക്കുട്ടി തന്നെയാ.” സുരേശൻ പറഞ്ഞു.

“മണിക്കുട്ടി ഒറ്റക്കാണോ ഇതെല്ലാം ചെയ്തത്?”

“അല്ല ആദിഷും ഒപ്പരം ഉണ്ടായിരുന്നു.” ശൈലയും സുരേശനും ഒന്നിച്ച് പറഞ്ഞു.

“അപ്പോൾ അടി കിട്ടേണ്ടത് നിങ്ങൾക്ക് രണ്ടാൾക്കും ആയിരിക്കും.”

തൊട്ടടുത്ത വേലിയിൽനിന്നും അരിപ്പൂച്ചെടിയുടെ കമ്പ് പൊ

ട്ടിച്ച് ശൈലയുടെയും സുരേശന്റെയും നീട്ടിയ കൈകളിൽ ഓരോ അടിവീതം കൊടുത്തശേഷം വടി ദൂരെ കളഞ്ഞ് അവരോട് പറഞ്ഞു,

"ഇവരെ അടിക്കാതെ നിങ്ങൾ രണ്ടാളെയും അടിച്ചത് എന്തിനാണെന്ന് അറിയോ?"

"ഇല്ല"

"കുട്ടികളായാൽ കളവ് പറയരുത്. എല്ലാവരും ചേർന്നല്ലേ കുഴി ഉണ്ടാക്കിയത്?"

"അതേ."

"പിന്നെ എന്തിനാ മണിക്കുട്ടിയും ആദിഷും മാത്രമാണെന്ന് പറഞ്ഞത്?"

"അവർക്ക് അടി കിട്ടാനാണ്"

"അത് തന്നെയാ നിങ്ങൾക്ക് അടി തന്നത്, അവർക്ക് കൊള്ളണമെന്ന് നിങ്ങൾ ആഗ്രഹിച്ചത്. ഇനിയിങ്ങനെ കളവു പറയരുത്."

"ഇനി പറയില്ല."

"എല്ലാവരും എന്റെ കൂടെ വായനശാലയിലേക്ക് വാ, കഥാപുസ്തകം വായിക്കാൻ തരാം."

അമ്മാവന്റെകൂടെ നാലുപേരും വായനശാലയിലെക്ക് നടന്നു. അവിടെയെത്തി കഥാപുസ്തകങ്ങൾ നാലെണ്ണം എടുത്തുതന്ന് വായിക്കാൻ പറഞ്ഞു. മണിക്കുട്ടിയോടൊപ്പം ആദിഷും ശൈലയും സുരേശനും അവിടെയിരുന്ന് കഥകൾ വായിക്കാൻ തുടങ്ങി.

****

19

മിക്കിമൗസും ഡൊണാൾഡ് ഡക്കും

മലയാളത്തിൽ എഴുതാനും വായിക്കാനും കാര്യങ്ങൾ മനസ്സിലാക്കി പറയാനും തുടങ്ങിയപ്പോൾ ചേരണി എൽ.പി. സ്കൂളിലെ കുട്ടികൾക്കിടയിൽ പ്രമുഖസ്ഥാനം ആദിഷിന് ലഭിച്ചു. പത്ത് ദിവസം ഒന്നാം ക്ലാസിൽ ഇരുന്നപ്പോൾതന്നെ മലയാളം അക്ഷരങ്ങൾ എഴുതാനും വായിക്കാനും പഠിച്ചു. അതിനുശേഷം മണിക്കുട്ടിയോടൊപ്പം മൂന്നാം ക്ലാസിൽ ഇരുന്നാണ് പഠനം. രണ്ട് നോട്ട്ബുക്കും മൂന്നാം ക്ലാസിലെ പാഠപുസ്തകവും മണിക്കുട്ടിയുടെ അച്ഛൻ ആദിഷിനുവേണ്ടി കണ്ണൂരിൽനിന്നും വാങ്ങി. അടുത്തവർഷം നാലാം ക്ലാസിൽ പഠിക്കാം എന്നാണ് ഹെഡ്മാസ്റ്റർ പറഞ്ഞത്. പിന്നെ ഇംഗ്ലീഷിന്റെ കാര്യം; ഇംഗ്ലീഷ് പഠിപ്പിക്കുന്ന കോരൻ മാഷെക്കാൾ ആദിഷിന് ഇംഗ്ലീഷ് അറിയാം.

ചിലദിവസം ആദിഷ് മറ്റുള്ള ക്ലാസുകളിൽ ഇരിക്കാറുണ്ട്. കുമാരൻ മാസ്റ്റർ അഞ്ചാം ക്ലാസിൽ പഠിപ്പിക്കുമ്പോൾ ധാരാളം കഥകൾ പറയും. അതു കേൾക്കാനായി ചിലനേരത്ത് അഞ്ചാംക്ലാസിലെ കുട്ടികൾക്കൊപ്പം അവനും ഉണ്ടാവും. മാസ്റ്റർക്ക് അതിൽ സന്തോഷമേ ഉള്ളൂ. അങ്ങനെ ഒരുനാൾ ശ്രീകൃഷ്ണന്റെ കഥ ആദിഷ് കേൾക്കാനിടയായി. കൃഷ്ണന്റെ ജനനത്തെ കുറിച്ചുള്ള കഥയാണ് മാസ്റ്റർ പറയുന്നത്,

“കുട്ടികളേ, കൃഷ്ണൻ ജനിക്കുന്നതിനു മുൻപെ അമ്മാവനായ കംസൻ ഒരു അശരീരി എന്നുവെച്ചാൽ ആകാശത്തുനിന്നൊരു ശബ്ദം കേൾക്കാനിടയായി. എന്താണെന്നറിയോ?”

“ഇല്ല മാഷെ.”

“സ്വന്തം സഹോദരി ദേവകിയുടെ എട്ടാമത്തെ മകൻ അമ്മാവനായ കംസനെ കൊല്ലും, എന്നാണ്. അതുകേട്ട് മഥുര രാജാവായ

കംസൻ സഹോദരി ദേവകിയെയും ഭർത്താവിനെയും കാരാഗൃഹം അതായത് ജയിലിൽ പാർപ്പിച്ചു. എന്തിനാണ്?"

"അറിയില്ല മാഷേ"

"എട്ടാമത്തെ മകൻ തന്നെ കൊല്ലുമെന്നല്ലേ പറഞ്ഞത്. എട്ടാമനെ മാത്രമല്ല, സഹോദരിയുടെ എല്ലാ മക്കളേയും ജനിക്കുമ്പോൾ തന്നെ കൊല്ലാൻ കംസൻ തീരുമാനിച്ചു. മരുമക്കൾ വളർന്നു വലുതായാലല്ലേ അമ്മാവനെ കൊല്ലുന്നത്. കാരാഗൃഹത്തിനുള്ളിൽ വെച്ച് ദേവകി ഒന്നാമത്തെ മകനെ പ്രസവിച്ചപ്പോൾ ആ കുഞ്ഞിനെ കംസൻ കൊന്നു. രണ്ടാമതും ഗർഭിണിയായ ദേവകി പ്രസവിച്ചപ്പോൾ ആ കുട്ടിയെയും കൊന്നു. ഇങ്ങനെ ഏഴ് കുഞ്ഞുങ്ങളെയും കംസൻ കൊന്നു. ഇനി അടുത്തത്?'

"അടുത്തത് എട്ടാമൻ."

"എട്ടാമത്തെ കുഞ്ഞിനെ ദേവകി പ്രസവിച്ചു. ആ കുഞ്ഞിനെ കൊല്ലാനായി കംസൻ തയ്യാറെടുത്തു. അതാണ് ശ്രീകൃഷ്ണൻ. അതാണ് ആര്?"

"ശ്രീകൃഷ്ണൻ"

"ശ്രീകൃഷ്ണൻ അമ്മാവനായ കംസനെ എന്ത് ചെയ്യുമെന്നാണ് പറഞ്ഞത്?"

"കൊല്ലുമെന്ന്"

കുട്ടികൾ ഉത്തരം പറഞ്ഞശേഷം ആദിഷ് എഴുന്നേറ്റ് നിന്നപ്പോൾ മാസ്റ്റർ ചോദിച്ചു,

"എന്തുപറ്റി?"

"മാഷെ എനിക്കൊരു സംശയം."

"സംശയമോ? പറഞ്ഞോ.."

"എട്ടാമത്തെ കുട്ടിയല്ലേ അമ്മാവനെ കൊല്ലുന്നത്. അതിന് എട്ടാമൻ ജനിക്കുന്നത് ഇല്ലാതാക്കിയാൽ പോരേ?"

"ഇല്ലാതാക്കാനോ? അതെങ്ങിനെ?"

"ദേവകിയെയും ഭർത്താവിനെയും വേറേ വേറേ മുറിയിൽ അടച്ചാൽ പോരെ? അങ്ങനെ ആദ്യമേ ചെയ്താൽ എട്ടാമൻ മാത്രമല്ല, ഒരു കുട്ടിപോലും അവർക്ക് ഉണ്ടാവില്ലല്ലോ."

ആദിഷ് പറഞ്ഞതുകേട്ട് കുമാരൻ മാസ്റ്റർ ഞെട്ടി. കുട്ടികളെല്ലാം ഉച്ചത്തിൽ ചിരിക്കാൻ തുടങ്ങിയപ്പോൾ ബാക്കി പറയാനാവാതെ കസേരയിലിരുന്ന മാസ്റ്റർ ആദിഷിനെ നോക്കി.

ഒളിച്ചുകളിക്കുശേഷം

ഏതാനും ദിവസങ്ങളായി വീട്ടിലും നാട്ടിലും സ്കൂളിലും പറഞ്ഞു കേൾക്കുന്നതാണ് 'തെയ്യം'. കുട്ടികൾ കളിക്കുമ്പോഴും ഭക്ഷണം കഴിക്കുമ്പോഴും എല്ലാം കടന്നുവരുന്ന വാക്കാണ് പാറക്കണ്ടി കാവിലെ തെയ്യം. നാട്ടുകാരും മറുനാട്ടുകാരും ഒരുപോലെ ആഘോഷിക്കുന്നതാണ് തെയ്യം. അതുകൊണ്ട് വെള്ളിയാഴ്ച ദേശീയ ഗാനം ചൊല്ലി മണിയടിച്ച് സ്കൂൾ വിട്ടപ്പോൾ വീട്ടിലേക്കുള്ള യാത്ര പാറക്കണ്ടി കാവിലൂടെ ആവാമെന്ന് ഇന്ദിരേച്ചി അഭിപ്രായം പറഞ്ഞു,

"ഇന്ന് പാറക്കണ്ടി കാവിൽ പോയിട്ട് വീട്ടിലേക്ക് പോകാം. നാളെയാണ് തെയ്യം തുടങ്ങുന്നത്."

"ഹായ് കാവിൽ പോകാം."

സുധാകരൻ തുള്ളിച്ചാടി, അങ്ങനെ വീട്ടിലേക്കുള്ള വഴിയൊന്ന് മാറി സഞ്ചരിക്കാൻ അവർ തയ്യാറായി. എല്ലാദിവസവും സ്കൂളിൽനിന്നും ഇറങ്ങി നേരെ തെക്കോട്ട് നടന്ന് കൂക്കിരി വീട്ടിലൂടെ കൊല്ലോന്ന് വളപ്പിലൂടെ തെക്കേട്ടിൽ കടന്ന് കണ്ണോത്ത് വഴി വാണിയൻകേളോത്തും കുളങ്ങരക്കണ്ടിയിലും ഉള്ള മാവുകളുടെ ചുവട്ടിലൂടെ നടന്നിട്ടാണ് വീട്ടിലെത്തുന്നത്. പടിഞ്ഞാറ് ഒഴികെ ഏത് വഴിയെ പോയാലും വീട്ടിലെത്താം. പടിഞ്ഞാറ് അറബിക്കടൽ, അങ്ങോട്ട് പോയാൽ എവിടെയെത്തുമെന്ന് ആർക്കും അറിയില്ല.

ആ ദിവസം ഇന്ദിരേച്ചിയും സുധാകരനും ആദിഷും മണിക്കുട്ടിയും സ്കൂളിന്റെ നടയിറങ്ങിയിട്ട് നേരെ കിഴക്കോട്ട് നടക്കുമ്പോൾ അങ്ങോട്ട് പോകേണ്ട കുട്ടികളെല്ലാം കൂടെ ഉണ്ടായിരുന്നു. അവിടെനിന്നും ഇടവഴിലൂടെ പുതിയേട്ടിൽ പറമ്പിൽ കയറി ആറാംകണ്ടത്തിൽ എത്തി. അവിടന്ന് ചീപ്പാട്ടെ അടുക്കള ഭാഗത്തുകൂടി അരിപ്പവീട്ടിൽ എത്തിയപ്പോൾ പാറക്കണ്ടി കാവിലെ മരങ്ങൾ കാണാനിടയായി. നേരെ നടന്ന് കാവിന്റെ വടക്കുഭാഗത്തുള്ള പൂച്ചാലി വീട്ടിൽ എത്തി. അവിടെന്ന് കാവിലേക്ക് പോകാൻ മുന്നിലുള്ള നട കയറിയാൽ മതി. വേലിയും മതിലും ഇല്ലാത്ത വീട്ടുപറമ്പുകളിലൂടെ യാത്ര എളുപ്പമായിരുന്നു.

പുതിയവഴിയിലെ വീട്ടിലുള്ള ആളുകൾ ഇറങ്ങിവന്ന് ആദിഷിനെകുറിച്ച് ചോദിച്ചു. മുതിർന്ന ധാരാളം പേർ അവനോട് സംസാരിച്ചപ്പോൾ ചില വീടുകളിൽ നിന്ന് മാങ്ങയും പേരക്കയും അപ്പവും തിന്നാൻ കൊടുത്തു.

പാറക്കണ്ടി കാവിലേക്ക് പ്രവേശിച്ചപ്പോൾ അവിടെ ധാരാളം ആളുകളുണ്ട്. അധികവും മുതിർന്ന പുരുഷന്മാർ തന്നെ. നാളെമുതൽ നടക്കുന്ന ഉത്സവത്തിന്റെ മുന്നോടിയായി പലതരം തയ്യാറെടുപ്പുകൾ നടത്തുകയാണ്. ചിലയിടങ്ങളിൽ തെങ്ങോല കൊണ്ടുള്ള പന്തലുകൾ ഉയരുകയാണ്. പരിസരത്തുള്ള ചെടികളും ചപ്പുചവറുകളും മാറ്റിയതിനാൽ വിശാലമായ കളിസ്ഥലം പോലെ കാണപ്പെട്ടു. പറമ്പിന്റെ നടുവിലുള്ള ചെറിയൊരു കെട്ടിടമാണ് കാവ്. സന്ധ്യാനേരത്ത് കാവിന്റെ മുന്നിലുള്ള ചെറിയ വിളക്കുകളിലെല്ലാം വെളിച്ചെണ്ണ ഒഴിച്ച് കത്തിക്കുമെന്ന് മണിക്കുട്ടി പറഞ്ഞു. ഒരു വശത്തായി വീടിന്റെ ആകൃതിയിലുള്ള മറ്റൊരു കെട്ടിടത്തിന് കഴകപ്പുര എന്നാണ് പറയുന്നത്. രണ്ട് കെട്ടിടത്തിന്റെയും മേൽക്കൂര പുതിയ തെങ്ങോലകൊണ്ട് മേഞ്ഞതിനാൽ കാണാൻ നല്ല ഭംഗിയുണ്ട്. ജോലി ചെയ്യുന്ന തിരക്കിൽ ആരും കുട്ടികളെ ശ്രദ്ധിക്കുന്നില്ല. കുറച്ചുസമയം ചുറ്റിനടന്നപ്പോൾ പരിചയക്കാർ ആരെയും കാണാത്തതിനാൽ സുധാകരൻ പറഞ്ഞു,

"ഇവിടെയൊന്നും കാണാനില്ല, ഏച്ചീ നമ്മക്ക് വീട്ടിൽ പോകാം."

"അതാണ് നല്ലത്, നമ്മക്ക് തെയ്യായിറ്റ് വരാം."

നാലുപേരും പാറക്കണ്ടി കാവിൽനിന്നും ഇറങ്ങി തെക്കോട്ട് നടന്ന് കുറത്തിവളപ്പിൽ എത്തിയപ്പോൾ അവരുടെകൂടെ മൂന്നാം ക്ലാസിൽ പഠിക്കുന്ന ഭാരതിയുടെ അമ്മ മാതു വീടിനകത്തുനിന്ന് ഇറങ്ങിവന്നു. മണിക്കുട്ടിയെ നോക്കിയിട്ട് അവർ പറഞ്ഞു,

"അതാരാ രാധാമണിയോ,, നീയെന്താ ഈ വഴി വന്നത്."

"നമ്മള് കാവിൽ വന്നതാണ്."

"കാവിൽ വന്നതാണോ? ഈ വഴിയൊക്കെ നിങ്ങൾക്കറിയോ?"

ഇത് കേട്ടപ്പോൾ ഇന്ദിരേച്ചി പറഞ്ഞു,

"ഇവിടേക്ക് വന്നതല്ല, ഞങ്ങൾ പോവുകയാണ്."

"എന്നാൽ വേഗം പോയ്ക്കോ."

ആ വീടിന്റെ മുറ്റത്തുകൂടി നടന്ന് ചന്ദ്രോത്ത് വീട്ടിൽ എത്തിച്ചേർന്നു. കടപ്പുറംചാലിലേക്ക് നേരെപോകുന്ന വഴി വേറെയുണ്ട്. പാറക്കണ്ടി കാവിന്റെ മുന്നിലുള്ള വാഹനങ്ങൾ പോകുന്ന വീതികൂടിയ മൺപാതയിലൂടെ ചേരണികടപ്പുറത്ത് എത്താം. അക്കാര്യം അറിയുമെങ്കിലും അവർ തെരഞ്ഞെടുത്തത് വളഞ്ഞവഴിയാ

ണ്. ചന്ദ്രോത്ത് വീടിന്റെ അടുക്കളവശത്തുകൂടി കുഞ്ഞിപ്പൊരയിൽ എത്തി. അവിടെന്ന് അണ്ണാക്കൊട്ടൻ വളപ്പിൽ നിന്നും സമീപത്തുള്ള താവ്വോറത്ത് വീട്ടിലെത്തി. അണ്ണാക്കൊട്ടൻ വീട് കറുവൻ മാസ്റ്ററുടേതും താവ്വോറത്ത് രോഹിണി ടീച്ചറുടെയും വീടാണ്. രോഹിണി ടീച്ചറുടെ അമ്മാവനാണ് കറുവൻ മാസ്റ്റർ. രണ്ടുപേരും കല്ല്യാണം കഴിച്ചിട്ടില്ല. ടീച്ചറുടെ വീട്ടിലൊരു നെല്ലിമരം ഉണ്ട്. അതിലുള്ള നെല്ലിക്ക പറിച്ചുതിന്ന് പച്ചവെള്ളം കുടിച്ചാലുള്ള രുചി ഒരു കാലത്തും മറക്കാനാവില്ല.

താവ്വോറത്ത് വീട്ടിൽ എത്തിയപ്പോൾ പ്രതീക്ഷിച്ചതുപോലെ നെല്ലിക്ക കിട്ടിയില്ലെങ്കിലും ദാഹമുള്ളതിനാൽ ഇന്ദിരേച്ചി കിണറ്റിൽനിന്ന് വെള്ളം വലിച്ച് കുടിക്കുകയും കൂടെയുള്ളവർക്ക് കൊടുക്കുകയും ചെയ്തു. രോഹിണി ടീച്ചർ ഇറങ്ങിവന്ന് അകത്തേക്ക് ക്ഷണിച്ചെങ്കിലും എല്ലാവരും വരാന്തയിൽ നിന്നു. കാരണം?

ടീച്ചറുടെ സഹോദരൻ കുമാരേട്ടൻ വരാന്തയിലിരുന്ന് ചിത്രം വരക്കുകയാണ്. നാട്ടിൽ അറിയപ്പെടുന്ന ഒരേഒരു ചിത്രകാരനാണ് അയാൾ. അരികിൽ പോയി നോക്കിയപ്പോൾ മുന്നിലുള്ള മേശപ്പുറത്ത് ജീവനുണ്ടെന്ന് തോന്നിക്കുന്ന ചിത്രങ്ങൾ. മുന്നിൽ നീലയും ചുവപ്പും മഞ്ഞയും പച്ചയും കറുപ്പും നിറമുള്ള ചായങ്ങൾ കോപ്പകളിൽ കലക്കി വെച്ചിരിക്കുന്നു. അവ ഓരോന്നിലും ബ്രഷ് കൊണ്ട് മുക്കിയിട്ട് അദ്ദേഹം ചിത്രങ്ങൾ വരക്കുകയാണ്. വരാന്തയിൽ നീളവും വീതിയും കൂടി വലിപ്പമുള്ള ബോർഡിൽ അനേകം മനുഷ്യരുടെ തലഭാഗം മാത്രമുള്ള ചിത്രം. അകലെനിന്നും നോക്കിയാൽ തിരിച്ചറിയാവുന്നവിധം വലുതായിട്ടാണ് ഓരോ മനുഷ്യനെയും വരച്ചത്.

കുട്ടികളുടെ ഒച്ച കേട്ടപ്പോൾ ചിത്രകാരൻ തല ഉയർത്തി,

"എന്താ വന്നത്?"

"നമ്മക്ക് ചിത്രം വരച്ചുതരണം."

"എന്തിന്റെ ചിത്രം?"

"പൂവിന്റെ ചിത്രം മതി."

"എന്നാലൊരു കാര്യം ചെയ്യ്, ഈ ബോർഡിൽ ആരൊക്കെയാണ് ഉള്ളതെന്ന് പറഞ്ഞാൻ പൂവിന്റെ ചിത്രം വരച്ചുതരാം. എല്ലാ മനുഷ്യരുടെയും പേര് പറയണം."

മണിക്കുട്ടിയും സുധാകരനും ആദിഷും ഒന്നും പറയാതെ ചി

ത്രങ്ങൾ നോക്കിനിന്നു. ഇന്ദിരേച്ചി ഓരോ ആളെയും ശ്രദ്ധിച്ചു നോക്കിയിട്ട് പറഞ്ഞു,

"നോക്കൂ, ഇവർ മന്ത്രി ഗൗരിയമ്മ അല്ലേ?"

"അതേ, മറ്റുള്ളവരെ പേരുകളും പറയൂ"

"ഇതാ ഇതാണ്, നമ്മുടെ മുഖ്യമന്ത്രി ഇ.എം.എസ്."

"അതേ, മുഖ്യമന്ത്രി തന്നെ, അടുത്തത്?"

"അടുത്തത്, അടുത്തത്... ഇതാ അച്ചുതമേനോൻ."

"ശരിയാണ്, ഇനി?"

"ഇത് നമ്മുടെ വിദ്യാഭ്യാസ മന്ത്രി, മുണ്ടശ്ശേരി മാഷ്."

"ഉം, ബാക്കി പറഞ്ഞോ?"

ബാക്കി ചിത്രങ്ങൾ ഓരോന്നായി ശ്രദ്ധിച്ചെങ്കിലും ഇന്ദിരേച്ചിക്ക് പറയാൻ കഴിഞ്ഞില്ല. അപ്പോൾ മണിക്കുട്ടി പറഞ്ഞു,

"ബാക്കി പിന്നെ പറയാം ചിത്രം തന്നിട്ട്"

"അതിന് രാധാമണി ആരുടേയും പേര് പറഞ്ഞില്ലല്ലോ"

"എനിക്ക് ചിത്രം വേണം."

"പേര് പറയാത്തതുകൊണ്ട് ചിത്രം ഇല്ല."

"വേണ്ട, വേണ്ട, വേണ്ട, വേണ്ട ചിത്രം തരാമെന്ന് പറഞ്ഞതാ."

മണിക്കുട്ടി ഉച്ചത്തിൽ പറഞ്ഞതു കേട്ടപ്പോൾ വീട്ടിനകത്തുനിന്നും രോഹിണി ടീച്ചർ ഇറങ്ങിവന്ന് കാര്യം അന്വേഷിച്ചു. എല്ലാവരും ചേർന്ന് അവളെ കളിയാക്കി ചിരിക്കാൻ തുടങ്ങി. അതിനിടയിലാണ് കുമാരേട്ടൻ ആദിഷിനെ ശ്രദ്ധിച്ചത്. അദ്ദേഹം ചോദിച്ചു,

"ഈ കുട്ടിയേതാ? ഇതുവരെ കണ്ടിട്ടില്ലല്ലോ."

"ഇവന്റെ പേരാണ് ആദിഷ്, സ്കൂളിന്റെ പറമ്പിൽനിന്ന് കിട്ടിയതാ, ഇപ്പോൾ മണിക്കുട്ടിയുടെ വീട്ടിൽ താമസിക്കുന്നു."

"അതൊക്കെ കളവു പറയുന്നതല്ലേ, സ്കൂളിന്റെ പറമ്പിൽ ആകാശത്തുനിന്ന് വീണതാണോ?"

"അതൊന്നും നമ്മക്കറിയില്ല, ഇവന് ഇംഗ്ലീഷ് നന്നായി അറിയാം."

"ഇംഗ്ലീഷ് പറയുമെന്നോ? വാട്ട് ഈസ് യുവർ നെയിം?"

"മൈ നെയിം ഈസ് ആദിഷ്."

"വാട്ട് ഈസ് യുവർ ഫാദേർസ് നെയിം?"

ആദിഷിന് സംശയമായി,, എന്താണ് പറയേണ്ടത്, ഇവിടെ വ

ന്നതിനുശേഷം സ്വന്തം ഫാദറെയും മദറെയും മറന്നിരിക്കയാണ്. ഉത്തരം പറഞ്ഞാൽ വീണ്ടും വീണ്ടും ചോദ്യം വരുമ്പോൾ പറയാൻ ഉത്തരം ഉണ്ടാവില്ല. അവനങ്ങനെ സംശയിച്ച് നിൽക്കുമ്പോൾ കുമാരേട്ടൻ പറഞ്ഞു,

"ഇംഗ്ലീഷ് വായിക്കാനും പറയാനും അറിയുന്നവന് എന്റെ വകയായി ഒരു സമ്മാനം തരാം"

കുമാരേട്ടൻ അകത്തുപോയി തിരിച്ചുവരുമ്പോൾ കൈയിലുള്ളത് നീലനിറത്തിൽ തിളങ്ങുന്ന പുസ്തകം. ഏതാണ്ട് മാതൃഭൂമി ആഴ്ചപ്പതിപ്പ് പോലെ വലിപ്പമുള്ള പുസ്തകത്തിന്റെ മിനുസമുള്ള നീല കവറിൽ ചിരിക്കുന്ന ചുണ്ടെലികളുടെ ചിത്രം. ആദിഷിന് പുസ്തകം കൊടുത്തിട്ട് അദ്ദേഹം പറഞ്ഞു.

"ഇംഗ്ലീഷ് അറിയുന്നവന് വായിക്കാനായി എന്റെ വക ഒരു സമ്മാനം. സൂക്ഷിച്ചു വെക്കണം, ബോംബെയിൽ നിന്നും അയച്ചുതന്നതാണ്."

കൈയിൽ കിട്ടിയ പുസ്തകം നോക്കിയപ്പോൾ ആദിഷ് ഞെട്ടി. നീലനിറത്തിൽ തിളങ്ങുന്ന കവറിൽനിന്നും മിക്കിമൌസ് അവനെനോക്കി ചിരിച്ചുകൊണ്ട് കണ്ണിറുക്കി. പെട്ടെന്നുതന്നെ പുസ്തകം തുറന്നപ്പോൾ നിറയെ കാർട്ടൂൺ ചിത്രങ്ങൾ.

പരിചയമുള്ള കൂട്ടുകാരുടെ ചിത്രങ്ങളെല്ലാം പുസ്തകത്തിൽ നിരന്നു കിടക്കുകയാണ്. ടീവിയിലും ലാപ്ടോപ്പിലും സ്മാർട്ട്ഫോണിലും ഓടിക്കളിച്ചവർ,, മറന്നുപോയ കൂട്ടുകാരെല്ലാം ആദിഷിന്റെ മനസ്സിൽ ഓടിയെത്തി. മിക്കി മൌസ്, ഡോണാൾഡ് ഡക്ക്, ടോം ആന്റ് ജറി, പ്ലൂട്ടൊ, സ്റ്റുവേർട്ട് ലിറ്റിൽ

****

20

തെയ്യം കാണാൻ പോയപ്പോൾ

പാറക്കണ്ടി കാവിലെ തെയ്യം, ഒരു വർഷത്തെ ഇടവേളക്കുശേഷം നാട്ടുകാർ കാത്തിരിക്കുന്ന ഗ്രാമീണരുടെ ആഘോഷമായ ഉത്സവത്തിന് തുടക്കമായി. കുട്ടികൾക്കെല്ലാം ഏതുനേരത്തും കാവിൽ പോകാമെങ്കിലും ആദിഷിനും മണിക്കുട്ടിക്കും അങ്ങനെയൊരു സ്വാതന്ത്ര്യം ഉണ്ടായിരുന്നില്ല. മണിക്കുട്ടി ഒറ്റക്ക് പോകുന്നത് ഇന്ദിരേച്ചിയുടെ വീട്ടിൽ മാത്രം. ബന്ധുവായ ശൈലയുടെ വീട് അടുത്താണെങ്കിലും അവിടെ പോകുന്നതുപോലും അമ്മമ്മയുടെ ഒപ്പരം ആയിരിക്കും. ഇന്ദിരേച്ചിയും സുധാകരനും അടക്കം മറ്റു വീടുകളിലെ കുട്ടികൾ രാത്രിയും പകലുമായി കാവിൽ പോയെങ്കിലും മണിക്കുട്ടിയും ആദിഷും വീട്ടിലുള്ളവരെ കാത്തിരുന്നു.

ഗ്രാമീണരായ നാട്ടുകാരെല്ലാം ഒത്തുചേരുന്ന ആഘോഷമാണ് പാറക്കണ്ടി കാവിലെ തെയ്യം. മൂന്നു ദിവസങ്ങളിലാണ് ആഘോഷം അരങ്ങേറുന്നത്. ആദ്യദിവസം രാത്രി കാവ് തുറന്ന് പൂജകൾ നടത്തുന്ന ചടങ്ങുമാത്രം. എങ്കിലും അന്നുരാത്രി നാട്ടുകാരുടെ വകയായി പാട്ടും നൃത്തവും നാടകവും ഉണ്ടാവും. കഴിഞ്ഞവർഷം കഥകളി ഉണ്ടായിരുന്നു. ഇത്തവണ കഥാപ്രസംഗം ആണെന്ന് കേട്ടു. രാത്രിഭക്ഷണം കഴിഞ്ഞ് അമ്മയും അമ്മമ്മയും ഇളയമ്മയും അച്ഛനും ആദിഷും മണിക്കുട്ടിയും കാവിലേക്ക് നടന്നു. പരിപാടികൾ കാണാനായി ധാരാളം ആളുകൾ നിലത്ത് മണ്ണിൽ ഇരിക്കുകയാണ്. സ്റ്റേജിൽ ഉള്ളവരിൽ ഒരാൾ പാട്ടുപാടിയിട്ട് കഥ പറയുമ്പോൾ മറ്റൊരാൾ ഹാർമ്മോണിയം വായിച്ച് താളം പിടിക്കുന്നു. ശ്രീരാമന്റെ കഥയാണ് പറയുന്നത്, കേൾക്കാൻ നല്ലരസം, പാതിരാനേരം കഴിഞ്ഞത് ആരും അറിഞ്ഞില്ല.

പരിപാടി തീർന്നപ്പോൾ എല്ലാവരും എഴുന്നേറ്റ് വീട്ടിലേക്ക് പോ

കാൻ തുടങ്ങി. വെളിച്ചത്തിനായി കാവിലുള്ളത് 'പെട്രോമാക്സ്' എന്ന വലിയ വിളക്കുകളാണെന്ന് ഇളയമ്മ പറഞ്ഞുതന്നു. അവിടെനിന്നും ഇറങ്ങിയപ്പോൾ ചുറ്റുപാടും ഇരുട്ട് നിറഞ്ഞു. അല്പസമയം കഴിഞ്ഞപ്പോൾ ടോർച്ചിന്റെ വെളിച്ചവുമായി അച്ചൻ വന്നു. ആ നേരത്ത് ആദിഷ് മറ്റൊരു കാഴ്ച കാണാനിടയായി. പലരുടേയും കൈയിൽ ടോർച്ചിനു പകരം തെങ്ങോലകൾ നീളത്തിൽ കെട്ടിയുണ്ടാക്കിയ ചൂട്ട. ചൂട്ടയുടെ ഒരറ്റത്ത് കത്തിച്ച തീയുടെ വെളിച്ചത്തിൽ നടന്നുപോകുന്നവർ. ചൂട്ടവീശി നടക്കുന്ന ആളുകൾ!!!

ഇളയമ്മയോടൊപ്പം പിറ്റേന്ന് വൈകിട്ട് കാവിലെത്തിയപ്പോൾ തെയ്യം തുടങ്ങിയതായി കണ്ടു. കാവിന്റെ മുറ്റത്ത് വിചിത്രമായ വേഷം അണിഞ്ഞ മനുഷ്യനാണ് തെയ്യം. ചെണ്ടമേളത്തിനൊത്ത് ചുവടുവെച്ച് ആ മനുഷ്യൻ ഡാൻസ് ചെയ്യുമ്പോൾ ആളുകളെല്ലാം ഭക്തിയോടെ കൈകൂപ്പുകയാണ്. ദേഹത്തുനിറയെ ചുവപ്പും മഞ്ഞയും കറുപ്പും വെള്ളയും ചായങ്ങൾ പൂശിയിട്ടുണ്ട്. ചുവപ്പു നിറമുള്ള ഡ്രസ്സിൽ നിറയേ മിന്നുന്ന കുമിളകൾ, ഭംഗിയുള്ള കിരീടം തലയിൽ വെച്ചിട്ടുണ്ട്. ചുവപ്പും മഞ്ഞയും നിറത്തിൽ മിന്നിത്തിളങ്ങുന്ന അലങ്കാരങ്ങളുള്ള കിരീടത്തിന് നല്ല ഭംഗിയുണ്ട്. ആകപ്പാടെ കാണാനൊരു ചന്തം.

ധാരാളം കുട്ടികൾ കാവിന്റെ മുറ്റത്തും പരിസരങ്ങളിലുമായി നടക്കുന്നുണ്ട്. അവരിൽ ചിലർ ആദിഷിന്റെ കൂടെ പഠിക്കുന്നവരും കൂട്ടുകാരും ആണ്. അഞ്ചാം ക്ലാസിൽ പഠിക്കുന്ന രണ്ട് കുട്ടികൾ ഏതോ തരം സ്വീറ്റ്സ് വില്പനയിൽ ഏർപ്പെട്ടതായി കണ്ടു. പരന്ന ട്രേയിൽ പല നിറത്തിലും ആകൃതിയിലും ഉള്ള സ്വീറ്റ്സ് നിരത്തിവെച്ചത് ഉയർത്തിപ്പിടിച്ച് നടക്കുമ്പോൾ 'നാരങ്ങ മിഠായി, ഒരണക്ക് പത്തെണ്ണം' എന്ന് ഇടയ്ക്കിടെ അവർ ഉച്ചത്തിൽ പറയുന്നുണ്ട്. സന്ധ്യാനേരത്ത് വീട്ടിലേക്ക് തിരിച്ചുവന്നപ്പോൾ ആദിഷിനും മണിക്കുട്ടിക്കും വിഷമമായി. അന്നു രാത്രി പുലരുന്നതുവരെ പല തരം തെയ്യങ്ങൾ ഉണ്ടെങ്കിലും രാത്രിനേരത്ത് കാവിൽ നിൽക്കാതെ വീട്ടിലെത്തണമെന്ന് വലിയമ്മാവൻ പറഞ്ഞതിനാൽ രാത്രിയിലെ ഉത്സവകാഴ്ചകൾ കാണാനായില്ല. എങ്കിലും കാവിലുള്ള ചെണ്ടമേളം വീട്ടിലിരുന്ന് കേൾക്കുന്നുണ്ട്.

മൂന്നാമത്തെ ദിവസം പുലർന്നപ്പോൾ കാവിലേക്ക് പോകാൻ മണിക്കുട്ടിയും ആദിഷും തിരക്കുകൂട്ടി. കാവിൽ ഉത്സവം ആയതു

കൊണ്ട് തിങ്കളാഴ്ച ചേരണി ഗ്രാമത്തിലെ സ്കൂളിന് അവധിയാണ്. ആ ദിവസം ഒരു വിശേഷം ഉണ്ടായി, ഇളയമ്മ ആദ്യമായി സാരി ഉടുത്തു. അതുവരെ പാവാടയിൽമാത്രം നടന്നിരുന്ന ഇളയമ്മക്ക് രണ്ട് സാരികൾ കിട്ടി. ഒന്ന് നീലനിറത്തിൽ പച്ചയും മഞ്ഞയും പൂക്കളോട് കൂടിയത്, മറ്റേത് പച്ചനിറത്തിൽ നീലയും ചുകപ്പും പൂക്കളുള്ളത്. പലതരം പൂക്കളുള്ള രണ്ട് വോയിൽ സാരിയും രണ്ട് ബ്ലൗസും മണിക്കുട്ടിയുടെ അച്ഛൻ കണ്ണൂരിൽനിന്നും കൊണ്ടുവന്നതാണ്. കിട്ടിയപ്പോൾ തന്നെ ഓരോന്നായി ഇട്ടുനോക്കിയിട്ട് എല്ലാവരോടും ഇളയമ്മ അഭിപ്രായം ചോദിച്ചു.

കാവിലെ തെയ്യംകാണാൻ ആദ്യമായി സാരി ഉടുത്തുകൊണ്ട് രാവിലെതന്നെ ഇളയമ്മ വീട്ടിൽനിന്നും ഇറങ്ങി. ഇളയമ്മയുടെ സാരിയോടൊപ്പം ആദിഷിനും മണിക്കുട്ടിക്കും പുത്തൻ കുപ്പായങ്ങൾ ലഭിച്ചു. പുത്തൻ സാരിയുടുത്ത ഇളയമ്മയോടൊപ്പം പുത്തനുടുപ്പിട്ട കുട്ടികളും കാവിലേക്ക് നടന്നു, അമ്മയും അച്ഛനും അമ്മമ്മയും അമ്മാവനും അമ്മായിയും പിന്നീട് വന്നുകൊള്ളും. അപ്പോൾ ആദിഷിന്റെ ചെവിയിൽ മണിക്കുട്ടി പറഞ്ഞു,

"ഇളയമ്മയുടെ കല്ല്യാണം ഉണ്ട്"

വീട്ടിൽവെച്ച് ചെണ്ടമേളം കേട്ടുകൊണ്ടാണ് കാവിലെത്തിയത്. അവിടെ എത്തിയ ഇളയമ്മയും മണിക്കുട്ടിയും ആദിഷും ഞെട്ടി. കാവിന്റെ പരിസരമൊട്ടാകെ ആളുകളെകൊണ്ട് നിറഞ്ഞിരിക്കുന്നു. ചെണ്ടയുടെ ശബ്ദത്തോടൊപ്പം ആളുകളുടെ ആരവവും മണിയടിയും കുട്ടികളുടെ കരച്ചിലും പലതരം കളിപ്പാട്ടങ്ങളുടെ ശബ്ദവും ഉച്ചഭാഷിണി വഴിയുള്ള അറിയിപ്പുകളും ചേർന്ന് ബഹളം തന്നെ. ധാരാളം മനുഷ്യരെ കണ്ടപ്പോൾ ആദിഷ് ചിന്തിച്ചു,

"അനേകം ആളുകൾ ചേർന്ന് തിക്കും തിരക്കും ഉണ്ടാക്കുമ്പോൾ അനേകം രോഗങ്ങൾ പകരില്ലേ? ഇവിടെ രോഗാണുക്കൾ ഇല്ലായിരിക്കും; അതുകൊണ്ടല്ലേ നാട്ടുകാർ മാസ്ക് ഉപയോഗിച്ച് വായയും മൂക്കും മൂടിക്കെട്ടാത്തത്". മാസ്ക് ഇല്ലാതെ നടക്കുന്നത് സുഖവും സ്വാതന്ത്ര്യവും ലഭിക്കുന്ന ഏർപ്പാടാണെന്ന് ആദിഷിന് ശരിക്കും മനസ്സിലായി.

ഇളയമ്മ രണ്ടുപേരെയും മുറുകെ പിടിച്ചുകൊണ്ട് ആളുകൾക്കിടയിലൂടെ നുഴഞ്ഞുകയറി കാവിന്റെ മുറ്റത്ത് എത്തിയപ്പോൾ അതിമനോഹരങ്ങളായ കാഴ്ചകൾ കാണാനിടയായി. ഒരുവശത്ത് ധാ

രാളം ആണുങ്ങൾ നിരന്നുനിന്ന് ചെണ്ടമുട്ടുന്നു; അതിനൊപ്പം ചേങ്ങിലയുടെ താളം. കാവിന്റെ നടുമുറ്റത്ത് ദേഹം മുഴുവനായി നിറങ്ങൾകൊണ്ട് അലങ്കരിക്കപ്പെട്ട തെയ്യം പീഠത്തിൽ ഇരിക്കുകയാണ്. പാറക്കണ്ടി പരദേവത എന്ന ദൈവമാണ് അതെന്ന് പറഞ്ഞു തന്നു. ചുവന്ന ചെത്തിപ്പൂ മാലകൾകൊണ്ട് അലങ്കരിച്ച അർദ്ധവൃത്താകൃതിയുള്ള വലിയൊരു കിരീടം തെയ്യത്തിന്റെ തലയിലുണ്ട്. കൈയിലും അരയിലും ചുവന്ന പൂക്കളുടെ മാലകൾ. ചുവപ്പും മഞ്ഞയും ചായം പൂശിയ ദേഹത്ത് അണിഞ്ഞത് ചുവന്നുമിന്നുന്ന വസ്ത്രങ്ങളാണ്. പീഠത്തിൽനിന്നും പതുക്കെ എഴുന്നേറ്റ തെയ്യം ചെണ്ടമുട്ടിന്റെ താളത്തിനൊത്ത് ചുവടുവെച്ചപ്പോൾ ആളുകളെല്ലാം ഒപ്പം നടക്കാൻ തുടങ്ങി. തെയ്യത്തിന്റെ മുന്നിൽ നെയ്‌വിളക്കും തൂക്കുവിളക്കുമായി ആണുങ്ങളും തളികയിൽ അരിയും പൂവും എടുത്തുകൊണ്ട് കൊച്ചു പെൺകുട്ടികളും നടന്നു. മുന്നോട്ടു നടക്കുമ്പോൾ പ്രായമുള്ള ഒരാൾ ഇളയമ്മയോട് പറഞ്ഞു,

"മീനാക്ഷീ നിന്റെ ഒപ്പരം വന്ന രാധാമണിയോട് തളികയെടുക്കാൻ പറയൂ."

ഇളയമ്മ മണിക്കുട്ടിയെ മുന്നിലേക്ക് നീക്കിയപ്പോൾ ആ മനുഷ്യൻ അരിയും പൂവും നിറച്ച തളിക അവളുടെ കൈയിൽ കൊടുത്തിട്ട് പറഞ്ഞു,

"തെയ്യം തല താഴ്ത്തുമ്പോൾ അരിയും പൂവും വാരി തലയിൽ എറിയണം."

മണിക്കുട്ടി കാവിനെ ചുറ്റുന്ന തെയ്യത്തെ അരിയും പൂവും ഇട്ട് സ്വീകരിക്കാൻ പോയപ്പോൾ ആദിഷിന്റെ കൈ മുറുകെ പിടിച്ചുകൊണ്ട് ഇളയമ്മയും അവരോടൊപ്പം ചുറ്റിനടന്നു. തെയ്യത്തിന്റെ തലയിൽ അരിയും പൂവും എറിയാനുള്ള ഭാഗ്യം ലഭിച്ച ആവേശത്തിലാണ് മണിക്കുട്ടി. ആളും ആരവങ്ങളും ഒത്തുചേർന്ന താളത്തിനൊത്ത് ചുവടുവെച്ച തെയ്യം മൂന്നു തവണ കാവ് ചുറ്റിവന്ന ശേഷം മുന്നിലുള്ള മുറ്റത്തുനിന്ന് അറിയപ്പെടാത്ത ഭാഷയിൽ എന്തൊക്കെയോ ഉച്ചത്തിൽ പറഞ്ഞശേഷം മുന്നിലുള്ളവർക്ക് അരിയും മഞ്ഞളും നൽകി. ചെണ്ടയുടെ താളത്തിനൊത്ത് തെയ്യം മുറ്റത്ത് പലതരം ചുവടുകൾ വെച്ചുതുടങ്ങി.

അതുവരെ തളികയും വിളക്കും എടുത്ത കുട്ടികളെയെല്ലാം അകലേക്ക് മാറ്റി. മണിക്കുട്ടിയെ ഇളയമ്മ പിടിച്ചുവെച്ചപ്പോൾ അവൾ

എന്തൊക്കെയോ പറയുന്നുണ്ടായിരുന്നു. പിന്നീട് ചെണ്ടമേളത്തിനൊപ്പം മുറ്റം നിറയെ ചുവടുവെച്ച് ഓടുകയും നടക്കുകയും ചെയ്യുന്ന തെയ്യത്തിനൊപ്പം ആൺകുട്ടികൾ കൂവിയാർത്തുകൊണ്ട് ഒപ്പം കൂടി. കൂവലിന്റെ ശബ്ദം വർദ്ധിക്കുന്തോറും തെയ്യം കുട്ടികളുടെ അടുത്തുകൂടി. അവരൊപ്പം പോയിട്ട് കൂവിയാലോ എന്ന് ആദിഷിന് തോന്നിയെങ്കിലും വേണ്ടെന്നുവെച്ചു.

കാവിന്റെ മുറ്റത്തുനിന്ന് തെയ്യം കാണുന്ന ആദിഷിനോട് ഇളയമ്മ ചോദിച്ചു,

"ആദിമോൻ ഇതൊക്കെ ആദ്യമായി കാണുന്നതല്ലേ?"

"അതേ ബ്യൂട്ടിഫുൾ."

"ഇവിടത്തെ തിരക്ക് കഴിയുമ്പോഴേക്കും നമ്മക്ക് വള വിൽക്കുന്നിടത്ത് പോയിവരാം."

ഇളയമ്മ രണ്ടുപേരുടെയും കൈപിടിച്ച് തിരക്ക് കുറഞ്ഞ ഭാഗത്തേക്ക് നടന്നു. കാവിനു പിന്നിലുള്ള മരങ്ങൾക്കിടയിലൂടെ നടന്നപ്പോൾ അവർ എത്തിച്ചേർന്നത് കച്ചവടം നടക്കുന്ന ചന്തയിണ്. അവിടമാകെ നിറങ്ങൾ നിരന്നു കിടക്കുകയാണ്. പലതരം മാലകൾ, വളകൾ, ബലൂണുകൾ, പമ്പരങ്ങൾ, പീപ്പികൾ, പാവകൾ,, എല്ലാം നിലത്തുവിരിച്ച വെള്ളത്തുണിയിൽ നിരത്തിവെച്ചിരിക്കുന്നു. അതിലൊന്ന് ഫ്ളൂട്ട്, അതായത് ഓടക്കുഴൽ. ഒരു കാലത്ത് സ്വന്തമാക്കാൻ ആഗ്രഹിച്ച വസ്തു നോക്കുമ്പോൾ ഇളയമ്മ പറഞ്ഞു,

"മണിക്കുട്ടിക്ക് കൈയിലിടാൻ വള വാങ്ങണം, ആദിഷിന് ബോളോ പീപ്പിയോ വാങ്ങാം."

"എനിക്ക് കുപ്പിവള മതി"

"കുപ്പിവളയോ, എന്നിട്ട് പെട്ടെന്ന് പൊട്ടിപ്പോകാനോ?"

"എന്നാലും കുപ്പിവള വേണം."

"നാളേക്ക് പൊട്ടിയാൽ സ്കൂളിൽ പോകുമ്പോൾ ഇടാൻ ഉണ്ടാവില്ല."

"എന്നാല് ഒരു കൈയിൽ കുപ്പിവളയും മറ്റൈകൈയിൽ പൊട്ടാത്ത വളയും മതി."

"അതുശരി, അങ്ങനെയാവാം."

ഇടതു കൈയിൽ കുപ്പിവളയും വലതുകൈയിൽ കൊമ്പിന്റെ വളയും കച്ചവടക്കാരൻ അണിയിച്ചപ്പോൾ മണിക്കുട്ടി തുള്ളിച്ചാ

ടി. അപ്പോഴാണ് അവൾ പുതിയതായൊരു മാല കണ്ടത്, സുന്ദരമായ മുത്തുമാല. ചുവപ്പും മഞ്ഞതും പച്ചയും മുത്തുകളാൽ തിളങ്ങുന്ന മുത്തുമാല ചൂണ്ടിക്കാട്ടിയപ്പോൾ ഇളയമ്മ പറഞ്ഞു,

“സ്വർണ്ണമാല അല്ലാതെ മറ്റൊരു മാലയും ഇടരുതെന്നല്ലേ അമ്മ പറഞ്ഞത്. അതുകൊണ്ട് മുത്തുമാല വേണ്ട. ഇനി ആദിമോന് എന്താ വേണ്ടത്?”

“ആദിക്ക് കളിക്കാൻ ബോൾ മതി. പിന്നെ ബലൂൺ രണ്ടാൾക്കും വേണം.”

മണിക്കുട്ടി പറഞ്ഞതൊന്നും ശ്രദ്ധിക്കാതെ ആദിഷ് ഫ്ളൂട്ട് തൊട്ടുകാണിച്ചു. അവന് മറ്റൊന്നും വേണ്ട,, ഫ്ളൂട്ട് മാത്രം മതി. ഇളയമ്മ പറഞ്ഞു,

“ആദിമോൻ ഇഷ്ടമുള്ള ഓടക്കുഴൽ എടുത്തോളു.”

“രണ്ട് ബലൂണും വേണം.”

വടിയുടെ അറ്റത്ത് കാറ്റുനിറച്ച് കെട്ടിയ രണ്ട് ബലൂണുകൾ വാങ്ങി മണിക്കുട്ടിക്കും ആദിഷിനും കൊടുത്തു. ഇളയമ്മ കച്ചവടക്കാരനോട് സംസാരിച്ച് പൈസ കൊടുക്കുമ്പോൾ ആദിഷിന്റെ ശ്രദ്ധ കൈയിലുള്ള ഫ്ളൂട്ടിലാണ്. അതിന്റെ ഒരു വശത്ത് ഊതിനോക്കിയിട്ട് ഒച്ച ക്രമീകരിച്ചപ്പോൾ മാധുര്യമുള്ള സ്വരം വെളിയിൽ വന്നു. ആ ശബ്ദത്തിൽ പാറക്കണ്ടി കാവും ചെണ്ടമേളവും തെയ്യവും ആളുകളും എല്ലാം ആദിഷിന്റെ മനസ്സിൽ നിറഞ്ഞാടി.

****

21

ചേരണിക്കടപ്പുറത്തെ മത്സ്യം പങ്കുവെക്കൽ

ദിവസങ്ങൾ ഓരോന്നായി കഴിഞ്ഞപ്പോൾ ആദിഷ് ചേരണി ഗ്രാമത്തിന്റെ തീരദേശമായ കടപ്പുറംചാൽ വടക്കെവീട്ടിലെ കുട്ടിയായി. അവനിപ്പോൾ അച്ഛനും അമ്മയും അമ്മമ്മയും ഇളയമ്മയും സഹോദരിയും അമ്മായിയും അമ്മാവനും ബന്ധുക്കളും നാട്ടുകാരും കൂട്ടുകാരും ഉണ്ട്. ചേരണി എൽ.പി. സ്കൂളിലെ അദ്ധ്യാപകരും സഹപാഠികളും ഉണ്ട്. വായനശാലയും കടൽതീരവും കാവും കുളവും തോടും വയലും പറമ്പും കടലും എല്ലാം അവന് സ്വന്തമാണ്.

ഒരുദിവസം, ഞായറാഴ്ച വൈകി ഉണർന്ന മണിക്കുട്ടിയും ആദിഷും കറുത്ത ചട്ടിയിൽ നിന്നും കറുകറുത്ത ഉമിക്കരി ഇടത്തെ ഉള്ളംകൈയിലെടുത്ത് വലതുകൈ വിരലുകൾകൊണ്ട് നന്നായി പൊടിച്ചതിൽ വലത് ചൂണ്ടുവിരലിൽ മുക്കി പല്ലുതേച്ച് കിണ്ടിയുടെ വാലിലൂടെ ഒഴുകിയിറങ്ങിവരുന്ന ജലധാരകൊണ്ട് വായ കഴുകിയശേഷം കഞ്ഞി കുടിക്കുമ്പോഴാണ് കുഞ്ഞിക്കടപ്പുറത്തെ കുമാരൻഗുരിക്കൾ വീട്ടിലേക്കുനോക്കി വിളിച്ചുപറയുന്നതു കേട്ടത്.

“ഇന്ന് വലവെലിച്ചപ്പം വലീയ മീനിനെ കിട്ടീട്ടുണ്ട്, കടപ്പൊറത്തെ പീടിയേന്റെ മുമ്പില് മോളെ അയച്ചാൽ അതിനെമുറിക്കുമ്പം നിങ്ങക്കും ഒരോഹരി തരാം.”

അതുകേട്ടപ്പോൾ അമ്മ ശല്യംചെയ്യാൻ തുടങ്ങി,

“നീയൊന്ന് കഞ്ഞികുടിച്ചാട്ടെ, വേഗം പോയിറ്റില്ലെങ്കിൽ മീനൊക്കെ ഓഹരിവെച്ച് മറ്റുള്ളാള് കൊണ്ടുപോകും. ആദിനെയും കൂട്ടിക്കോ.”

മൂന്നാം തവണയും അറിയിപ്പ് വന്നപ്പോൾ കഞ്ഞികുടി നിർത്തിയിട്ട് മണിക്കുട്ടി പറഞ്ഞു,

"ബാക്കി കഞ്ഞി മീനുമായി വന്നിറ്റ് കുടിക്കാം."

അപ്പോഴാണ് ഇളയമ്മ മുന്നിലെത്തിയത്,

"നീയാ പെറ്റിക്കോട്ട് മാറ്റീട്ട് വേറെ കുപ്പായം ഇട്ടോ."

"അതൊന്നും വേണ്ട."

കിണ്ണത്തിലെ കഞ്ഞി മാറ്റിവെച്ച് ചമ്മന്തി മൊത്തമായി തിന്നുകൊണ്ട് അടുക്കളയിൽനിന്ന് രണ്ടാളും മുറ്റത്തേക്ക് തുള്ളിയ നേരത്ത് ഇളയമ്മ കുപ്പായവുമായി ഓടിവന്നു. പെറ്റിക്കോട്ട് മാറ്റി മണിക്കുട്ടിയെ കുപ്പായത്തിലാക്കിയപ്പോൾ ആദിഷിന്റെ ട്രൗസറിനു മുകളിൽ ഷേർട്ട് കൂടി ഇട്ടുകൊടുത്തു.

മുറ്റത്തിറങ്ങിയപ്പോൾ കത്തിവാൾ കൊണ്ട് തേങ്ങയുരിക്കുന്ന അമ്മമ്മ പറഞ്ഞു,

"മീനുമായി വരുമ്പോൾ കാക്കയും പരുന്തും കൊണ്ടുപോകാതെ നോക്കണം."

ചേരണി നാട്ടിൽ കാക്കകളെക്കാൾ കൂടുതൽ പരുന്തുകളാണെന്ന് തോന്നും. ചെമ്പരുന്ത്, മീൻപരുന്ത്, കൃഷ്ണപ്പരുന്ത്, താലിപ്പരുന്ത്, ചുട്ടിപ്പരുന്ത്, കടൽപരുന്ത്, ചേരപ്പരുന്ത്, ചക്കിപ്പരുന്ത് തുടങ്ങിയ പലയിനം പരുന്തുകൾ കടപ്പുറത്തും ഗ്രാമത്തിനുചുറ്റിലും റാകിപ്പറന്നു കളിക്കാറുണ്ട്. ഈ പരുന്തുകൾ അതിവിശിഷ്ടങ്ങളായ നേത്രങ്ങൾകൊണ്ട് നിരീക്ഷണം നടത്തുന്നത് മീനുകളെ ആയിരിക്കും. അവർക്കാണെങ്കിൽ കാലുകൾകൊണ്ട് മീനുകളെ റാഞ്ചിയെടുക്കാനാണ് ഇഷ്ടം. പരുന്തിനുംകൂടി അവകാശപ്പെട്ട മീൻ എട്ടുവയസുകാരായ കുട്ടികളുടെ കൈയിൽ കണ്ടാൽ അത് തട്ടിപ്പറിക്കുന്നത് പരുന്തിന്റെ കുറ്റമാണോ?

മുറ്റത്തിറങ്ങിയ രണ്ടുപേരും വീടിന്റെ മുന്നിലൂടെ തെക്കോട്ട് നടന്ന് ഇന്ദിരേച്ചിയുടെ വീടായ തെക്കെയിൽ എത്തി. അകലെ നോക്കിയപ്പോൾ കടലിലെ തിരമാലകൾ ഇളകുന്നത് കാണുന്നുണ്ടെങ്കിലും വലിയശബ്ദമൊന്നും കേൾക്കാനില്ല. അതാണ് ഇവിടെയുള്ള ആളുകളുടെ ശീലം, കടൽതീരത്ത് ജീവിക്കുന്നവർ കടലിന്റെ സാധാരണ ശബ്ദമൊന്നും കേൾക്കാറില്ല. ചിലകാലത്ത് ആഴിയുടെ അടിത്തട്ടിൽനിന്നും രൂപംകൊണ്ട ചുഴികളും കറക്കങ്ങളും ചേർന്ന് ഭീമാകാരംപൂണ്ട് വമ്പൻ തിരമാലകളായി ഓടിവന്ന് കരയിൽ തലതല്ലി കരയുമ്പോൾ മാത്രം പലരും അന്യോന്യം ചോദിക്കും. ഈ കടലിനെന്ത് പറ്റി?

കടപ്പുറംചാലിലെ വീട്ടുകാരിൽ പലരും പിറന്നുവീണപ്പോൾ ആദ്യം കേട്ടത് അറബിക്കടലിലെ ഓളങ്ങളുടെ ഒരിക്കലും നിലയ്ക്കാത്ത സംഗീതമാണ്. പേറ്റും ഈറ്റും അരങ്ങേറുന്ന കടപ്പുറംചാലിലെ അടുക്കളയിൽ പിറന്നുവീഴുന്ന പ്രജകളെല്ലാം കടലിന്റെ ഉപ്പ് പുരണ്ടവരാണ്. ഓരോ വീടിന്റേയും മുറ്റത്തിറങ്ങി പടിഞ്ഞാറ് നോക്കിയാൽ അറബിക്കടൽ കാണാം. ജനിക്കുന്നതിനുമുൻപ് കേട്ടുകൊണ്ടിരുന്നതും ജനിച്ചാൽ ആദ്യം കേൾക്കുന്നതും തിരമാലകളുടെ ശ്രുതിലയതാളമേളം. അതുതന്നെയാണ് മണിക്കുട്ടിയും കേട്ടത്; അറബിക്കടലിന്റെ താരാട്ടുപാട്ടും അലർച്ചയും. തിരമാലകൾ അലയടിക്കുന്ന ശബ്ദം.

തെക്കെവീട്ടിൽ എത്തിയപ്പോൾ ഇന്ദിരേച്ചിയെ വിളിച്ചു. ഉച്ചത്തിൽ വിളിച്ചിട്ടും ഒച്ച കേൾക്കാത്തതുകൊണ്ട് ആദിഷിനും മണിക്കുട്ടിക്കും സംശയമായി. വീടിന്റെ അടുക്കളവാതിൽ തുറന്ന് അകത്തുകടന്ന് ചായ്പും പടിഞ്ഞാറ്റയും ഇറയകവും നോക്കിയിട്ട് മുൻവാതിലിൽ തുറന്ന് പുറത്തിറങ്ങി. വീട്ടിലാരുമില്ല! വാതില് ചാരിയിട്ട് ഇവരൊക്കെ എവിടെയാ പോയത്? ഇന്ദിരേച്ചിയുടെ അമ്മ പണിക്ക് പോയാൽ നാട്ടിലെ കുട്ടികളുടെ കളിസ്ഥലമാണ് അവരുടെ വീട്. സ്കൂളില്ലാത്ത ദിവസമായതിനാൽ ഇന്ദിരേച്ചിയും സുധാകരനും അടുത്ത ഏതെങ്കിലും വീട്ടിലുണ്ടാവും. വാതിലൊക്കെ തുറക്കാനായത് അതേപോലെ അടച്ചു.

വെളുത്ത പൂഴിയിൽ കാലമർത്തി പതുക്കെ നടന്ന് വായനശാലയുടെ അരികിലെത്തി. അതിനപ്പുറത്തെ പറമ്പിലാണ് നാരാണേട്ടന്റെ ചായപീടികയും ഒപ്പം സാധനങ്ങൾ വിൽക്കുന്ന പീടികയും. രണ്ടുദിവസം മുൻപ് അച്ഛന്റെ ഒപ്പരം അവിടെന്ന് ചായകുടിച്ചത് രണ്ടുപേർക്കും ഓർമ്മയുണ്ട്. കടപ്പുറത്തുനിന്നും പിടിച്ചെടുക്കുന്ന മീനുകളെല്ലാം നാരാണേട്ടന്റെ പീടികയുടെ മുന്നിലാണ് എത്തുന്നത്. അവിടെ വെച്ചാണ് മീൻ വില്പനയും ഓഹരി വെക്കലും നടക്കുന്നത്.

മൂന്ന് ആണുങ്ങൾ ഉണ്ടായിട്ടും മീൻപിടിക്കാൻ കടപ്പുറത്ത് പോകാത്തവരാണ് മണിക്കുട്ടിയുടെ വീട്ടുകാർ. മൂത്ത അമ്മാമൻ അദ്ധ്യാപകൻ, ഇളയമ്മാവൻ മിലിറ്ററി, അച്ഛന് കണ്ണൂരിൽ കച്ചവടം; പിന്നെ അവർക്കെവിടെ മീൻപിടിക്കാൻ നേരം? അതുകൊണ്ട് വീട്ടിലുള്ളവർക്ക് മീൻ തിന്നണമെങ്കിൽ ഏഴര കടപ്പുറത്തുനിന്നോ

ആയിക്കര കടപ്പുറത്തുനിന്നോ തോണിയിൽപോയി വലയിട്ട്പിടിക്കുന്ന മീനുകളെ മജീദ് മാപ്പിളയോ അവറാൻ മാപ്പിളയോ തലച്ചുമടായി ഉച്ചത്തിൽ കൂവിയിട്ട് കൊണ്ടുവരുമ്പോൾ പൈസകൊടുത്ത് വാങ്ങണം. അല്ലെങ്കിൽ അയൽവാസികളുടെ ദാനം സ്വീകരിക്കണം. ഇങ്ങനെയുള്ള മത്സ്യദാനം സ്വീകരിക്കാൻ വീട്ടിലെ ഒരേയൊരു കുട്ടിയായ രാധാമണി എന്ന മണിക്കുട്ടിയെ ആണ് പറഞ്ഞയക്കുന്നത്. ആദിഷ് വന്നപ്പോൾ അവൾക്കൊരു കൂട്ടായി.

വായനശാലയുടെ മുന്നിലൂടെ നടന്നുപോകുമ്പോൾ പരിസരമാകെ നോക്കിയിട്ടും കൂട്ടുകാർ ആരെയും കണ്ടില്ല. വൈകുന്നേരമായാൽ ആണും പെണ്ണുമായി പത്ത്പതിനഞ്ച് കുട്ടികൾ കളിക്കാൻ വരുന്നതാണ്. വായനശാലയിൽ ഇരുന്ന് ഏതാനും ആണുങ്ങൾ പത്രം വായിക്കുന്നുണ്ട്; അവരെ കണ്ടപ്പോൾ അതിലൊരാൾ അടുത്തിരിക്കുന്നവനോട് ചോദിച്ചു,

"ഈ കുട്ടികളെന്തിനാ വേലികടന്ന് അപ്പുറത്ത് പോകുന്നത്?"

"ആടന്ന് മീനിനെ മുറിക്കുന്നുണ്ട്, അത് വാങ്ങാനായിരിക്കും."

"അതെയോ? നമ്മക്കും കിട്ടുമോ?"

"അതിപ്പം നീ നോക്കണ്ട, രാവിലെതന്നെ മീശരാഘവന്റെ വലയില് വലീയൊരു മീന് കുടുങ്ങി. അതിനെ മുറിക്കുന്ന തിരക്കായിരിക്കും."

അവരുടെ സംഭാഷണം കേട്ടുകൊണ്ട് കടലാവണക്കും നുച്ചിലും നിറഞ്ഞ വേലിക്കിടയിലൂടെ അടുത്ത പറമ്പിലേക്ക് നൂണുകടക്കുമ്പോൾതന്നെ രണ്ടുപേർക്കും കാണാൻ കഴിഞ്ഞു. കടപ്പുറത്തെ പീടികയുടെ മുന്നിൽ അവസാനത്തെ ഒരുതുള്ളി വെള്ളത്തിനായുള്ള പിടച്ചിലും അവസാനിപ്പിച്ച് വെളുത്ത പൂഴിയിൽ അവനങ്ങനെ ചത്തുകിടന്ന് തിളങ്ങുകയാണ്.

പത്ത്പന്ത്രണ്ട് ആണുങ്ങൾ ചുറ്റിനിൽക്കുന്ന കൂട്ടത്തിൽ മീൻ തരാമെന്ന് പറഞ്ഞ ഗുരിക്കളെ നോക്കിയെങ്കിലും അയാള് കുട്ടികളെ കാണുന്ന ഭാവമേയില്ല. മീൻമോത്ത് കണ്ണില്ലെന്ന് അമ്മമ്മ പറയുന്നതുപോലെ മീനിനെ തടവുന്ന കുമാരൻ ഗുരിക്കൾ മറ്റുള്ളവരെ ശ്രദ്ധിക്കുന്നില്ല. പെട്ടെന്ന് തെക്കേലെ ദാസാട്ടൻ മരംമുറിക്കുന്ന മഴുവുമായി വന്നിട്ട് പറഞ്ഞു,

"മഴു കിട്ടി, ഇനി സ്രാവിനെ മുറിക്കാം."

അതൊരു വലിയ സ്രാവായിരുന്നു, അമ്മമ്മ പറയുന്ന ചിറാവ്.

സ്രാവിന്റെ വാലുപിടിച്ച് ഉയർത്താനുള്ള ദാസാട്ടന്റെ പരിശ്രമം വെറുതെയായി. അദ്ദേഹത്തെക്കാൾ ഒരടിയിലധികം പൊക്കമുള്ള മീൻ!

കത്തി, കത്ത്യാൾ, പാര, മഴു തുടങ്ങിയ മാരകായുധങ്ങളൊക്കെ എത്തിച്ചേർന്നപ്പോൾ സ്രാവിനെ വെട്ടിപ്പൊളിക്കാൻ തുടങ്ങി. ചിറകെല്ലാം മുറിച്ചതിനുശേഷം ആദ്യം മഴുവീണത് തലയും ഉടലും ചേരുന്നഭാഗത്തു തന്നെ. പെട്ടെന്ന് തെറിച്ചുവീണ ചോരത്തുള്ളികൾ വെള്ളമുണ്ടിൽ പതിച്ചത് പലരും തുടച്ചുമാറ്റി. ഉടുപ്പിൽ ചോര തെറിക്കാതിരിക്കാൻ മണിക്കുട്ടിയും ആദിഷും അകന്നുമാറി. മഴുകൊണ്ട് തോല്പൊളിച്ച് കൊത്തിയെടുത്ത വലിയ കഷ്ണങ്ങൾ, മറ്റുള്ളവരെല്ലാം ഒത്തുചേർന്ന് മുറിച്ച് ചെറിയ കഷ്ണങ്ങളാക്കി മണലിൽ വിരിച്ച ചേമ്പിലയിൽ വലിയ കൂമ്പാരമായി കൂട്ടിയിടുകയാണ്. ഏതാനും മണിക്കൂർ മുൻപ് കടലിലൂടെ നീന്തിത്തുടിച്ച സ്രാവ്, അരമണിക്കൂർകൊണ്ട് ചോരയിൽ കുതിർന്ന ഇറച്ചിത്തുണ്ടുകളായി മാറി.

മുതിർന്ന ആണുങ്ങൾ വളരെ കാര്യമായി ചെയ്യുന്ന കർമ്മങ്ങളെല്ലാം നോക്കിക്കൊണ്ട് പൂച്ചക്കുട്ടികളെ പോലെ ആദിഷും മണിക്കുട്ടിയും നിന്നു. മുതിർന്നവർ ആരും മിണ്ടുന്നതേയില്ല. പരിസരത്ത് കുട്ടികളാരെയും കാണാത്തപ്പോൾ വിഷമം തോന്നി. ക്ഷണിച്ചുവരുത്തിയ ഗുരിക്കളാണെങ്കിൽ കുട്ടികൾ അവിടെയുണ്ടെന്ന ചിന്തയേ ഇല്ല. അവിടെ നിൽക്കുമ്പോൾ മണിക്കുട്ടിക്ക് എന്തോ വിഷമം, ആരും മിണ്ടാത്തതിൽ ആദിഷിനും വിഷമം തോന്നി. തിരിച്ച് വീട്ടിലേക്ക് പോയാൽ അമ്മയും ഇളയമ്മയും അമ്മമ്മയും തിരികെ ഓടിച്ചുവിടും. ഉച്ചക്ക് ചോറിന്റെ ഒപ്പം മീൻകൂട്ടാൻ വെക്കണമെന്ന് പറഞ്ഞിട്ടാണ് അയച്ചത്.

ചോര ഒഴുകുന്ന ഇറച്ചിത്തുണ്ടുകളായി മാറിയ സ്രാവിനെ ഓഹരിവെക്കുന്ന കർമം ചെറമ്മലെ മോഹനേട്ടൻ ഏറ്റെടുത്തു. ആകെയുള്ള ആണുങ്ങളുടെ എണ്ണത്തിന്റെ അത്രയും വാഴയിലകൾ നിലത്ത് വിരിച്ച് സ്രാവിന്റെ കഷ്ണങ്ങൾ തുല്യമായി വീതിച്ചു. പതിനാറ് പേർക്ക് പതിനാറ് ഇലകൾ നിരത്തി. ഓരോ ഇലയിലും പത്ത്വീതം ഇറച്ചികഷ്ണങ്ങൾ വെച്ചശേഷം ദാസാട്ടൻ അറിയിച്ചു,

"ഇഷ്ടമുള്ള ഇല ഓരോ ആൾക്കും എടുക്കാം"

കൂട്ടത്തിൽ നല്ലതെന്ന് തോന്നിയ ഇലയിലെ ഇറച്ചി ഓരോ ആ

ണുങ്ങളും പൊതിഞ്ഞെടുത്ത് സന്തോഷത്തോടെ പിരിഞ്ഞുപോകാൻ നേരത്താണ് കരയാൻ തുടങ്ങുന്ന മണിക്കുട്ടിയെ കിഴക്കേലെ രാമാട്ടൻ ശ്രദ്ധിച്ചത്,

"ഈ കുട്ടികൾ? ഇത്രയും നേരം ഇവിടെ ഉണ്ടായിട്ടും മീന് കൊടുക്കാതെ?"

"ആരാ ഇവരോട് വരാൻ പറഞ്ഞത്?"

മറ്റൊരാൾ പറയാതെ ആദിഷും മണിക്കുട്ടിയും അവിടെ വരില്ലെന്ന് അവർക്കറിയാം.

"അത് ഞാൻ പറഞ്ഞിറ്റാ."

കുമാരൻ ഗുരിക്കൾ മറുപടി പറഞ്ഞപ്പോൾ മറ്റുള്ളവർ കുറ്റപ്പെടുത്തി,

"എന്നിട്ട് മീന് ഓഹരിവെക്കുമ്പം ഗുരിക്കളെന്താ അക്കാര്യം പറയാഞ്ഞത്?"

"ഞാനതിന് അവരെ കണ്ടിട്ടില്ല."

നമ്മളെ മുഖത്ത് അയാള് നോക്കിയതാണ്, എന്നിട്ടും കണ്ടിട്ടില്ലപോലും! കരയാൻ തുടങ്ങുന്ന കുട്ടികളെ നോക്കി ദാസാട്ടൻ ഗുരിക്കളോട് പറഞ്ഞു,

"ഇനിയെന്നാ ചെയ്യ? എല്ലാരും മീന് എടുത്തല്ലോ, ഇനിയിങ്ങനെ മീനിന്റെകാര്യം പറഞ്ഞ് മറ്റുള്ളവരെ കൂട്ടിവരരുത്. ഏതായാലും ഗുരിക്കൾ പറഞ്ഞിട്ടല്ലേ കുട്ടികൾ വന്നത്, അതുകൊണ്ട് ഗുരിക്കളുടെ ഓഹരി അവർക്ക് കൊടുക്ക്."

കുമാരൻ ഗുരിക്കൾ സ്വന്തംവീട്ടിൽ കൊണ്ടുപോകാൻവേണ്ടി പൊതിഞ്ഞുവെച്ച മത്സ്യം ആദിഷിന്റെ കൈയിൽ കൊടുത്തു. അതുമായി വീട്ടിലേക്ക് നടക്കുമ്പോൾ മണിക്കുട്ടി പറഞ്ഞു,

"ആദിഷേ, മീന് ഗുരിക്കളുടെ ഓഹരിയാണെന്ന് നമ്മളാരോടും പറയേണ്ട."

"അങ്ങനെ പറയേണ്ട, അതാണ് നല്ലത്."

ഉച്ചക്ക് ചോറിനൊപ്പമുള്ള മത്സ്യക്കറിക്ക് നല്ല രുചിയുണ്ടെന്ന് അമ്മയും ഇളയമ്മയും പറയുന്നതു കേട്ടപ്പോൾ ആദിഷ് മണിക്കുട്ടിയെ നോക്കി ചിരിച്ചു.

****

22

ഇളയമ്മയുടെ കല്ല്യാണം

ഇളയമ്മയുടെ കല്യാണം എന്ന് കേൾക്കാൻ തുടങ്ങിയിട്ട് കുറേ ദിവസങ്ങളായി. ശരിക്കും ഒരുമാസം മുൻപായിരുന്നു തുടക്കം. അന്നൊരു ഞായറാഴ്ച ദിവസം വീടിന്റെ പിന്നിൽനിന്നും കളിക്കുമ്പോൾ ഏതാനും പുരുഷന്മാർ വരുന്നത് കണ്ടു. കുറച്ചുകഴിഞ്ഞ് അകത്തു വന്നപ്പോൾ അവർ ചായ കുടിക്കുന്നതാണ് കണ്ടത്. വീട്ടിൽ ചായ ഉണ്ടാക്കാറില്ലെങ്കിലും വിശേഷപ്പെട്ട ദിവസങ്ങളിൽ വിശിഷ്ടവ്യക്തികൾ വന്നാൽ നാരാണേട്ടന്റെ പീടികയിൽനിന്നും ചായവാങ്ങി വരാറുണ്ട്. ചായയും പഴവും കഴിക്കുന്നവരിൽ ഒരാൾ ഇളയമ്മയെ മംഗലം കഴിക്കുമെന്ന് അമ്മ പറഞ്ഞപ്പോൾ മണിക്കുട്ടിക്ക് സംശയം,

"ഇളയമ്മയെ മംഗലം കയിക്കാനോ? അതെന്തിനാ?"

"എന്തിനാണെന്നോ, പെണ്ണായാൽ ഒരുത്തൻ വന്ന് മംഗലം കഴിക്കും. എന്നുവെച്ചാൽ കല്യാണം, വിവാഹം എന്നും പറയാം."

"എന്നിട്ട്?"

"എന്നിറ്റ് ഇളയമ്മ അയാളുടെ ഒപ്പരം പോകും"

"ഇളയമ്മ ഇവിടെന്ന് പോകാനോ,, അതൊന്നും പറ്റില്ല."

"പറ്റില്ലെന്ന് നീ പറഞ്ഞാലെങ്ങിനെയാ? പെണ്ണായാൽ അങ്ങനെയാ, വലുതാകുമ്പോൾ നീയും കല്യാണം കഴിച്ചിട്ട് പോകും."

"അങ്ങനെ പോകുന്നുണ്ടെങ്കിൽ കല്യാണം കഴിക്കേണ്ട,, ഇളയമ്മയെ പോകാൻ വിടില്ല."

അവൾ പറയുന്നത് കേട്ടവർ പൊട്ടിച്ചിരിക്കുമ്പോൾ അമ്മ അടുക്കളപ്പണിയിൽ മുഴുകി.

എതിർപ്പ് അവഗണിച്ചുകൊണ്ട് വിവാഹത്തിനുള്ള ഒരുക്കങ്ങൾ തുടങ്ങിയപ്പോൾ മണിക്കുട്ടി നിലപാട് മാറ്റി. അവൾ പറഞ്ഞതു കേട്ട് എല്ലാവരും ചിരിച്ചു,

"ഇളയമ്മ കല്യാണം കഴിച്ചോട്ടെ, പക്ഷേ ഈ വീട്ടിൽനിന്ന് പോകാൻ പാടില്ല."

കല്യാണത്തിന് പത്ത് ദിവസം മുൻപ് ബന്ധുക്കളായ ഏതാനും സ്ത്രീകളും കുട്ടികളും വീട്ടിൽ വന്ന് താമസമാക്കി. വീട്ടുജോലികളിൽ സഹായിക്കുന്ന വിരുന്നുകാരിൽ ചിലർക്ക് ആദിഷിനെ ഇഷ്ടപ്പെട്ടില്ല. എവിടെനിന്നോ വന്ന കുട്ടിക്കുവേണ്ടി പണം ചെലവാക്കുന്നത് തെറ്റാണെന്ന് പറഞ്ഞപ്പോൾ വലിയമ്മാവൻ ദേഷ്യപ്പെട്ട് അവരോട് ഇറങ്ങിപ്പോകാൻ പറഞ്ഞെങ്കിലും ആരും പോയില്ല. കല്യാണവീട്ടിൽ ദിവസങ്ങളോളം താമസിച്ച് ലാഭം ഉണ്ടാക്കുന്നവരാണ് ചില ബന്ധുക്കൾ.

വീട്ടുകാരോടൊപ്പം ബന്ധുക്കളും അയൽക്കാരും കല്യാണവീട്ടിലെ ജോലിത്തിരക്കിലാണ്. എന്തെല്ലാമാണെന്നോ? തുടക്കം മുതൽ പറയാം.

കല്യാണ വിവരങ്ങൾ അറിയിച്ചുകൊണ്ട് പട്ടാളത്തിലുള്ള ഇളയമകന് അമ്മമ്മയുടെ പേരിൽ വലിയമ്മാവൻ കത്തെഴുതി പോസ്റ്റ് ചെയ്തു. വീടിന്റെ മൂന്നുവശത്തുള്ള മുറ്റം ചുവന്ന മണ്ണിട്ട് നിരപ്പാക്കി നിലംതല്ലികൊണ്ട് അടിച്ചു പരത്തിയശേഷം അതിനു മുകളിൽ ചാണകം തേച്ചു. കല്യാണത്തിന് ക്ഷണിക്കാനായി അമ്മയും അമ്മാവനും ചേർന്ന് ബന്ധുക്കളുടെയും നാട്ടുകാരുടെയും വീടുകളിൽ പോയി. പത്തായത്തിലുള്ള നെല്ല് പുഴുങ്ങി ഉണക്കി ഉരലിലിട്ട് ഉലക്കകൊണ്ട് കുത്തി അരിയാക്കി. കല്യാണസദ്യക്ക് ആവശ്യമായ സാധനങ്ങൾ കണ്ണൂരിൽനിന്നും കാളവണ്ടിയിൽ കൊണ്ടുവന്നു. മഞ്ഞളും മുളകും മല്ലിയും കഴുകി ഉണക്കിയശേഷം ഉരലിലിട്ട് ഇടിച്ചു പൊടിയാക്കി. പ്രഥമൻ ഉണ്ടാക്കാൻ ചെറുപയർ വറുത്തത് ഉരലിലിട്ട് കുത്തി തൊലികളഞ്ഞ് പരിപ്പെടുത്തു. പറമ്പിലെ തേങ്ങകളെല്ലാം പറിച്ച് തേങ്ങാക്കൂടയിൽ ഇട്ടു. ചക്കയില്ലാത്ത പ്ലാവ് വിറകിനായി മുറിച്ച് വെയിലത്ത് ഉണക്കി. നീറ്റുകക്ക വെള്ളത്തിലിട്ട് ഊറ്റിയെടുത്ത വെളുത്ത കുമ്മായം ചുമരുകളിൽ രണ്ടുതവണ പൂശി. ചകിരിയുടെ കരിചേർത്ത വെള്ളത്തിൽ ചാണകം കലക്കി വീടിന്റെ അകത്തെ നിലമെല്ലാം തേച്ചുമിനുക്കി. വീടിന്റെ പരിസരവും പറമ്പും വൃത്തിയാക്കി. വെള്ളപൂശിയ ചുമരുകൾ വൃത്തികേടാക്കരുതെന്ന് വലിയമ്മാവൻ എല്ലാവരോടും കല്പിച്ചു. വീട്ടിലുള്ളവർക്കെല്ലാം പുത്തൻ വസ്ത്രങ്ങൾ അച്ഛൻ കൊണ്ടുവന്നു. ഇളയമ്മക്ക് മാലയും വളയും നിർമ്മിക്കാൻ അമ്മാവൻ

സ്വർണ്ണപ്പണിക്കാരനെ ഏല്പിച്ചു. അമ്മക്ക് വലിയൊരു കാശുമാലയും ഇളയമ്മക്ക് ലക്ഷ്മിമാലയും മണിക്കുട്ടിക്ക് ചെറിയൊരു നെക്ലേസും രണ്ട് വളയും അച്ഛൻ കൊണ്ടുവന്നു. സദ്യ വെക്കാനും വിളമ്പാനും പാത്രങ്ങൾ വായനശാലയിൽ നിന്നും കൊണ്ടുവന്നു. കല്യാണദിവസം കറിവെക്കാനായി മീനിനും ആട്ടിറച്ചിക്കും പ്രത്യേകം ഏല്പിച്ചു. അമ്മായിയുടെ വീട്ടിൽനിന്നും വലിയൊരു കെട്ട് ഈന്തോലകൾ കൊണ്ടുവന്നു. മുറ്റത്ത് പന്തലുണ്ടാക്കാൻ അടുത്ത വീടുകളിൽനിന്നും മടഞ്ഞ തെങ്ങോലകൾ കൊണ്ടുവന്നു. വലിയ കവുങ്ങ് മുറിച്ച് കീറിയതും മുളകളും ഓലകളും ചേർത്ത് നാട്ടുകാർ മുറ്റത്ത് പന്തലിട്ടു. തലേന്നും കല്യാണ ദിവസവും സദ്യ ഒരുക്കാൻ അയൽക്കാർ തയ്യാറായി. അങ്ങനെ വീട്ടിലുള്ളവർക്കെല്ലാം തിരക്ക് തന്നെ.

മണിക്കുട്ടിയും ആദിഷും ആവേശത്തിലാണ്. രാവിലെമുതൽ വീട്ടിലുള്ളവർ തിരക്കിട്ട് ജോലി ചെയ്യുമ്പോൾ കുട്ടികൾക്കും പലതരം ജോലിയുണ്ട്. ഭക്ഷണം കഴിക്കുമ്പോൾ ആളുകൾക്ക് ഇരിക്കാനുള്ള പലകകൾ അയൽപക്കത്തെ വീടുകളിൽ പോയി മണിക്കുട്ടിയും ആദിഷും ഇന്ദിരേച്ചിയും കൊണ്ടുവന്നു.

കല്യാണ പന്തൽ ഈന്തോലയും വർണ്ണക്കടലാസും കൊണ്ട് അലങ്കരിക്കുന്ന നേരത്ത് ഗ്രാമഫോൺ റെക്കാർഡും മൈക്കുകളുമായി ലക്ഷ്മണൻ വൈദ്യർ വന്നു. തെങ്ങിന്മേൽ രണ്ട് കോളാമ്പി മൈക്ക് കെട്ടിയശേഷം ആളുകളെ പാട്ട് കേൾപ്പിക്കാനുള്ള സൂത്രം തുടങ്ങി. നാടക ഗാനങ്ങളും സിനിമാപാട്ടുകളും നാട്ടിലൊട്ടാകെ കേട്ടുതുടങ്ങി,

“ഇല്ലിമുളം കാടുകളിൽ ലല്ലലലം പാടിവരും,
തെന്നലേ, തെന്നലേ,
അല്ലിമലർ കാവുകളിൽ വള്ളികളിലൂയലാടും,
തെന്നലേ തെന്നലേ.”

തെങ്ങിനു മുകളിൽനിന്നും പാട്ട് കേട്ടതോടെ കല്യാണവീട് ഉണർന്നപ്പോൾ നാടും നാട്ടുകാരും ഉണർന്നു, ചേരണിയിലെ കുട്ടികൾ ഗ്രാമഫോണിനു ചുറ്റും ഒത്തുകൂടി.

കല്യാണത്തലേന്ന് ഉച്ചക്കുശേഷമാണ് പ്രധാന ജോലികൾ,, നിലത്തുറപ്പിച്ച പാരയിൽ മുട്ടിയിട്ട് ആവശ്യമുള്ള തേങ്ങകളെല്ലാം മാധവേട്ടൻ ഉരിച്ചെടുത്തു. ഉരിച്ച തേങ്ങകൾ ഉടച്ച് വെള്ളം കുടിച്ച ശേഷം മൂന്ന് സ്ത്രീകൾ ചിരവയിൽ ഇരുന്ന് തേങ്ങ ചെരണ്ടാൻ

തുടങ്ങി. ഏതാനും ആണുങ്ങൾ അയൽ വീടുകളിലെ അമ്മികളും അമ്മിക്കുട്ടികളും കൊണ്ടുവന്നു. പന്തലിട്ട മുറ്റത്തിന്റെ വടക്കുഭാഗത്ത് അമ്മി നിരത്തിവെച്ച് അവയുടെ മുന്നിലായി സ്ത്രീകൾ ഇരുന്ന് മഞ്ഞളും മുളകും മല്ലിയും തേങ്ങയും അരക്കാൻ തുടങ്ങിയപ്പോഴേക്കും സന്ധ്യ ആവാറായി. മുറ്റത്തും അകത്തും തീവ്രമായ വെളിച്ചമുള്ള പെട്രോമാക്സ് വിളക്കുകൾ കത്തിച്ചു തൂക്കി. അതിനുള്ളിലെ വെള്ളനിറമുള്ള ബൾബ് നോക്കി ആദിഷ് ആശ്ചര്യപ്പെട്ടു. അപ്പോൾ തെങ്ങിനു മുകളിലെ ലൌഡ്സ്പീക്കറിലൂടെ പുതിയൊരു പാട്ടുകേട്ടു.

'അമ്പിളിയമ്മാവാ താമരക്കുമ്പിളിലെന്തുണ്ട്
കുമ്പിട്ടിരിപ്പാണോ മാനത്തെ കൊമ്പനാനപ്പുറത്ത്'

രാത്രി ആയപ്പോൾ തേങ്ങയരക്കുന്ന സ്ത്രീകളുടെ പാട്ടുതുടങ്ങി. അമ്മിയിൽ അരക്കുന്ന താളത്തിനൊപ്പം പാടുന്നത് എല്ലാവർക്കും ഇഷ്ടപ്പെട്ടു. അവരുടെമുന്നിൽ വെച്ച തളികയിൽ ആണുങ്ങൾ പണം ഇടുന്നുണ്ട്. ഗ്രാമത്തിലെ വീടുകളിലുള്ള കുട്ടികൾ ഓടിച്ചാടി കളിച്ചു തുടങ്ങിയപ്പോൾ മണിക്കുട്ടിയും ആദിഷും അവരോടൊപ്പം ചേർന്നു.

കല്യാണപ്പെണ്ണായ ഇളയമ്മ പുതിയ സാരിയുടുത്ത് അടുക്കളയിൽ ഒരു വശത്ത് ഇരുന്നപ്പോൾ കൂട്ടുകാരികളെല്ലാം ചുറ്റുംകൂടി. കല്യാണത്തലേന്ന് ഒത്തുകൂടിയ നാട്ടുകാരുടെയും ബന്ധുക്കളുടെയും മുഖത്ത് സന്തോഷം നിറഞ്ഞിരുന്നു. ഇളയമ്മയുടെ കഴുത്തിലെ സ്വർണ്ണമാലകളും കൈയിലെ വളകളും മറ്റുള്ളവർ പിടിച്ചു നോക്കി. വീട്ടിൽ വരുന്നവരുടെ ചോദ്യത്തിന് ആദിഷിന് ഉത്തരം പറയാൻ കഴിയാത്തിനാൽ മണിക്കുട്ടിയോടൊപ്പം നടന്നു. അവനോടുള്ള ചോദ്യങ്ങൾക്കെല്ലാം മണിക്കുട്ടിയാണ് ഉത്തരം പറയുന്നത്.

രാത്രി മുറ്റത്തെ പന്തലിൽ പുല്ലുപായയിൽ ഇരുന്ന് വാഴയിലയിൽ ഭക്ഷണം കഴിച്ചശേഷം അമ്മമ്മ പായ വിരിച്ച് മണിക്കുട്ടിയോടും ആദിഷിനോടും ഉറങ്ങാൻ പറഞ്ഞെങ്കിലും വെളിയിലെ ശബ്ദങ്ങൾ കാരണം ഉറക്കം വന്നില്ല. വീട്ടിൽ നടക്കുന്ന ഓരോ സംഭവങ്ങളും ആദിഷിന്റെ മനസ്സിൽ ആഹ്ലാദം ഉണർത്തി. ടീവിയിൽമാത്രം കാണാൻകഴിഞ്ഞ ആഘോഷങ്ങളിൽ ആദിഷ് പങ്കെടുക്കുകയാണ്. അവന്റെ മനസ്സിൽ ഓർമ്മകൾ ഉയർന്നു.

ബന്ധുവിന്റെ വിവാഹത്തിന് ഓഡിറ്റോറിയത്തിലുള്ള അനുഭ

വം ആദിഷ് ഓർമ്മിച്ചു. എല്ലാവരുടെയും വായ മാസ്കിന്റെ ഉള്ളിലായിരുന്നതിനാൽ അന്യോന്യം ചിരിക്കുകയോ മിണ്ടുകയോ ചെയ്തില്ല. രോഗം പകരാതിരിക്കാൻ അകന്നുനിന്നവർ മറ്റാരും കാണാതെ മാസ്ക് അഴിച്ചശേഷം ഭക്ഷണം കഴിച്ചു. അതൊരു വിവാഹം ആയിരുന്നു.

രാത്രി വൈകിയാണ് ഉറങ്ങിയതെങ്കിലും മണിക്കുട്ടിയും ആദിഷും അതിരാവിലെ ഉണർന്നു. ഒച്ചയും ബഹളവും ഇന്നലെ ഉള്ളതിനെക്കാൾ കൂടിയിട്ടുണ്ട്. രാത്രിയിൽ നിർത്തിയ ഗ്രാമഫോൺ പാട്ട് തുടങ്ങിയിട്ടില്ല. മുതിർന്നവരെല്ലാം തിരക്കിട്ട് ജോലിയിൽ ആയതിനാൽ ആരും അവരെ ശ്രദ്ധിച്ചില്ല. അപ്പോൾ മണിക്കുട്ടി പറഞ്ഞു,

"ആദിഷേ, നമ്മളെയാരും നോക്കുന്നില്ല. എല്ലാവർക്കും തിരക്കായതുകൊണ്ട് നമുക്കുതന്നെ പറമ്പിൽ പോയി വന്നിട്ട് പല്ലുതേക്കാം."

"അതാണ് നല്ലത്, എല്ലാവർക്കും കല്യാണത്തിരക്ക് ആയിരിക്കും. വാ, ആദ്യം മൂത്രം ഒഴിക്കാം."

രണ്ടുപേരും പുറത്തുപോകുന്ന വഴിയിൽ തിരക്കിട്ട് ജോലി ചെയ്യുന്നവരെ കാണാൻ കഴിഞ്ഞു. നേരം പുലരുമ്പോഴേക്കും വീടാകെ ഉണർന്നിട്ടുണ്ട്. പല്ലുതേച്ച് വന്നപ്പോഴാണ് രാവിലെതന്നെ കുളിച്ച് പുതിയസാരിയിൽ വന്ന ഇളയമ്മയെ കണ്ടത്. ഇളയമ്മയുടെ ചന്തം നോക്കിയിരിക്കെ മണിക്കുട്ടിയോടും ആദിഷിനോടും അമ്മ പറഞ്ഞു,

"രണ്ടാളും പല്ല് തേച്ചിട്ടുണ്ടെങ്കിൽ കഞ്ഞിക്ക് പകരം കുറച്ച് ചോറ് തിന്നാം."

ഒരുകിണ്ണം നിറയെ ഇഞ്ചിക്കറിഒഴിച്ച ചോറ് കിട്ടിയപ്പോൾ നിലത്തിരുന്ന് കൈകൊണ്ട് വാരിത്തിന്നു. തലേദിവസത്തെ ചോറായതുകൊണ്ട് നല്ല രുചിയുണ്ട്. അപ്പോൾ അമ്മ പറഞ്ഞു,

"രാവിലെതന്നെ കുളിക്കണം. ഇവിടത്തെ കുളിമുറിയിൽ തിരക്കാണ്; വെളിച്ചെണ്ണ തലയിൽ തേച്ച് തെക്കേല് ഇന്ദിരയുടെ വീട്ടിൽപോയി കുളിക്കാം. ഇന്ദിര വെള്ളം വലിച്ചുതരും."

ഇന്ദിരേച്ചിയുടെ വീട്ടിൽപോകാൻ രണ്ടുപേർക്കും സന്തോഷം. മുടിയിൽ എണ്ണ പുരട്ടിയിട്ട് സോപ്പും തോർത്തുമായി തെക്കെ വീട്ടിലേക്ക് നടന്നു. കവുങ്ങിൻ പാളകൊണ്ട് കിണറ്റിൽനിന്നും വെള്ളംകോരി ചെമ്പുപാത്രത്തിൽ നിറച്ചശേഷം ഇന്ദിരേച്ചി പറഞ്ഞു,

"രണ്ടാളും ഇതിൽനിന്നും കോരിയിട്ട് കുളിക്കുമോ? അതോ ഞാൻ കുളിപ്പിച്ചു തരണോ?"

"നോ,, അയ്യോ വേണ്ടാ"

"എന്നാൽ ആദ്യം ആദിഷും പിന്നീട് മണിക്കുട്ടിയും കുളിച്ചാൽ മതി. കുപ്പായമൊന്നും നനക്കരുത്."

"ആദ്യം മണിക്കുട്ടി"

"ആ ഞാനാദ്യം കുളിക്കാം."

മണിക്കുട്ടി ഉടുപ്പ് ഊരി ഇന്ദിരേച്ചിയുടെ കൈയിൽ കൊടുത്തിട്ട് കുളിക്കാൻ തയ്യാറായി പാത്രത്തിനരികിൽ വന്നു. വഴിയിലൂടെ പോകുന്ന ആളുകൾക്കെല്ലാം കാണാനാവുന്ന സ്ഥലത്തുവെച്ച് ഒന്നും ഉടുക്കാതെയാണ് അവൾ കുളിക്കുന്നത്. ആദിഷിന്റെ ഉള്ളിൽ 'ഷെയിം' എന്നൊരു വാക്ക് ഉയർന്നെങ്കിലും ശബ്ദം വെളിയിൽ വന്നില്ല. മണിക്കുട്ടി പരിസരം ശ്രദ്ധിക്കാതെ ചെറിയൊരു കിണ്ണം കൊണ്ട് പാത്രത്തിലുള്ള വെള്ളം കോരി തലയിൽ ഒഴിക്കാൻ തുടങ്ങി.

മണിക്കുട്ടിയുടെ കുളി കഴിഞ്ഞു, ഇനി ആദിഷാണ് കുളിക്കേണ്ടത്. അവനാകെ പ്രയാസം, ട്രൗസർ അഴിക്കാതെ കുളിക്കാൻ ശ്രമിച്ചപ്പോൾ ഇന്ദിരേച്ചി ഓടിയെത്തി. അവർ ബലമായി അഴിക്കുന്നതിനുമുൻപ് ആദിഷ് സ്വന്തം ട്രൗസറഴിച്ചശേഷം വെള്ളംകോരി തലയിലൊഴിച്ചു. ആളുകൾ അങ്ങോട്ടും ഇങ്ങോട്ടും പോകുന്ന വഴിയുടെ സമീപം ഡ്രസ് ഇടാതെ കുളിക്കുകയാണെന്ന ചിന്ത ആദ്യം അവന് ഷെയിം ഉണ്ടാക്കിയെങ്കിലും പിന്നീട് ആലോചിച്ചു,

"മണിക്കുട്ടിക്ക് ഉടുക്കാതെ കുളിക്കാമെങ്കിൽ പിന്നെ തനിക്കെന്താ അങ്ങനെ ചെയ്താൽ?"

കുളിച്ചു തോർത്തി പഴയ കുപ്പായമിട്ട് രണ്ടുപേരും വീട്ടിലേക്ക് പുറപ്പെട്ടു.

വീട്ടിലെത്തി അല്പസമയം കഴിഞ്ഞപ്പോൾ ഇന്ദിരേച്ചിയും സുധാകരനും വന്നു. അവർ പുതിയ വസ്ത്രങ്ങളാണ് അണിഞ്ഞത്. മണിക്കുട്ടിയെ പുതിയകുപ്പായം ഇടുവിച്ച് മുടിചീകി 'ബോ' വെച്ചു കെട്ടിയശേഷം പൗഡർപൂശി നെറ്റിയിൽ ചുവന്ന ചാന്തുപൊട്ട് വെച്ചു. പുതുവസ്ത്രം അണിഞ്ഞ് മുടിചീകി പൌഡറിട്ട് നിൽക്കുന്ന ആദിഷ് അമ്മമ്മയെ കണ്ടപ്പോൾ ആശ്ചര്യപ്പെട്ടു. അവരുടെ ചെവിയിലെ വളയങ്ങളിൽ സ്വർണ്ണംകൊണ്ടുള്ള തടിച്ചുരുണ്ട വലിയൊരു ആഭരണം. 'തക്ക' എന്നുപറയുന്ന സ്വർണ്ണാഭരണം പെട്ടിയിൽ പൂട്ടിവെച്ചത് വിശേഷ ദിവസങ്ങളിലാണ് കാതിൽ ഇടുന്നത്. അപ്പോൾ

സ്വർണ്ണത്തക്ക ഇടാൻ വേണ്ടി ചെവി തുളച്ച് വലുതാക്കിയതാണ്!

വീടിന്റെ അകത്തും പുറത്തുമായി ആളുകൾ നിറഞ്ഞിരിക്കുമ്പോൾ ആർക്കും ആരെയും ശ്രദ്ധിക്കാൻ കഴിയാത്ത തിരക്കോട് തിരക്ക്. അടുക്കള ഭാഗത്തെ മുറ്റത്തുനിന്ന് തീയും പുകയും ഉയരുന്നതോടൊപ്പം വിവിധ കറികളുടെ മണം വരുന്നു. തലേദിവസം അരക്കാൻ വന്ന സ്ത്രീകളെല്ലാം അലക്കി വെളുപ്പിച്ച മുണ്ടും ബ്ലൌസും അണിഞ്ഞ് അടുക്കളയിൽ സഹായത്തിന് എത്തിയിട്ടുണ്ട്.

കല്യാണപ്പെണ്ണിനെ ഡ്രസ് അണിയിക്കാൻ വരന്റെ ആൾക്കാർ പെട്ടിയുമായി വന്നത് കാറിലാണ്. അവർ വന്ന ഉടനെ ഇളയമ്മയെയും കൂട്ടി തെക്കെഅകത്തു കടന്ന് വാതിലടച്ചു. വീട്ടിൽ വരുന്നവരെ വീട്ടുകാരെല്ലാം ചേർന്ന് സ്വീകരിച്ചു. കല്യാണപ്പെണ്ണിനെ മെയ്ക്കപ്പ് ചെയ്തെന്ന അറിയിപ്പ് വന്നപ്പോൾ വാതിൽ തുറന്ന് അകത്തേക്ക് കയറുന്നവരോടൊപ്പം ആദിഷും മണിക്കുട്ടിയും കടന്നു. ഇളയമ്മയെ കണ്ടപ്പോൾ പെട്ടെന്ന് മനസ്സിലായില്ലെങ്കിലും മണിക്കുട്ടിയെ വിളിച്ചപ്പോൾ അരികിലേക്ക് പോയി. പുത്തൻ പട്ടുസാരി ഉടുത്ത് മാലയും വളയും അണിഞ്ഞ് ഇളയമ്മ തിളങ്ങുകയാണ്. തലയിൽ നിറയേ മുല്ലപ്പൂവ്, വിരലിൽ ക്യൂടെക്സ്, മുഖത്ത് പൌഡറിട്ട് പൊട്ടു കുത്തിയിട്ടുണ്ട്. ധാരാളം ആളുകൾ ഉള്ളതിനാൽ അധികസമയം അവിടെ നിൽക്കാൻ മണിക്കുട്ടി ഇഷ്ടപ്പെട്ടില്ലെങ്കിലും മുല്ലപ്പൂവിന്റെമണം അവളെ കൊതിപ്പിച്ചിരുന്നു. ആദിഷിന്റെ കൈ പിടിച്ചുകൊണ്ട് അവൾ മുറ്റത്തേക്ക് നടന്നു.

വാദ്യമേളത്തോടെ വരന്റെ പാർട്ടി വരികയാണ്. പനിനീർ തളിക്കാനും പൂവ് എറിയാനും വിരുന്നുവന്ന ബന്ധുക്കളായ കുട്ടികൾ പോയത് മണിക്കുട്ടിക്ക് ഇഷ്ടമായില്ല. പൂക്കളും മിന്നുന്ന വർണ്ണക്കടലാസും കൊണ്ട് മുറ്റത്തിന്റെ നടുവിൽ അലങ്കരിച്ച പന്തലിൽ വെച്ച പലകയിൽ ഇളയമ്മ ഇരുന്നപ്പോൾ അടുത്തുള്ള പലകയിൽ ഒരാൾവന്ന് ഇരുന്നു. മണിക്കുട്ടിയും ആദിഷും അയാളെ നോക്കി, അന്നൊരു ദിവസം വീട്ടിൽ വന്ന ആൾ. അയാളും തന്നെപ്പോലെ ബ്ലാക്ക് ആണെന്ന് ആദിഷിന് മനസ്സിലായി. ഗ്രാമഫോണിൽനിന്നും പാട്ടുകൾ ഉച്ചത്തിലായി,

“മംഗളം നേരുക സീതാദേവിക്കു, മംഗളം നേരുക നാം
സീമന്ത വേളയിലാശംസാ മലർമാല്യം ചാർത്തുക നാം,
മംഗളം നേരുക സീതാദേവിക്കു, മംഗളം നേരുക നാം’

കത്തിച്ച നിലവിളക്കുപോലെ ഇളയമ്മ തിളങ്ങിയപ്പോൾ അടു

ത്തിരുന്ന ആൾ കറുപ്പിൽ തിളങ്ങി. മുന്നിലുള്ള ഒരു തളികയിൽ അരിയും മറ്റൊന്നിൽ പഴവും പഞ്ചസാരയും പിന്നെ വീട്ടിലെ ഇട ങ്ങഴിയിൽ നെല്ല് നിറച്ചതിൽ തെങ്ങിന്റെ പൂക്കുല കുത്തിവെച്ചിട്ടു ണ്ട്. ആളുകൾ ചേർന്ന് എന്തൊക്കെയോ ചെയ്യുന്ന തിരക്കിൽ കു ട്ടികൾ പിറകിലായി. ആദിഷിന്റെ കൈ പിടിച്ചുകൊണ്ട് മണിക്കുട്ടി ഒരിടത്ത് നിന്നപ്പോൾ ഇന്ദിരേച്ചിയേയും ശൈലയേയും കണ്ടു. അവരും തിരക്കിൽനിന്ന് രക്ഷപ്പെട്ടതാണ്. വരാന്തയിൽ കയറാൻ തുടങ്ങിയപ്പോൾ നീളമുള്ള കാർഡ്ബോർഡ് പെട്ടിയുമായി ഒരു പെൺകുട്ടി മുന്നിൽ,, അവളോട് മണിക്കുട്ടി ചോദിച്ചു,

"നീയേതാ?"

"ഞാൻ പുതിയചെക്കന്റെ ഇളയ പെങ്ങളാ"

"നിന്റെ വീടെവിടെയാ?"

"കണ്ണൂരിൽ"

"പേരെന്താ?"

"സുനേത്ര"

"സുനേത്ര എന്നോ? ഈ പെട്ടിയിലെന്താ?"

"അതിനകത്ത് ചെരിപ്പാണ്"

"ചെരിപ്പോ? എന്തിനാ?"

"ചെരിപ്പ് തന്നെ, പുതിയപെണ്ണിന് ചെരിപ്പ് കൊണ്ടുവന്നിരു ന്നു. അവർക്ക് ചെരിപ്പിടാൻ അറിയില്ലാന്ന് പറഞ്ഞതുകൊണ്ട് പെ ട്ടിയിൽതന്നെ വെച്ചു."

ആദിഷ് ഞെട്ടി. ചെരിപ്പ്, ചപ്പൽ, ഷൂ, ഷൂസിനൊപ്പമുള്ള സോ ക്സിന്റെ നിറം മാറിയതിന് പണിഷ്മെന്റ്; എല്ലാം അവന്റെ മന സ്സിൽ ഓടിയെത്തി. അതോടൊപ്പം മറ്റൊരു കാര്യവും മനസ്സിലാ യി, ഇവിടെ എല്ലാവരും കാലുകൾ നിലത്തുവെച്ച് നടക്കുന്നവരാ ണ്. അച്ഛനെയും അമ്മാവനെയും പോലെ വളരെകുറച്ച് ആളു കൾ മാത്രമാണ് ചെരിപ്പ് ഉപയോഗിക്കുന്നത്. കുട്ടികളോ സ്ത്രീക ളോ ചെരിപ്പ് ഇടാറില്ല,

****

23

കല്ലുമ്മക്കായ പറിക്കുന്ന സ്ത്രീകൾ

കല്യാണം കഴിഞ്ഞാലും ഇളയമ്മയെ വീട്ടിൽനിന്നും പോകാൻ അനുവദിക്കില്ലെന്ന് പറഞ്ഞെങ്കിലും സദ്യകഴിഞ്ഞ് കല്യാണപാർട്ടി പുറപ്പെട്ടപ്പോൾ വീട്ടിൽനിന്നും കരഞ്ഞുകൊണ്ട് ഭർത്താവിനൊപ്പം അവർ പോയത് മണിക്കുട്ടി ശ്രദ്ധിച്ചില്ല. കൂട്ടുകാരോടൊപ്പം ചിരിച്ചും കളിച്ചും നടന്നവൾ സന്ധ്യ ആയപ്പോഴാണ് ഇളയമ്മയുടെ കാര്യം ഓർമ്മിച്ചത്.

പിറ്റേന്ന് കല്യാണസൽക്കാരം,, ഉച്ചയാവാറായപ്പോൾ പട്ടുസാരിയുടുത്ത ഇളയമ്മയും ഭർത്താവും വീട്ടുകാരും കാറിൽ വന്നിറങ്ങി. മണിക്കുട്ടി ഇളയമ്മയെ പിടിച്ചുവലിച്ചു,

"ഞാൻ പറഞ്ഞിറ്റില്ലേ ഇവിടെന്ന് പോകണ്ടാന്ന്,, എന്തിനാ പോയത്?"

അവൾ പറഞ്ഞതുകെട്ട് കൂടെയുള്ളവർ ചിരിച്ചു. മണിക്കുട്ടിയെ ഇളയമ്മ എടുത്തപ്പോൾ ഒപ്പമുള്ള പ്രായമുള്ള സ്ത്രീ പറഞ്ഞു,

"അങ്ങനെ പറയാമോ,, ഇളയമ്മയുടെ ആളാണ് ഇവിടെയുള്ളത്. നിന്റെ ഇളയച്ഛൻ"

തലേദിവസം പന്തലിൽവെച്ച് കണ്ടിരുന്ന ആൾ ചിരിച്ചുകൊണ്ട് വിളിച്ചു,

"മണിക്കുട്ടി ഇവിടെ വാ."

മണിക്കുട്ടി മറ്റുള്ളവർ പറയുന്നതൊന്നും ശ്രദ്ധിച്ചില്ല. ആ ദിവസം ഇളയമ്മയെ വിടാതെ പിൻതുടർന്നു. അന്ന് കല്യാണ ദിവസത്തേക്കാൾ രുചികരമായ ഭക്ഷണമായിരുന്നു. ആദ്യം ചായയും പലഹാരങ്ങളും പഴങ്ങളും, ഉച്ചക്ക് ചോറിനോടൊപ്പം മീനും ഇറച്ചിയും, വൈകിട്ട് വീണ്ടും ചായയും പലഹാരങ്ങളും. ഒടുവിൽ ഇളയമ്മ തിരിച്ചുപോകാൻ ഒരുങ്ങിയപ്പോൾ അവളാകെ ബഹളമുണ്ടാ

ക്കി. അടുത്തദിവസം കണ്ണൂരിലുള്ള ഇളയമ്മയുടെ വീട്ടിൽ പോകാമെന്ന് പറഞ്ഞപ്പോൾ കരച്ചിൽ മതിയാക്കിയിട്ട് അവരെ യാത്രയാക്കി.

ഏതാനും ദിവസം സ്കൂളിൽ പോകാതിരുന്ന മണിക്കുട്ടിയും ആദിഷും കല്യാണത്തിന് വാങ്ങിയ പുതിയ കുപ്പായങ്ങൾ അണിഞ്ഞാണ് പിറ്റേന്ന് സ്കൂളിൽ പോയത്. അപ്പോൾതന്നെ കൂട്ടുകാരെല്ലാം ഓടിവന്ന് 'പുതിയ കുപ്പായം' എന്നുപറഞ്ഞ് പിടിച്ചുതിരിച്ചു. ഉച്ചയായപ്പോൾ അപ്രതീക്ഷിതമായി സ്കൂൾ വിട്ടതിൽ കുട്ടികൾക്ക് സന്തോഷം. ഉപ്പുമാവ് തിന്നിട്ട് കളിക്കാൻപോയ കുട്ടികൾ മണിയടികേട്ട് തിരിച്ചുവന്ന് ക്ലാസിലിരിക്കുമ്പോൾ അവർക്ക് കുടിക്കാനുള്ള പാലുമായി കോരൻമാഷും അപ്പുമാഷും വന്നു. പാത്രത്തിൽ ഒഴിച്ചുകൊടുത്ത തിളച്ചപാൽ ഊതിയൂതി കുടിക്കുന്ന കുട്ടികളോട് കുമാരൻ മാസ്റ്റർ പറഞ്ഞു,

"പാല് കുടിച്ചുകഴിഞ്ഞാൽ എല്ലാവർക്കും വീട്ടിലേക്ക് പോകാം."

"അതെന്താ മാഷേ?"

അഞ്ചാം ക്ലാസിലെ ജയദേവൻ ചോദിച്ചപ്പോൾ ദേഷ്യംവന്ന മാസ്റ്റർ വടിയെടുത്തു,

"നീയാരാടാ ചോദിക്കാൻ? ഒരടി തന്നാലുണ്ടല്ലോ."

"മാഷേ വീട്ടിന്ന് ചോദിച്ചാൽ പറയാനാണ്."

"വീട്ടിന്ന് ചോദിച്ചാൽ പറയണം അവർക്ക് മീറ്റിംഗ് ഉണ്ടെന്ന്."

അടിയിൽനിന്നും ഒഴിഞ്ഞുമാറിയ ജയദേവനടക്കം എല്ലാവരും ഇറങ്ങി. ഇന്ദിരേച്ചിയും ചില കുട്ടികളും അധികമുള്ള പാല് വീട്ടിലേക്ക് കൊണ്ടുപോകുമെങ്കിലും മണിക്കുട്ടിയുടെ വീട്ടിൽ പാല് കൊണ്ടുവരാൻ അനുവദിക്കില്ല. അതുകൊണ്ട് പാൽ അധികമുള്ളത് ഇന്ദിരേച്ചിക്ക് കൊടുക്കും. പാല് ഇഷ്ടപ്പെട്ടതിനാൽ കിട്ടിയത് മുഴുവനും ആദിഷ് കുടിക്കും.

വൈകിട്ട് വീട്ടിലെത്തിയാൽ മണിക്കുട്ടിയും ആദിഷും പതിവായി പത്രം വായിക്കും. ചിലദിവസം ആഴചപ്പതിപ്പുകളും ഉണ്ടാവും. കൂടുതൽ ഇഷ്ടം മാതൃഭൂമി ആഴ്ചപ്പതിപ്പിന്റെ ബാലപക്തിയിൽ കുട്ടികൾ എഴുതിയ കഥകളും കവിതകളും ആണ്. നേരത്തെ സ്കൂൾ വിട്ടതിനാൽ തെക്കുവശത്തെ വരാന്തയിലിരുന്ന് രണ്ടുപേരും പത്രം വായിക്കുമ്പോഴാണ് ഇന്ദിരേച്ചി വന്നത്. നേരെ അടുക്കളയിൽ പോയി അവർ അമ്മമ്മയോട് ചോദിച്ചു,

"അമ്മമ്മേ നിങ്ങൾക്ക് കടുക്ക വേണോ?"

"കട്ക്കയോ?"

"അതേ, കല്ലുമ്മക്കായ"

"വേണം, എവിടെന്നാ?"

"ഞാനിപ്പോൾ കടപ്പുറത്ത് കട്ക്ക പറിക്കാൻ പോകുന്നുണ്ട്. ചേരണിയിലെ ധാരാളം പെണ്ണുങ്ങൾ കടപ്പുറത്ത് പോയിട്ടുണ്ട്. ഓരിക്കയും എളമ്പക്കയും കട്ക്കയും ഉണ്ടാകും. ഇവിടെന്ന് ആരെങ്കിലും വന്നാൽ നിങ്ങൾക്കും തരാം."

"ഇവിടെയാരാ വരാനുള്ളത്? എനിക്ക് പറ്റില്ല, മീനാക്ഷി ഉണ്ടെങ്കിൽ വരുമായിരുന്നു."

"കണ്ണൂരിലുള്ള മീനാക്ഷി കല്ലുമ്മക്കായ പറിക്കാൻ വരുമോ? മണിക്കുട്ടിയെയും ആദിഷിനെയും എന്റെ ഒപ്പരം വിട്ടാൽ മറ്റുള്ളവർ പറിക്കുമ്പോൾ കൊടുക്കാം."

ഇന്ദിരേച്ചി പറഞ്ഞതുകേട്ടപ്പോൾ അമ്മ പറഞ്ഞു,

"മണിക്കുട്ടി ഒറ്റക്ക്."

"മണിക്കുട്ടി ഒറ്റക്കോ, അവിടെ നൂറു കണക്കിന് ആളുകൾ ഉള്ളപ്പോൾ ഒറ്റക്കാണോ? പിന്നെ ഞാനും ആദിയും ഇല്ലേ."

"അമ്മേ ഞാൻ പോകാം, ആദിയും എന്റെയൊപ്പം ഉണ്ടാകുമല്ലോ."

"എന്നാല് പോയ്ക്കോ, ഇന്ദിരേ, വെള്ളത്തിൽ ചവിട്ടാതെ രണ്ടാളെയും നീ നോക്കണം."

മണിക്കുട്ടിക്ക് സന്തോഷം വന്നിട്ടങ്ങ് സഹിക്കാൻ വയ്യാതായി. ആദിഷിന്റെ കൈയും പിടിച്ച് അടുക്കളയിൽ നിന്നും ഇറങ്ങുമ്പോൾ പച്ച നിറമുള്ള തുണിസഞ്ചി അവളുടെ കൈയിൽ കൊടിത്തിട്ട് അമ്മ പറഞ്ഞു,

"വെള്ളത്തിലിറങ്ങരുത്, പനിയും തണുപ്പും വരുന്നതാണ്. ആദിമോനും വെള്ളം ചവിട്ടരുത്."

"അതൊക്കെ ഞാനേറ്റു."

എല്ലാം ഞാനേറ്റു എന്നുപറഞ്ഞ ഇന്ദിരേച്ചിയോടൊപ്പം രണ്ടു പേരും അടുക്കളയിൽനിന്നും ഇറങ്ങി പടിഞ്ഞാറ് നടന്നു. തെങ്ങുകൾക്കിടയിലൂടെ നടന്ന് പറമ്പിൽനിന്നും കടപ്പുറത്തേക്ക് തുള്ളിയപ്പോൾ അവരെല്ലാം സ്വാതന്ത്ര്യം കിട്ടിയവരായി. കൈയിലുള്ള ചാക്കും കത്തിയും അകലെയെറിഞ്ഞ് ഇന്ദിരേച്ചി ഓടാൻ തുടങ്ങി

യപ്പോൾ മറ്റുള്ളവരും ഓടിക്കളിച്ചു. അല്പസമയം കഴിഞ്ഞപ്പോൾ പൂഴിയിൽ എറിഞ്ഞ കത്തിയും ചാക്കും എടുത്ത് കടലിൽ തിരമാലകൾക്കു നേരെ നടന്നിട്ട് പറഞ്ഞു,

"നമ്മുടെ മുന്നിൽ വെള്ളത്തിൽ ഉയർന്നുകാണുന്ന ചെറിയ പാറകൾ നിറയേ കട്ക്കയുണ്ട്. പെണ്ണുങ്ങളോടൊപ്പം ഞാനും കട്ക്ക പറിക്കാൻ പോവുകയാണ്. വെള്ളത്തിലിറങ്ങാതെ നിങ്ങള് കളിച്ചോ,, കടലിന്ന് തിര വരുന്നത് നോക്കണം, ചിലപ്പോൾ ഒലിച്ചു പോകും."

അങ്ങനെ പറഞ്ഞെങ്കിലും ഇന്ദിരേച്ചിയുടെ പിന്നാലെ ആദിഷും മണിക്കുട്ടിയും വെള്ളത്തിലിറങ്ങി പാറയുടെ മുകളിൽ കയറി. അതിൽ പറ്റിപ്പിടിച്ച പച്ചനിറമുള്ള ചെറിയ കല്ലുമ്മക്കായകൾ പതിനഞ്ചോളം സ്ത്രീകൾചേർന്ന് അടർത്തിയെടുത്ത് കൈയിലുള്ള ചാക്കിൽ നിറക്കുകയാണ്. മറ്റുള്ളവരെപ്പോലെ ഇന്ദിരേച്ചിയും കല്ലുമ്മക്കായകൾ കത്തികൊണ്ട് ഇളക്കിയെടുത്ത് ചാക്കിൽ നിറക്കുന്നത് രണ്ടുപേരും നോക്കിനിന്നു. തിരമാലകൾ അവരുടെ കാലുകൾക്ക് ഇടയിലൂടെ ഇക്കിളി ആക്കിക്കൊണ്ട് ഇടക്കിടെ ഒഴുകിയിറങ്ങി. അപ്പോൾ മുതിർന്ന ഒരു സ്ത്രീ പറഞ്ഞു,

"മണിക്കുട്ടിയും ആദിമോനും വന്നിട്ടുണ്ടോ? നിങ്ങൾക്കുവേണ്ട കടുക്ക നമ്മള് പറിച്ചുതരാം. ഇന്ദിരെന്റെ ഒപ്പരം വന്നതായിരിക്കും."

കല്ലിന്മേൽ കയറിനിന്ന് കടലിലേക്ക് നോക്കിയപ്പോൾ ഏതാനും ചെറുപ്പക്കാർ ഞണ്ടിനെ പിടിക്കുന്നത് കണ്ടു. വെള്ളത്തിലിറങ്ങി മുങ്ങുകയും പൊങ്ങുകയും ചെയ്യുന്നവർ അടിയിലെ പൂഴിയിൽ ഒളിച്ചിരിക്കുന്ന ഞണ്ടിനെ കാലുകൊണ്ട് ചവിട്ടി അമർത്തിയ ശേഷം കൈകൊണ്ട് പിടിച്ച് മുകളിലേക്ക് ഉയർത്തി കരയിലേക്ക് ഒരൊറ്റ ഏറ്. എറിഞ്ഞു വീഴുന്ന ഞണ്ടിനെ അപ്പോൾതന്നെ സഞ്ചിയിൽ പിടിച്ചിടാൻ കരയിൽ കുട്ടികളുണ്ട്. അവർ നോക്കിയിരിക്കെ ഞണ്ടുകൾ ഓരോന്നായി കരയിലേക്ക് പറക്കുകയാണ്.

കാഴ്ചകൾ ഓരോന്നായി കാണുന്നതിനിടയിൽ വെള്ളത്തിലിറങ്ങരുതെന്ന് അമ്മ പറഞ്ഞ കാര്യം രണ്ടുപേരും മറന്നു. ചക്രവാളത്തിൽ പലതരം നിറത്തിലുള്ള ചായങ്ങളാൽ ചിത്രം വരച്ച സന്ധ്യാകാശത്തുകൂടി സൂര്യൻ അസ്തമയത്തിനുള്ള ഒരുക്കമാണ്. ആദിഷും മണിക്കുട്ടിയും പതുക്കെ കടൽവെള്ളത്തിൽ ഇറങ്ങി; അതൊരു അനുഭവം തന്നെ ആയിരുന്നു!

ഏതോ കാലത്ത് ഏതോ നാട്ടിൽവെച്ച് പപ്പയോടും മമ്മിയോടും ഒപ്പം ബീച്ചിൽ പോയത് ഓർമ്മയിലുണ്ട്. അന്ന് കോസ്റ്റ്ഗാർഡിന്റെ കാവലിൽ ഒരു തവണമാത്രം കടൽവെള്ളത്തിൽ ചവിട്ടിയിട്ടുണ്ട്. നിരനിരയായി തിരമാലകൾ വരുമ്പോൾ കടലിലിറങ്ങാൻ കൊതിച്ചെങ്കിലും കോസ്റ്റ്ഗാർഡ് മീശപിരിച്ച് ഭീഷണിപ്പെടുത്തിയപ്പോൾ ആദിഷ് കരക്കു കയറിയതാണ്. ഇപ്പോഴിതാ കടലിന്റെ ഉപ്പ് അറിഞ്ഞുകൊണ്ട് വെള്ളത്തിലിറങ്ങി ഇരിക്കുന്നു. ആദിഷിന്റെയും മണിക്കുട്ടിയുടെയും തലയിലൂടെ ഉടലിലൂടെ തിരമാലകൾ ഒഴുകിയിറങ്ങുമ്പോൾ രണ്ടുപേരും പൊട്ടിച്ചിരിച്ചു. അതെല്ലാം കണ്ടപ്പോൾ കല്ലുമ്മക്കായ പറിക്കുന്ന സ്ത്രീകളും ഞണ്ടുകളെ തപ്പുന്ന പുരുഷന്മാരും മാത്രമല്ല, തിരമാലകളും ഉച്ചത്തിൽ ചിരിക്കാൻ തുടങ്ങി.

****

24

പട്ടണക്കാഴ്ചകൾ

ഇളയമ്മയുടെ കല്യാണം കഴിഞ്ഞിട്ട് ഒരാഴ്ചയായി. കല്യാണം കഴിക്കാൻ അനുവദിക്കില്ലെന്ന് മണിക്കുട്ടി പറഞ്ഞതൊക്കെ വെറുതെയായി. വിരുന്നു സൽകാരം കഴിഞ്ഞതിന്റെ പിറ്റേദിവസം തന്നെ ഇളയമ്മയുടെ കണ്ണൂരിലുള്ള വീട്ടിലേക്ക് പോകാമെന്ന് പറഞ്ഞപ്പോൾ അവൾ സന്തോഷിച്ചെങ്കിലും ഒരാഴ്ച കഴിഞ്ഞാണ് അവസരം വന്നത്. പിന്നെ പ്രധാനവിശേഷം ഉള്ളത്, അടുത്തുതന്നെ നടക്കുന്ന പരീക്ഷ കഴിഞ്ഞാൽ രണ്ട് മാസത്തേക്ക് സ്കൂൾ അടക്കും.

ഞായറാഴ്ച ഇളയമ്മയുടെ വീട്ടിൽ വിരുന്നുപോകാനുള്ള തയ്യാറെടുപ്പ് ശനിയാഴച് മുതൽ തുടങ്ങി. ആദ്യം വിരുന്നിന്റെ പ്രധാനഘടകമായ അപ്പം ചുടൽ, അപ്പം എന്നുവെച്ചാൽ കിണ്ണത്തപ്പം. തേങ്ങാപ്പാലും വെല്ലവും നെയ്യും അരിപ്പൊടിയും കടലപ്പരിപ്പും ചേർത്ത് വലിയ ഉരുളിയിലാണ് കിണ്ണത്തപ്പം ഉണ്ടാക്കുന്നത്.

കിണ്ണത്തപ്പം നിർമ്മിക്കാൻ ഒരുക്കങ്ങൾ നേരത്തെ തുടങ്ങണം. വെള്ളത്തിലിട്ട് കുതിർന്ന കടലമണികൾ കൈകൊണ്ട് തൊലിപൊളിച്ച് പരിപ്പ് എടുക്കണം. വെള്ളത്തിൽ കുതിർത്ത പച്ചരി ഉരലിലിട്ട് നന്നായി പൊടിച്ചെടുക്കണം. തേങ്ങ ഉരിച്ചശേഷം ഉടച്ച് ചിരവിയിട്ട് തേങ്ങാപാൽ പിഴിഞ്ഞെടുക്കണം. അടുപ്പത്തുവെച്ച വലിയ ഉരുളിയുടെ ചുവട്ടിൽ തീ കത്തിച്ചശേഷം ഉരുക്കിയ വെല്ലത്തിൽ തേങ്ങാപ്പാലും കടലപ്പരിപ്പും നെയ്യും അരിപ്പൊടിയും ഇട്ട് വേവിക്കുമ്പോൾ പാചകത്തിന്റെ തുടക്കം മുതൽ ചട്ടുകംകൊണ്ട് നിർത്താതെ ഇളക്കണം. പാകമായാൽ അടുപ്പത്തുനിന്നും ഉരുളി ഇറക്കിവെച്ച് ഓട്ടുകിണ്ണത്തിൽ കോരിയൊഴിച്ച് തണുത്താൽ അതാണ് കണ്ണൂരിന്റെ കിണ്ണത്തപ്പം. കിണ്ണത്തിലുള്ള അപ്പം.

ആയിരക്കണക്കിന് കടലയുടെ തോലിപൊളിച്ചിട്ട് മണിക്കുട്ടിയുടെയും ആദിഷിന്റെയും മാത്രമല്ല, അമ്മയുടെയും അമ്മമ്മയുടെയും അമ്മായിയുടെയും കൈയുടെ തൊലി പൊളിഞ്ഞു. കിണ്ണത്തപ്പനിർമ്മാണം നടക്കുമ്പോൾ മരത്തിന്റെ വലിയ ചട്ടുകം കൊണ്ട് ഉരുളിയിൽ ഇളക്കിയിട്ട് മുതിർന്നവരുടെ കൈകൾ വേദനിച്ചു. വീട്ടിലുണ്ടാക്കിയ കിണ്ണത്തപ്പം ധാരാളം തിന്ന് ആദിഷിന്റെയും മണിക്കുട്ടിയുടെയും വയറു നിറഞ്ഞു.

ഞായറാഴ്ച ആയപ്പോൾ അമ്മയും അമ്മമ്മയും അച്ചനും മണിക്കുട്ടിയും ആദിഷും ഇളയമ്മയുടെ വീട്ടിലേക്ക് യാത്രപുറപ്പെട്ടു. വലിപ്പം കൂടിയ എട്ട് കിണ്ണത്തപ്പം രണ്ട് സഞ്ചികളിൽ നിറച്ച് അമ്മയും അച്ഛനും എടുത്തു. ആദിഷിനും മണിക്കുട്ടിക്കും വിരുന്നു പോകുമ്പോൾ ഇടാനായി പുതിയ കുപ്പായങ്ങൾ ഉണ്ട്. അമ്മമ്മ വെള്ള മുണ്ടും പച്ച ബ്ലൌസും അതിനു മുകളിൽ വെള്ള ഷാളും ഉടുത്തപ്പോൾ അമ്മ നിറയെ കസവുകളുള്ള പട്ടുസാരിയിലാണ്. ആദിഷും അച്ഛനും ഒഴികെ എല്ലാവർക്കും സ്വർണ്ണമാലയും വളകളും ഉണ്ട്. അതോടൊപ്പം അമ്മമ്മയുടെ കാതിൽ ഉരുണ്ട സ്വർണ്ണതക്കകൾ തിളങ്ങി.

വീട്ടിൽനിന്ന് അഞ്ചുപേരും ഇറങ്ങി റോഡിലെത്തി. അച്ഛൻ കടപ്പുറത്തുകൂടി നടന്ന് കണ്ണൂരിലേക്ക് പോകാറുണ്ടെങ്കിലും ഇന്ന് റോഡിലൂടെ നടന്ന് ചെറുകരയിൽ എത്തി ബസ്സിൽ കയറിയാണ് യാത്ര. വീട്ടിൽനിന്നും അര മണിക്കൂർ നടന്നാൽ ചെറുകര ബസ്സ്റ്റോപ്പിൽ എത്താം. തലശ്ശേരിയിൽ നിന്നും കണ്ണൂരിലേക്കുള്ള താറിട്ട റോഡ് അതു വഴിയാണ്.

ചെറുകരയിൽനിന്നും പാറക്കണ്ടി കാവിനു മുന്നിലൂടെ കടപ്പുറത്തേക്ക് പോകുന്ന വീതി കൂടിയ മൺപാതയിലൂടെ അര മണിക്കൂർ നടന്നാൽ ചേരണിക്കടപ്പുറം അവസാനിക്കുന്നതിന് മുൻപാണ് മണിക്കുട്ടിയുടെ വീട്. കടപ്പുറത്തെ പീടികയിലേക്ക് കാളവണ്ടിയിൽ സാധനങ്ങളും അത്യാവശ്യ സന്ദർഭങ്ങളിൽ കാറുകളും അതിലൂടെ വരാറുണ്ട്. കാറുകളുടെ വരവ് അപൂർവ്വ കാഴ്ച ആയതിനാൽ തിരിച്ചു പോകുന്നതുവരെ ചുറ്റും കുട്ടികൾ ഒത്തുകൂടും.

റോഡിലൂടെ നടക്കുമ്പോൾ മണിക്കുട്ടി അച്ഛന്റെ കൈ പിടിച്ചപ്പോൾ ആദിഷ് അമ്മമ്മയുടെ കൈ പിടിച്ചു. നല്ല ഉറപ്പുള്ള ചെമ്മൺ റോഡാണ്. വഴിയരികിലുള്ള വീട്ടുകാരെല്ലാം ഇറങ്ങിവന്ന്

'എവിടെയാ പോകുന്നതെന്ന്' ചോദിച്ചു. പാറക്കണ്ടി കാവിന്റെ അടുത്ത് എത്താറായപ്പോൾ കടലിന്റെ ശബ്ദം കേൾക്കാതായി. അമ്മയും അമ്മമ്മയും കാവിന്റെ മുന്നിലുള്ള നടയിൽ തൊട്ട് നെറ്റിയിൽ വെച്ചശേഷം കൈകൂപ്പി. പതുക്കെ എല്ലാവരും നടന്ന് വീടോ മറ്റു കെട്ടിടമോ ഇല്ലാത്ത മൈതാനത്തിന്റെ നടുവിലൂടെ പോകുന്ന റോഡിൽ എത്തിയപ്പോൾ നടന്നുപോകുന്ന അനേകം ആളുകളെ കാണാൻ കഴിഞ്ഞു. ഒരിടത്ത് എത്തി വാഹനങ്ങളുടെ ശബ്ദം കേട്ടപ്പോൾ അച്ഛൻ പറഞ്ഞു,

"ചെറുകര എത്താറായി, വേഗം നടന്നാലേ ബസ് കിട്ടൂ."

നടക്കുന്നതിന് വേഗത കൂട്ടിയപ്പോൾ മുന്നിൽ താറിട്ട റോഡ് കണ്ടു. അതിലൂടെ കട കട ശബ്ദത്തിലൊരു കാളവണ്ടി.

വീതികുറഞ്ഞ റോഡ് താറിട്ടതിനാൽ കറുത്തു തിളങ്ങുകയാണ്. റോഡരികിൽ രണ്ട് പീടികകൾ മാത്രം, ഒന്ന് അരിയും പയറും പരിപ്പും മുളകും വിൽക്കുന്നത്; മറ്റേത് ചായപ്പീടിക. റോഡിന്റെ എതിർവശത്തുള്ള കിണറിന്റെ അടുത്തായി ഓടിട്ട വലിയ കെട്ടിടം. അല്പസമയം കഴിഞ്ഞപ്പോൾ ചെറിയൊരു ഇരമ്പൽ കേട്ട് അകലേക്ക് നോക്കിയപ്പോൾ കറുത്ത നിറമുള്ള കാർ ശബ്ദം ഉണ്ടാക്കിക്കൊണ്ട് മുന്നിലൂടെ ഓടിച്ചുപോയി. അതിനുപിന്നാലെ വലിയൊരു വാഹനം വന്നപ്പോൾ അച്ഛൻ പറഞ്ഞു,

"ബസ് വരുന്നുണ്ട്, എല്ലാവരും പെട്ടെന്നുതന്നെ കയറണം'"

അച്ഛൻ റോഡിലേക്ക് നീങ്ങി ഇടതുകൈ നീട്ടി കാണിച്ചപ്പോൾ ബസ് നിന്നു. പഴഞ്ചൻ പാസഞ്ചർ വാൻ പോലെ എഞ്ചിനുള്ള മുൻവശം നീണ്ട വാഹനം ആണെങ്കിലും ധാരാളം ആളുകൾക്ക് കയറാം. വാഹനത്തിനു മുകളിലായി ഇംഗ്ലീഷിൽ എഴുതിയത് ആദിഷ് വായിച്ചു,

'കേനന്നൂർ ടെല്ലിച്ചറി'

ബസിന്റെ പിന്നിലായി ഒരു വശത്ത് തുറന്ന വാതിലിലൂടെ എല്ലാവരും കയറിയപ്പോൾ വാതിലടഞ്ഞു. കാക്കി യൂനിഫോം ധരിച്ച കണ്ടക്റ്റർ ഉച്ചത്തിൽ വിസിൽ ഊതിയപ്പോൾ ബസ് ഓടാൻ തുടങ്ങി. രണ്ടുകെട്ട് അപ്പവും രണ്ട് കുട്ടികളെയും ശ്രദ്ധിച്ചുകൊണ്ട് അച്ഛൻ ഇരിക്കാനുള്ള ഇടം തേടി. അമ്മയും അമ്മമ്മയും മറ്റുള്ള യാത്രക്കാർക്കിടയിൽ ഇരുന്നപ്പോൾ അച്ഛന്റെ കൂടെ മണിക്കുട്ടിയും ആദിഷും പിന്നിലിരുന്നു.

അവർ കയറിയ വാഹനത്തിന് വേഗത വളരെ കുറവാണ്. ഓടുന്നതിനിടയിൽ എവിടെ ആയാലും ആളുകൾ കൈനീട്ടി കാണിച്ചാൽ ബസ് നിർത്തും. കണ്ണൂരിലേക്കുള്ള മൂന്നുപേരുടെ ടിക്കറ്റ് അച്ഛൻ പണം കൊടുത്തു വാങ്ങി. യാത്രയിൽ കണ്ടതെല്ലാം ആദിഷിന് വിരസമായ കാഴ്ചകളാണ്. റോഡരികിൽ ചെറിയ ഓലപ്പുര പോലുള്ള കച്ചവടപീടികകൾ അല്ലാതെ വീടോ വലിയ കെട്ടിടങ്ങളോ ഒന്നും കാണാനായില്ല. പലതരം വേഷത്തിലുള്ള ആളുകൾ ബസിൽ കയറുകയും ഇറങ്ങുകയും ചെയ്യുന്നുണ്ട്. കണ്ണൂരിൽ എത്തി ബസ് നിർത്തിയപ്പോൾ എല്ലാവരും ഇറങ്ങി, ഇനിയങ്ങോട്ട് അല്പം നടക്കണം.

ബസിൽനിന്നും ഇറങ്ങി വസ്ത്രമെല്ലാം നേരെയാക്കി അപ്പം നിറച്ച സഞ്ചി ഇടതു കൈയിൽ നിന്നും വലതുകൈയിലേക്ക് മാറ്റിയശേഷം അമ്മ പറഞ്ഞു,

"ഒരു കൊല പഴം വേണമല്ലോ?"

"പഴം മാത്രം മതിയോ, കുറച്ച് പലഹാരങ്ങളും വേണ്ടേ?"

"വേണം"

ചുറ്റുപാടും നോക്കിയപ്പോൾ ധാരാളം പീടികകൾ കാണാനായെങ്കിലും ചിലത് അടഞ്ഞു കാണപ്പെട്ടു. പഴക്കുലകൾ തൂക്കിയിട്ട വലിയൊരു കെട്ടിടത്തിൽ കയറിയ അച്ഛൻ ഒരുകുല പഴത്തോടൊപ്പം കുറെയധികം പലഹാരങ്ങളും വാങ്ങി. എല്ലാം തലച്ചുമടായി എത്തിക്കാൻ ഒരാളെ കൂലികൊടുത്ത് ഏർപ്പാടാക്കിയിട്ട് യാത്ര തുടങ്ങി. അല്പം നടന്നപ്പോൾ റോഡിന്റെ എതിർവശത്ത് ചൂണ്ടിക്കാണിച്ചിട്ട് അച്ഛൻ പറഞ്ഞു,

"മണിക്കുട്ടിക്ക് പോലീസിനെ കാണണോ? അതാ ലാത്തിയും പിടിച്ച് തൊപ്പിവെച്ച് പോകുന്ന രണ്ടുപേര് പോലീസാണ്. കുരുത്തക്കേട് കാണിച്ചാൽ അടിതരും."

"എവിടെയാ?"

ആദിഷിന്റെ ചോദ്യത്തിന് അച്ഛൻ പറുപടി പറഞ്ഞു,

"അതാ കാക്കി യൂനിഫോമിൽ, മോൻ കണ്ടിട്ടുണ്ടോ? പോലീസ്."

അച്ഛൻ കാണിച്ചുതന്ന രണ്ടുപേരെയും സർക്കസിലെ ജോക്കർമാരെയാണ് ആദിഷിന് ഓർമ്മവന്നത്. ഇവരെങ്ങിനെ പോലീസാവും? മുട്ടോളം എത്തുന്ന ട്രൗസറും തലയിൽ കോൺ ആകൃതി

യിൽ ചുവന്ന തൊപ്പിയും, വിചിത്രമായ വേഷം തന്നെ.

നടക്കാൻ കുറച്ചുദൂരം മാത്രമാണെങ്കിലും വലിയ ഭാരം ഉള്ളതുകൊണ്ടാണ് അപ്പവും കുലയുമായി ചുമട്ടുകാരനെ ഏർപ്പാടാക്കിയത്. കൂട്ടയിൽ ഒരു കുല പഴവും ലഡുവും ജിലേബിയും ബിസ്ക്കറ്റുമായി അവർക്കു പിന്നാലെ ചുമട്ടുകാരനും നടന്നു. കുറച്ചു നടന്നപ്പോൾ ഉച്ചത്തിലൊരു ചൂളം വിളി. അതുകേട്ടപ്പോൾ അച്ഛൻ പറഞ്ഞു,

"തീവണ്ടിയുടെ ഒച്ചയാണ്; തീവണ്ടിആപ്പീസ് ഇവിടെ അടുത്താണ്."

"തീവണ്ടിയോ?"

ആദിഷ് ആശ്ചര്യപ്പെട്ടപ്പോൾ അച്ഛൻ പറഞ്ഞു,

"തീവണ്ടി തന്നെ,, അതാ നോക്ക്, റെയിൽപാളത്തിൽ ഓടുന്നത്,, പാട്ട് കേട്ടിട്ടില്ലേ?"

മണിക്കുട്ടി പാടാൻ തുടങ്ങി,

'കൂകൂ കൂകൂ തീവണ്ടി, കൂകിപ്പായും തീവണ്ടി

കൽക്കരി തിന്നും തീവണ്ടി, വെള്ളം മോന്തും തീവണ്ടി'

അകലെ നോക്കിയപ്പോൾ ആദിഷ് കണ്ടത് ട്രെയിൻ,, അപ്പോൾ ഇതാണ് തീവണ്ടി! യാത്ര റെയിൽവെ സ്റ്റേഷന് സമീപത്തുകൂടിയാണ്. മുന്നിൽ ബർമ്മാഷെൽ കമ്പനിയുടെ ഓയിൽടാങ്കുകൾ; അവർ ഇളയമ്മയുടെ വീട്ടിൽ എത്താറായി.

ചെറിയൊരു ഗെയ്റ്റുകടന്ന് ഓലമേഞ്ഞ ചെറിയൊരു വീടിന്റെ മുന്നിലെത്തിയപ്പോൾ അമ്മമ്മയുടെയും അമ്മയുടെയും മുഖം മങ്ങി. അകത്തുനിന്നും ഇളയമ്മ ഓടിവന്ന് എല്ലാവരെയും സ്വീകരിക്കുമ്പോൾ വീട്ടിലെ മറ്റുള്ളവരും ഓടിയെത്തി. ഇളയച്ചനും അവരുടെ അമ്മയും സഹോദരിമാരും ആദ്യം കൈകാലുകൾ കഴുകാൻ വെള്ളം നൽകി. അതിനുശേഷം കൈപിടിച്ച് എല്ലാവരെയും അകത്തേക്ക് ക്ഷണിച്ചു. പിന്നാലെവന്ന ചുമട്ടുകാരനിൽനിന്നും പഴവും പലഹാരവും അച്ഛൻ വാങ്ങിയിട്ട് കിണ്ണത്തപ്പത്തിനൊപ്പം വീട്ടുകാരുടെ കൈയിൽ കൊടുത്തു. അതിനുശേഷം വിശേഷങ്ങൾ ഓരോന്നായി ചോദിക്കാനും പറയാനും തുടങ്ങി.

മണിക്കുട്ടി പുതിയതായി പലതും കണ്ട് ആശ്ചര്യപ്പെടാൻ തുടങ്ങി. സ്വന്തം വീട്ടിൽ കടലിന്റെ ഒച്ചയാണെങ്കിൽ ഇവിടെ വാഹനത്തിന്റെ ഒച്ചമാത്രം. അവളുടെ കൗതുകം ചുമരിലുള്ള സ്വിച്ച് താഴ്

ത്തിയാൽ വെളിച്ചം തരുന്ന ബൾബ് തന്നെ. അല്പസമയം കഴിഞ്ഞ് ചായയും ഇതുവരെ കഴിച്ചിട്ടില്ലാത്ത പലഹാരങ്ങളും മുന്നിലെത്തി. അതെല്ലാം തിന്നശേഷം ഇളയമ്മ പറഞ്ഞു,

"മണിക്കുട്ടിക്ക് ഒരു സൂത്രം കാണണോ? പുറത്തേക്ക് വാ."

വീടിന്റെ മുറ്റത്തിറങ്ങി പൂന്തോട്ടത്തിൽ വിടർന്ന പലതരം പൂച്ചെടികൾ ഇളയമ്മ കാണിച്ചുകൊടുത്തു. മുറ്റത്തിന്റെ അരികിലും വേലിയിലും നിറയെ കനകാമ്പരം. പിന്നെ പലതരം റോസാപൂവുകൾ, ചെമ്പരത്തികൾ, ചെട്ടിപൂവുകൾ എല്ലാം പരിചയപ്പെടുത്തി. അതിനുശേഷം അകലേക്ക് വിരൽചൂണ്ടി ഇളയമ്മ പറഞ്ഞു,

"നോക്ക്, അതാണ് സിനിമാ ടാക്കീസ്, നമ്മളവിടെ പോയിട്ട് സിനിമ കണ്ടു"

"എവിടെ?"

"ബെർമ്മാഷെല്ലിന്റെ വലിയടാങ്കിനും റെയിൽപാളത്തിനും അപ്പുറം, സെൻട്രൽ ടാക്കീസ്"

മുന്നിലുള്ള കാഴ്ചകൾ നോക്കി മണിക്കുട്ടി ആശ്ചര്യപ്പെടുമ്പോൾ മുറ്റത്തിറങ്ങിയ ആദിഷിന് ആകെയൊരു സംശയം, ഇതല്ലേ ആ സ്ഥലം? പപ്പയുടെയും മമ്മിയുടെയും കൂടെ സ്വന്തം ഇന്നോവ കാറിൽവന്ന് അനേകം നിലകളുള്ള മാളിൽ കയറി ഷോപ്പിങ്ങ് നടത്തുന്ന നേരത്ത് മൂന്നാം നിലയിലുള്ള ഗെയിം സോണിൽ കളിക്കുമ്പോൾ ഗ്ലാസിലൂടെ നോക്കിയാൽ കാണുന്നത് ഇതേപോലുള്ള കാഴ്ചകൾ ആയിരുന്നല്ലോ.

ഒരുവശത്ത് ഇന്ത്യൻ ഓയിൽ കോർപ്പറേഷൻ, മറുവശത്ത് റെയിൽവേ സ്റ്റേഷൻ, മുന്നിൽ വാഹനങ്ങൾ നിറഞ്ഞ റോഡ്, അതിനു പിന്നിൽ റെയിൽവേ ട്രാക്കിൽ ട്രെയിനുകൾ. എല്ലാം എവിടെയോ പരിചയമുള്ളത് പോലെ,, ശരിക്കും ഇതേ സ്ഥലം, ശരിക്കും?

****

25

കടകട കടകട കാളവണ്ടി

ചേരണി എൽ.പി. സ്കൂളിൽ രണ്ടുതരം പരീക്ഷകൾ നടക്കുന്നു. ഒന്ന് കടലാസിൽ പെൻസിൽ കൊണ്ട് എഴുതുന്ന പരീക്ഷ; നാലും അഞ്ചും ക്ലാസുകളിൽ,, അടുത്തത് സ്ലെയിറ്റിൽ എഴുതുന്ന പരീക്ഷ; ഒന്നും രണ്ടും മൂന്നും ക്ലാസുകളിൽ.

ഒന്നാം ക്ലാസിലെ പരീക്ഷകളിൽ പ്രധാനപ്പെട്ടതാണ് കേട്ടെഴുത്ത്. എല്ലാ കുട്ടികളും സ്ലെയ്റ്റും പെൻസിലുമായി എഴുന്നേറ്റ് രണ്ടുപേർവീതം മുഖത്തോടു മുഖം നോക്കി നിൽക്കാൻ രോഹിണി ടീച്ചർ പറയും. അതിനുശേഷം ടീച്ചർ പറയുന്ന വാക്ക് ഓരോ കുട്ടിയും സ്ലെയ്റ്റിൽ എഴുതണം. മറ്റുള്ളവർ എഴുതിയത് നോക്കി ആരും എഴുതാൻ പാടില്ല. പത്ത് വാക്കുകൾ ആയാൽ സ്ലെയ്റ്റ് മേശപ്പുറത്ത് വെക്കണം. ടിച്ചർ സ്ലെയിറ്റ് തുറന്നുനോക്കി എഴുതിയതിനുനേരെ ശരിയോ തെറ്റോ ഇടും; അതായത് ഒരു ഉത്തരത്തിന് ഒരു ശരി. ആകെ ശരി നോക്കിയിട്ട് പത്തിൽ മാർക്കിടുമ്പോൾ ചിലർക്ക് പത്തും ശരിയാവും. അങ്ങനെ മുഴുവൻ ശരിയായാൽ അവർക്കുവേണ്ടി എല്ലാവരും കൈമുട്ടും. പൂജ്യം മാർക്ക് ആണെങ്കിൽ അവർ മിണ്ടാതെ ക്ലാസിന്റെ മൂലയിൽ ഇരിക്കും.

ഇതുപോലെ പിറ്റേദിവസം കണക്ക് പരീക്ഷ നടക്കുമ്പോൾ അക്ഷരങ്ങൾക്ക് പകരം അക്കങ്ങൾ ആയിരിക്കും എഴുതുക. കറുത്ത സ്ലെയിറ്റിലെ വെളുത്ത ശരികളും മാർക്കുകളും മായാതെ വീട്ടിലെത്തി കാണിച്ചാൽ ചിലർക്ക് അമ്മയുടെവക സമ്മാനങ്ങൾ കിട്ടും.

രണ്ടിലും മൂന്നിലും ഇതേപോലെ സ്ലേയ്റ്റിൽ എഴുതുന്ന പരീക്ഷകളാണ്. മണിക്കുട്ടിയും ആദിഷും പരീക്ഷകൾ എഴുതി. ആദിഷിന് എല്ലാദിവസവും മുഴുവൻ ശരി ആയതിനാൽ പത്തിൽ പത്ത് മാർക്കും കിട്ടി. മണിക്കുട്ടിക്ക് ഒന്നോ രണ്ടോ തെറ്റുകൾ വന്നതി

നാൽ പത്ത് മാർക്ക് ഒരിക്കലും കിട്ടിയില്ല. മൂന്നാം ക്ലാസിൽ ഒന്നാമനാണ് ആദിഷ്.

നാലിലും അഞ്ചിലും കടലാസിൽ എഴുതുന്ന പരീക്ഷകളാണ്. കണക്ക് പരീക്ഷക്ക് വരയില്ലാത്ത കടലാസ്, മറ്റു വിഷയങ്ങൾക്ക് വരയുള്ള കടലാസ്. കടലാസുകളെല്ലാം വീട്ടിൽനിന്നും കുട്ടികൾക്ക് വാങ്ങിക്കൊടുക്കും. അദ്ധ്യാപകർ ബോർഡിൽ എഴുതുന്ന ചോദ്യങ്ങൾ ഓരോന്നായി കുട്ടികൾ വായിച്ച് കടലാസ് നിവർത്തി പെൻസിൽകൊണ്ട് ഉത്തരം എഴുതുന്നു. ഉത്തരക്കടലാസ് അദ്ധ്യാപകർ സ്വന്തം വീട്ടിൽ കൊണ്ടുപോയി പരിശോധിച്ച് മാർക്കിടും.

പരീക്ഷയെല്ലാം കഴിയുന്ന ദിവസമാണ് സ്കൂൾ അടക്കുന്നത്. അതിനുശേഷം സ്കൂൾ പ്രവർത്തിക്കാൻ രണ്ട് മാസം കഴിയും. സ്കൂളിൽ വരാതിരിക്കുന്നത് ചിലർക്ക് സങ്കടവും ചിലർക്ക് സന്തോഷവുമാണ്. കൂട്ടുകാരോടൊപ്പം ചിരിയും കളിയും കുസൃതികളും ഇല്ലാതാവും. അദ്ധ്യാപകരുടെ സ്നേഹവും ലാളനയും ഉണ്ടാവില്ല. ഉപ്പുമാവിന്റെയും പാലിന്റെയും രുചി ഇല്ലാതാവുന്നത് സങ്കടമാണെങ്കിലും രണ്ട് മാസത്തിനുശേഷം എല്ലാം കിട്ടുമല്ലോ.

സ്കൂളിൽ വരാതിരുന്നാൽ ആദിഷിന് സന്തോഷം ഉണ്ടാക്കുന്ന കാര്യങ്ങൾ ചിലതുണ്ട്. കൂട്ടുകാരുമൊത്ത് അടുത്തവീടുകളിലും കടപ്പുറത്തും വയലിലും തോട്ടിലും പോയി കളിക്കാം. രാവിലെ മുതൽ വൈകുന്നേരം വരെ കുളങ്ങരക്കണ്ടി പറമ്പിലെ മാവിൻചുവട്ടിൽ കളിവീട് വെച്ച് കളിക്കാം; രുചിയുള്ള ധാരാളം മാങ്ങകളും പേരറിയാത്ത പഴങ്ങളും തിന്നാം. അവധി ദിവസങ്ങളിൽ അമ്മമ്മ ധാരാളം കഥകൾ പറഞ്ഞുതരും.

പരീക്ഷ കഴിഞ്ഞ് ഉപ്പുമാവ് തിന്നശേഷം മറ്റുകുട്ടികളെല്ലാം വെളിയിൽ കളിക്കാൻപോയ നേരത്താണ് അവൾ വന്നത്; രണ്ടാം ക്ലാസിലെ മനോരഞ്ജിനി. ഇരുകൈകളും ചേർത്തടച്ച് ആദിഷിന്റെ അരികിൽവന്ന് പറഞ്ഞു,

“എന്റെ കൈയിലൊരു സ്വർണ്ണമുട്ടയുണ്ട്,, ആദിഷിന് വേണോ?”

ആദിഷ് ഞെട്ടി,, മുൻപ് മയിൽപീലി കാണിച്ച് അത്ഭുതപ്പെടുത്തിയവളാണ്. ഇപ്പോൾ എന്തായിരിക്കും,, അവൻ പറഞ്ഞു,

“സ്വർണ്ണമുട്ടയോ? വീട്ടിൽനിന്നും കൊണ്ടുവന്നതാണോ?”

“വീട്ടിന്ന് അല്ല, രണ്ടാം ക്ലാസിന്ന് കൊണ്ടുവന്നതാണ്”

“കാണട്ടെ?”

"ഇവിടെവന്ന് പിടിച്ചോ, ഞാനിതാ തുറക്കാൻ പോവുകയാണ്"

എഴുന്നേറ്റ് അവളെ സമീപിച്ചപ്പോൾ പതുക്കെ വിരലുകൾ ഓരോന്നായി തുറന്നു. അതാ ഉള്ളംകൈയിലൊരു സ്വർണ്ണമുട്ട, സ്കൂളിന്റെ ഓലമേഞ്ഞ മുകൾവശത്തെ ദ്വാരത്തിൽകൂടി സൂര്യപ്രകാശം ഇറങ്ങിവന്ന് സ്വർണ്ണമുട്ടയായി മനോരഞ്ജിനിയുടെ കൈയിൽ പതിച്ചതാണ്. ആദിഷ് ഇരുകൈകളും കാണിച്ചപ്പോൾ അവന്റെ കൈയിലേക്ക് സ്വർണ്ണമുട്ട പകർന്നുകൊണ്ട് അവൾ പറഞ്ഞു,

"സ്വർണ്ണമുട്ടയാ, നല്ല ഭാരമുണ്ട്,, താഴെവീണാൽ പൊട്ടിപ്പോകും"

"ഞാനിത് പൊട്ടാതെ സൂക്ഷിക്കാം"

ഉച്ചത്തിൽ ചിരിച്ചുകോണ്ട് ആദിഷിന്റെ അടുത്തിരുന്ന് മനോരഞ്ജിനി ചോദിച്ചു,

"ഞാനൊരു സാധനം തന്നിരുന്നല്ലോ"

"സാധനമോ?"

"അതേ, മുൻപ് ഒന്നാം ക്ലാസിൽ ഇരുന്നപ്പോൾ"

"ആ ഓർമ്മയുണ്ട്, മയിൽപീലി ആല്ലേ? പ്രസവിക്കുന്നത്."

"ഇപ്പോഴത് പുസ്തകത്തിലുണ്ടോ? ഒന്നാം തരത്തിലെ പുസ്തകത്തിലല്ലേ അന്ന് വെച്ചത്."

"അത് ഞാൻ കളയുമോ, ഇപ്പോഴും പുസ്തകത്തിന്റെ അകത്തുണ്ട്. ആകാശം കാണിക്കാതെ ഒന്നിലെ പുസ്തകത്തിൽനിന്നും മയിൽപീലിയെടുത്ത് മൂന്നാം ക്ലാസിലെ കേരള മലയാള പാഠാവലിയിൽ വെച്ചു."

"അതെയോ? എന്നിട്ട് മയിൽപീലി പ്രസവിച്ചോ? കാണട്ടേ?"

ആശ്ചര്യപ്പെട്ട മനോരഞ്ജിനി മുത്തുകൾ ചിതറുന്നപോലെ ചിരിക്കാൻ തുടങ്ങി. അവളുടെ വലതു കവിളിലുള്ള നുണക്കുഴി നോക്കി ആദിഷ് പറഞ്ഞു,

"പ്രസവിച്ചിട്ടൊന്നും ഇല്ല, ഇന്നലെയും നോക്കിയതാണ്. ചില മയിൽപീലികൾ പ്രസവിക്കാൻ കൊറേ മാസങ്ങൾ വേണമായിരിക്കും. ഇതാ നോക്കൂ."

ആദിഷ് പാഠപുസ്തകം തുറന്നപ്പോൾ മയിൽപ്പീലിയതാ മൂന്നാം ക്ലാസിലെ കേരള പാഠാവലിയുടെ പേജ് 108 ൽ കിടക്കുന്നു. മനോരഞ്ജിനി ആ പേജിൽ എഴുതിയത് വായിച്ചു,

"പാഠം 29, ഭീമന് നല്ലൊരൂണ്. ഈ പേജിലാണോ വെച്ചത്?"

"അതേ എന്താ കുഴപ്പമുണ്ടോ?"

"ഉണ്ട്, മയിൽപീലി പ്രസവിച്ച കുഞ്ഞിനെ ഭീമൻ തിന്നിട്ടുണ്ടാവും"

രണ്ടുപേരും പൊട്ടിച്ചിരിച്ചശേഷം മയിൽപീലിയെ ഒന്നുകൂടി നോക്കിയിട്ട് പുസ്തകം അടച്ചു. പിന്നീട് മനോരഞ്ജിനി രണ്ടാം ക്ലാസിലേക്ക് നടന്നപ്പോൾ ആദിഷ് കളിസ്ഥലത്തേക്ക് നടന്നു. അവിടെ ധാരാളം കുട്ടികൾ ഒന്നിച്ചുചേർന്ന് കളിക്കാനുള്ള തയ്യാറെടുപ്പാണ്. അവനെ കണ്ടപ്പോൾ ഇന്ദിരേച്ചി പറഞ്ഞു,

"കുറുക്കനും കോഴിയും കളിയാണ്, ആദി ഇവിടെനിന്ന് ഞങ്ങൾ കളിക്കുന്നത് നോക്കിക്കോ."

ഇന്ദിരേച്ചിയും കൂട്ടത്തിൽ കൂടിയിട്ട് കളിതുടങ്ങി. ധാരാളം കുട്ടികൾ ചേർന്ന് വട്ടത്തിൽ നിന്നുകൊണ്ട് കൈകൊർത്തു പിടിച്ച ശേഷം ഒരു കുട്ടി അകത്തും ഒരു കുട്ടി പുറത്തും നിന്നു. വലയത്തിന്റെ ഉള്ളിൽ അതായത് കോഴിക്കൂട്ടിൽ കോഴി, വലയത്തിന് വെളിയിൽ കുറുക്കൻ; കൂട് തകർത്ത് കുറുക്കൻ കോഴിയെ പിടിക്കണം,, അതാണ് കളി. കൈകൊർത്ത് വലയമായി നിന്നവർ ഉച്ചത്തിൽ പറയാൻ തുടങ്ങി,

"കോഴി വാ, കോയി വാ, കോയി ബാ, കോയി ബാ."

എല്ലാവരും വിളിച്ചുകൂവുന്നതിനിടയിൽ കുറുക്കനായ കുട്ടി വലയം പൊട്ടിച്ച് അകത്തുകടക്കാൻ ശ്രമിക്കുകയാണ്. മുറുകെപിടിച്ച കൈകൾ ബലമായി അകറ്റി ഒരു വശത്തുകൂടി കുറുക്കൻ കൂടിനകത്ത് കയറിയ നേരത്ത് മറുവശത്തുള്ള കുട്ടികൾ കൈ ഉയർത്തിയപ്പോൾ കോഴി വെളിയിലേക്ക് കടന്നു. കൂടിനകത്ത് കുറുക്കൻ കയറിയപ്പോൾ കൂടിനുപുറത്ത് കോഴി. പിന്നീട് അകത്തുകുടുങ്ങിയ കുറുക്കൻ പുറത്തേക്ക് പോകാനുള്ള പരിശ്രമമായി. ഒടുവിൽ കുറുക്കൻ വെളിയിലെത്തിയപ്പോൾ കോഴി വീണ്ടും കൂടിനകത്തു കയറി. കൂടിന്റെ അകത്തും പുറത്തുമായി കോഴിയും കുറുക്കനും കളി തുടരുമ്പോൾ എല്ലാവരും ചേർന്ന് 'കോഴി വാ, കോഴി വാ' എന്ന് വിളിച്ചുകൂവുന്നു. ഇത്രയും രസകരമായ കളി ആദിഷ് ആദ്യമായി കാണുകയാണ്. മണിയടി കേട്ടതോടെ കളി അവസാനിപ്പിച്ച് എല്ലാവരും ക്ലാസിലേക്ക് നടന്നു.

വൈകിട്ട് സ്കൂൾ വിടുന്നതിനുമുൻപ് കോരൻ മാസ്റ്റർ വിദ്യാർത്ഥികളോട് പറഞ്ഞു,

ഒളിച്ചുകളിക്കുശേഷം

"കുട്ടികളെ ഇന്ന് മാർച്ച് 31 തിങ്കളാഴ്ച, നിങ്ങളുടെ പരീക്ഷകളെല്ലാം കഴിഞ്ഞു. നാളെമുതൽ ആരും സ്കൂളിലേക്ക് വരേണ്ട; രണ്ടു മാസം അവധിയാണ്. ഇനി സ്കൂൾ തുറക്കുന്നത് ജൂൺ രണ്ടാം തീയ്യതി തിങ്കളാഴ്ച ആണ്. ഒരു മാസം കഴിഞ്ഞ് മെയ് ഒന്നിന് വ്യാഴാഴ്ച സ്കൂളിൽ വന്നാൽ പാസായോ തോറ്റോ എന്നറിയാൻ കഴിയും. പാസായവർക്ക് ഉയർന്ന ക്ലാസിൽ പഠിക്കാം. ഇനി മണിയടിച്ചാൽ എല്ലാവർക്കും വീട്ടിലേക്ക് പോകാം."

മണിയടി കേട്ടപ്പോൾ കുട്ടികളെല്ലാം പുസ്തകവുമായി സ്കൂളിൽനിന്നും ഇറങ്ങി അധികം ഒച്ചയാക്കാതെ നടന്നു. മൈതാനത്ത് പൊരപ്പുല്ലുകളെയും കുറ്റിക്കാടുകളെയും കരിമ്പാറകളെയും അവർ നോക്കി. കൂക്കിരി വീട്ടിലേക്ക് കടന്ന് താവ്വോറത്ത് വഴി ചന്ദ്രോത്ത് വീട്ടിലൂടെ റോഡിലേക്ക് ഇറങ്ങിയപ്പോൾ മുന്നിലൊരു കാളവണ്ടി. നിറയെ സാധനങ്ങൾ,

'കടകട കടകട കാളവണ്ടി'

ഇന്ദിരേച്ചി തുടങ്ങിയപ്പോൾ മറ്റുള്ളവരും ഏറ്റുപാടി,

'കട കട, കട കട കാളവണ്ടി,

കിണി കിണി, കിണി കിണി സൈക്കിൾ വണ്ടി,

പോ പ്പോ, പോ പ്പോ മോട്ടോർ വണ്ടി,,

ഝുക്ക് ഝുക്ക്, ഝുക്ക് ഝുക്ക് തീവണ്ടി.

ഓടും വണ്ടി, ഒഴുകും വണ്ടി,, പായും വണ്ടി, പറക്കും വണ്ടി,

കൂവും വണ്ടി, കുഴലുള്ള വണ്ടി,, ചീറും വണ്ടി, ചിറകുള്ള വണ്ടി'

അല്പദൂരം നടന്നപ്പോൾ കാളവണ്ടിയെ ഒഴിവാക്കിയ കുട്ടികൾ വാണിയൻ കേളോത്ത് പറമ്പിലേക്ക് കയറി. അവിടെയുള്ള അനേകം മാവുകളിൽ ഒരോ കുലയിലും പത്തിലധികം വളരെചെറിയ മാങ്ങകളുണ്ട്. തിന്നുന്നതിനെക്കാൾ രസം കുലകളായി തൂങ്ങുന്ന മാങ്ങകൾ കല്ലെടുത്ത് എറിഞ്ഞു വീഴ്ത്തുന്നതിലാണ്. സുധാകരന്റെ ആദ്യത്തെ ഏറ് കൊണ്ടപ്പോൾ ആറ് മാങ്ങകൾ വീണു. മാവിന്റെ ഉടമകളായ ജയരാജനും രാമചന്ദ്രനും ഓടിവന്ന് പറഞ്ഞു,

"നിങ്ങളെന്തിനാ പച്ചമാങ്ങക്ക് എറിയുന്നത്? പഴുത്തത് ധാരാളം വീട്ടിലുണ്ട്, അമ്മ തരും."

എല്ലാവരും അങ്ങോട്ടു പോയപ്പോൾ ഒരു മുറം നിറയെ പഴുപ്പിച്ചെടുത്ത വലിയ മാങ്ങകൾ എടുത്തുവെച്ച് ജാനുഅമ്മ പറഞ്ഞു,

"വപ്പക്കായ് മാങ്ങയാ,, ഇവിടത്തെ കുട്ടികൾ തിന്നുമടുത്തു. എല്ലാരും തിന്നോ; മധുരമുള്ളതാ,"

നാലുപേരും മുറത്തിലെ മാങ്ങകൾ ഓരോന്നായി ഏടുത്ത് കടിച്ചുതിന്നാൻ തുടങ്ങി. തൊലിയോടൊപ്പം മാങ്ങ തിന്നുമ്പോൾ എന്തൊരു രുചിയാണ്,

മാങ്ങതീറ്റി കഴിഞ്ഞ് അവിടെന്ന് ഇറങ്ങിയപ്പോഴാണ് വീടിന്റെ തെക്കുഭാഗത്തുള്ള നെയ്തുശാല കണ്ടത്. കാണുകയല്ല കേൾക്കുകയാണ് ചെയ്തത്, ആളുകളുടെയും പലതരം യന്ത്രങ്ങളുടെയും ശബ്ദം ആദിഷിനെ അങ്ങോട്ടേക്ക് ആകർഷിച്ചപ്പോൾ എല്ലാവരും അങ്ങോട്ടുപോയി എത്തിനോക്കി. പലതരം മരപ്പലകകൾ ഘടിപ്പിച്ച യന്ത്രത്തിന്റെ മുന്നിലിരുന്ന ആൾ ഇരുകൈകൾ കൊണ്ടും കാലുകൾ കൊണ്ടും പലകകൾ ചലിപ്പിക്കുമ്പോൾ നിറമുള്ള നൂലുകൾ ചേർന്ന് തുണികളായി മാറുന്ന അതിശയം കണ്ണുനിറയെ കാണാനിടയായി. പരിസരം മറന്നുകൊണ്ട് അവിടെനിൽക്കുന്ന ആദിഷിനെ ഇന്ദിരേച്ചി പിടിച്ചുവലിച്ചു,

"സ്കൂൾ പൂട്ടിയതുകൊണ്ട് നാളെ വന്നിട്ട് നെയ്ത്ത് കാണാം. ഇപ്പോൾ വീട്ടിൽപോകാം."

എളുപ്പവഴിയിലൂടെ നടന്നപ്പോൾ അവർ കുളങ്ങരക്കണ്ടിയിൽ എത്തി. ഒരേപോലെയുള്ള രണ്ട് പറമ്പുകളാണ് വാണിയൻകേളോത്തും കുളങ്ങരക്കണ്ടിയും. രണ്ട് പറമ്പിലും പൊട്ടക്കിണറുകളും കുളവും പുരാതനമായ കല്ലുകളും ഒരേയിനം മരങ്ങളും കാണാം. മാങ്ങ തിന്ന് വയറു നിറഞ്ഞതുകൊണ്ട് ഇനിയുള്ള മാങ്ങകൾ വീട്ടിലേക്ക് കൊണ്ടുപോവാമെന്ന് ഇന്ദിരേച്ചി പറഞ്ഞു. കുളങ്ങരക്കണ്ടിയിലെ താച്ചി അറിയാതെ മാങ്ങ പെറുക്കാൻ പോകുമ്പോൾ അവിടെ പുതിയതായി ഒരാളെ കണ്ടു. വെള്ള മുണ്ടും വെള്ളക്കുപ്പായവും അണിഞ്ഞ ആൾ; താച്ചിയുടെ മകനായ കുഞ്ഞിക്കണ്ണൻ.

കണ്ണൂരിൽ താമസിക്കുന്ന മകൻ അമ്മയെ കാണാൻ മാസത്തിൽ ഒന്നോ രണ്ടോ തവണ വരാറുണ്ട്. മകനും ഭാര്യയും പതിനൊന്ന് മക്കളും താമസിക്കുന്ന വീട്ടിലേക്ക് പോകാൻ പ്രായംകൂടി അവശയാണെങ്കിലും താച്ചി തയ്യാറല്ല. അവർക്ക് തറവാട്ടിലെ പഴയ വീട്ടിൽകിടന്ന് മരിക്കണം പോലും. താച്ചിയുടെ മകൻ വരുമ്പോൾ ചേരണിനാട്ടിലെ കുട്ടികൾ സന്തോഷിക്കും. പണക്കാരനായ അയാൾ കുട്ടികൾക്കെല്ലാം ചില്ലറപൈസ കൊടുക്കും. ഇന്ദിരേച്ചിയു

ടെ കൂടെ മറ്റുള്ളവരും വരാന്തയിൽ കയറി താച്ചിയുടെ ഒപ്പം നിന്നപ്പോൾ കീശയിൽ കൈയിട്ട് പൈസ എടുത്ത് അയാൾ കുട്ടികൾക്ക് നൽകി. ബന്ധു ആയതുകൊണ്ട് മണിക്കുട്ടിക്ക് നാലണ കിട്ടി. സുധനും ഇന്ദിരേച്ചിക്കും രണ്ടണ വീതം കൊടുത്തപ്പോൾ ആദിഷിന് ഒന്നും കൊടുത്തില്ല.

പൈസ കിട്ടിയപ്പോൾ കുളങ്ങരക്കണ്ടിയിലെ മാവിൻചുവട്ടിൽ പിന്നീട് പോകാമെന്ന് തീരുമാനിച്ച് വീട്ടിലേക്ക് നടന്നു. ആദിഷിന് പൈസ കൊടുക്കാത്തത് ശരിയായില്ലെന്ന് സുധാകരൻ പറഞ്ഞപ്പോൾ മറ്റുള്ളവർക്കും അതേ അഭിപ്രായം ആയിരുന്നു. പൈസയെല്ലാം സുധന്റെ കൈയിൽ കൊടുത്ത് നാരാണേട്ടന്റെ പീടികയിൽനിന്നും തോടുള്ള നിലക്കടല വാങ്ങി വറുത്തശേഷം അതുമായി ഇന്ദിരേച്ചി വന്നു. വലിയമ്മാവന്റെ ആപ്പീസുമുറിക്ക് മുന്നിൽ വരാന്തയിലിരുന്ന് ചൂടുള്ള നിലക്കടല പൊളിച്ചു തിന്നുകൊണ്ട് അവധി ദിവസങ്ങളുടെ ആഘോഷത്തിന് തുടക്കം കുറിച്ചു.

****

26

നേരത്തേ കാലത്തേ വരുന്ന കാമൻ

ആദിഷും മണിക്കുട്ടിയും ആരും വിളിക്കാതെയാണ് അന്നുരാവിലെ ഉണർന്നത്. ഉറങ്ങുന്നതിനു മുൻപ് അമ്മമ്മ പറഞ്ഞതെല്ലാം രണ്ടുപേർക്കും ഓർമ്മയുണ്ട്. 'നാളെയാണ് പൂരം' എന്നുപറഞ്ഞ് ഉറങ്ങാൻ തുടങ്ങിയ അമ്മമ്മയോട് ആദിഷ് ചോദിച്ചു,

"അമ്മമ്മേ, പൂരത്തിന് കാമനെ ഉണ്ടാക്കിയിട്ട് എന്താണ് ഗുണം?"

"പൂരക്കുട്ടി ആയി കാമനെ പൂജിക്കുന്ന പെൺകുട്ടിക്ക് നല്ല പുരുവനെ കിട്ടും."

"പുരുവനോ? അതെന്ത് സാധനാണ്?"

"പുരുവൻ എന്നുപറഞ്ഞാൽ സാധനോന്നും അല്ല, പുരുഷൻ,, എന്നുപറഞ്ഞാൽ ഭർത്താവ്."

"അപ്പോൾ മണിക്കുട്ടിക്ക് നല്ല ഭർത്താവിനെ കിട്ടും; അവളാണല്ലോ പൂരക്കുട്ടി"

ആദിഷ് പറഞ്ഞപ്പോൾ മണിക്കുട്ടി അമ്മമ്മയെ നുള്ളാൻ തുടങ്ങി. അവൾ പറഞ്ഞു,

"പുരുവനൊന്നും എനിക്ക് വേണ്ട, നാളെ ഞാൻ പൂരക്കുട്ടി ആവൂല്ല."

"അതിന് നാളെത്തന്നെ പുരുവനൊന്നും വരില്ല. കൊറേ കൊല്ലം കഴിഞ്ഞിട്ടാണ്."

"എന്നാലും എനിക്ക് പുരുവൻ വേണ്ട"

"വേണ്ടെന്ന് അന്നേരം പറഞ്ഞാൽമതി; ഒറങ്ങിക്കൊ, പുലർച്ചക്ക് എഴുന്നേൽക്കണം."

അമ്മമ്മയും മണിക്കുട്ടിയും ഉറങ്ങിയെങ്കിലും ആദിഷിന് ഉറക്കം വന്നില്ല. അവന്റെ ചിന്തകൾ ഏതാനും ദിവസം മുന്നോട്ടേക്ക് സഞ്ചരിച്ചു.

പൂരം എന്നൊരു ആഘോഷത്തെകുറിച്ച് കേട്ടത് ഓർമ്മയുണ്ട്. ഇവിടെ കാണുന്നത് പുതിയതരം ആഘോഷമാണ്. കുറച്ചുദിവസം മുൻപ് രാവിലെ ഇന്ദിരേച്ചി മണമുള്ള വെളുത്ത പൂക്കളുമായി വീട്ടിൽ വന്നിട്ട് അമ്മയോട് പറഞ്ഞു,

"മീനാക്ഷിയേടത്തി കല്യാണം കഴിഞ്ഞ് പോയാലും പൂരത്തിന് കാമനെ ഉണ്ടാക്കണ്ടേ?"

"പറയാൻ വിട്ടുപോയി. മീനമാസത്തെ കാർത്തിക ഇന്നല്ലേ, പൂരക്കുട്ടി ആവാൻ മണിക്കുട്ടി ഉണ്ടല്ലോ."

"ഞാനത് ഓർമ്മിച്ചിട്ട് ചെമ്പകപൂക്കൾ കൊണ്ടുവന്നിട്ടുണ്ട്."

പൂരക്കുട്ടി ആയി മാറിയ മണിക്കുട്ടി രാവിലെതന്നെ കുളിച്ച് പെറ്റിക്കോട്ട് വേഷത്തിലാണ് വന്നത്. അമ്മയും ഇന്ദിരേച്ചിയും അമ്മായിയും ആദിഷും മണിക്കുട്ടിയും മുറ്റത്തിന്റെ വടക്കുഭാഗത്ത് കിണറിനു സമീപം നിലവിളക്കും കിണ്ടിയിൽ വെള്ളവും ഇലയിൽ ഭസ്മവുമായി എത്തി. മടഞ്ഞ തെങ്ങോല അവിടെ നിവർത്തി വെച്ചിട്ട് ഇന്ദിരേച്ചി കൊണ്ടുവന്ന ഒരുപിടി ചെമ്പകപൂവ് അതിൽ വെച്ചു. മൂന്നുതവണ പൂവിനെ ചുറ്റിയിട്ട് അമ്മ കിണ്ടിയിൽ കൊടുത്ത വെള്ളം മണിക്കുട്ടി കൈയിലൊഴിച്ച് നനച്ചു. തളികയിൽ കൊണ്ടുവന്ന അരിമണികളും ഭസ്മവും ഇട്ട് പൂക്കളെ നമസ്കരിച്ചു. ഇതായിരുന്നു പൂരാഘോഷത്തിന്റെ തുടക്കം.

മൂന്നുദിവസം കിണറ്റിൻകരയിൽ അതേ ഓലയിൽ അതേപോലെ പൂവിട്ടു. അടുത്തദിവസം മുതൽ ചാണകം ഉരുട്ടിയെടുത്ത് ഉരുളയാക്കി മുറ്റത്ത് വെച്ചിട്ട് അതിനെ ചെമ്പകപൂവ് കൊണ്ട് മൂടിയിട്ടാണ് പരിപാടി. ചെമ്പകപൂവ് പച്ചോലയുടെ ഈർക്കിലിയിൽ കൊരുത്തത് കുഞ്ഞിക്കടപ്പുറത്തുനിന്നും കൊണ്ടുവന്ന ചാണകം ഉരുളയാക്കിയതിൽ കുത്തി നിർത്തിയിട്ട് എരുക്കിൻ പൂവും മുരിക്കിൻ പൂവും ഓലനാരിൽ കോർത്ത് മാലയിട്ടു.

ചാണകം കൊണ്ട് ഉണ്ടാക്കിയത് കാമദേവന്റെ രൂപമാണെന്ന് അമ്മമ്മ പറഞ്ഞു. എല്ലാ ദിവസവും രാവിലെയും ഉച്ചക്കും വൈകിട്ടും പൂരക്കുട്ടി കാമന് വെള്ളം തളിച്ച് അരിയിട്ടശേഷം ഭസ്മം തൊട്ട് നമസ്കരിക്കണം. മൂന്നുദിവസം ചാണകം ഉരുട്ടിവെച്ച് കാമനെ ഉണ്ടാക്കി. അതിനുശേഷം മണ്ണുകൊണ്ടുള്ള കാമൻ വന്നു. അതിനായി വയലിലുള്ള ചെളിമണ്ണ് വലിയൊരു പാളയിൽ കൊണ്ടുവന്നിട്ടുണ്ട്. അതുപോലെ കിണറ്റിൻകരയിലുള്ള കാമൻ പി

ന്നീട് മുറ്റത്തും ഒടുവിൽ വരാന്തയിലേക്കും പ്രവേശിക്കുന്നു. രാവിലെ ആയാൽ ഇന്ദിരേച്ചി ധാരാളം ചെമ്പകപൂക്കൾ കൊണ്ടുവരും. തെയ്യം കാണാൻ പോയ പാറക്കണ്ടി കാവിൽനിന്നാണ് പൂക്കൾ പറിക്കുന്നത്. അവരുടെ വീട്ടിൽ ഇതിലും വലിയ കാമനെ ഉണ്ടാക്കാറുണ്ട്. എല്ലാം കൌതുകമുള്ള ആഘോഷങ്ങൾ.

മീനമാസത്തിലെ കാർത്തിക നാളിൽ തുടങ്ങിയ ആഘോഷം രോഹിണി, മകയിര്യം, തിരുവാതിര, പുണർതം, പൂയ്യം, ആയില്യം, മകം, കഴിഞ്ഞ് പൂരത്തിലേക്ക് കടന്നിരിക്കയാണ്. മറ്റു ദിവസങ്ങളിൽ മുറ്റത്താണ് കാമനെ നിർമ്മിക്കുന്നതെങ്കിലും പൂരം നാളിൽ വരാന്തയിലാണ് കാമൻ. ഇന്നത്തെ കാമൻ കഴിഞ്ഞാൽ മണിക്കുട്ടിയുടെ വ്രതം അവസാനിക്കും.

രാവിലെ അമ്മമ്മയുടെ പിന്നാലെ എഴുന്നേറ്റ് വരുന്ന മക്കളെ കണ്ടപ്പോൾ അമ്മ ആശ്ചര്യപ്പെട്ടു. അടുപ്പിൽ തീ കത്തിക്കുന്ന അമ്മ പറഞ്ഞു,

"ഇന്നെന്താ രണ്ടാളും നേരത്തെയാണല്ലോ,, പൂരമല്ലേ,, വേഗം പറമ്പിൽ പോയി വന്നിട്ട് പല്ലുതേച്ചാൽ കാപ്പിയും ഓട്ടടയും കഴിക്കാം."

"ഹായ് ഓട്ടട, എനിക്കിഷ്ടാണ്, ആദീ വാ"

രണ്ടുപേരും അടുത്ത പറമ്പിലേക്ക് ഓടി.

അതിനിടയിൽ കിണ്ണം, കിണ്ടി, മുരുട, ഉരുളി തുടങ്ങിയ ഓട്ടുപാത്രങ്ങളോക്കെ അമ്മമ്മ കിണറ്റിൻകരയിൽ കൊണ്ടുവെച്ചു. ചിരട്ടയിൽ അടുപ്പിലെ ചാരവും തേങ്ങയുടെ ചകിരിയും എടുത്തു. അമ്മമ്മ പലകയിൽ ഇരുന്നശേഷം പാത്രങ്ങൾ ഓരോന്നായി എടുത്ത് ചാരത്തിൽ മുക്കിയ ചകിരികൊണ്ട് ഉരച്ചു വൃത്തിയാക്കി കഴുകിയെടുത്തു. അങ്ങനെ കിണ്ണവും കിണ്ടിയും മുരുടയും ഉരുളിയും പുതിയതുപോലെ തിളങ്ങി.

ഒന്നും രണ്ടും കഴിഞ്ഞശേഷം പല്ലുതേപ്പും കുളിയും കഴിഞ്ഞ് ആദിഷും മണിക്കുട്ടിയും അടുക്കളയിൽ വന്നു. അപ്പോഴേക്കും ഇലയിൽ ചുട്ട ഓട്ടടയും കാപ്പിയും തയ്യാറായിരുന്നു. തലേദിവസം വെള്ളത്തിലിട്ട് കുതിർത്ത അരി ഉപ്പുചേർത്ത് അമ്മിയിൽ അരച്ച ശേഷം വാഴയിലയിൽ പരത്തി അതിനകത്ത് തേങ്ങ ചിരവിയതും വെല്ലവും കുഴച്ചത് നിറച്ചു മടക്കിയിട്ട് ആവിയിൽ വേവിക്കുന്ന പലഹാരമാണ് ഓട്ടട. ആദിഷും മണിക്കുട്ടിയും ഓട്ടട ഓരോന്ന് വീ

തം തിന്നു. വീട്ടിലുണ്ടാക്കുന്ന പലഹാരത്തിന്റെ രുചിയൊന്ന് വേറെയാണ്.

പ്രാതലിനുശേഷം രണ്ടുപേരും ഇറയകത്തുകൂടി കോലായിൽ എത്തി. അവിടെയിരുന്ന് വലിയമ്മാവൻ പത്രം വായിക്കുകയാണ്. അദ്ദേഹത്തിന്റെ വായന കഴിഞ്ഞിട്ടുവേണം കുട്ടികൾക്ക് വായിക്കാൻ,, അപ്പോൾ സഞ്ചിയിൽ പൂക്കളുമായി വന്ന സുധാകരൻ പറഞ്ഞു,

"ഏച്ചി ജടപ്പൂ പറിക്കാൻ പോയിരിക്കയാ. ഇതിനകത്ത് ചെമ്പകവും മുരിക്കിൻപൂവും ഉണ്ട്"

പൂക്കൾനിറച്ച സഞ്ചി ആദിഷിന്റെ കൈയിൽ കൊടുത്തത് അമ്മായി വാങ്ങിയിട്ട് വരാന്തയുടെ മൂലയിൽ വെച്ചു.

മണിക്കുട്ടി കുളിച്ചശേഷം പെറ്റിക്കോട്ട് ഇടാൻ അകത്തേക്ക് പോയി. കാമന് വെള്ളം തളിക്കുമ്പോൾ പൂരക്കുട്ടി വെള്ളനിറമുള്ള പെറ്റിക്കൊട്ടാണ് ഇടുന്നത്. പൂരക്കുട്ടി ആകുന്നത് പെൺകുട്ടികൾ മാത്രം. മണിക്കുട്ടി ഒൻപത് ദിവസത്തെ വ്രതത്തിലാണ്; ഇന്ന് അവസാന ദിവസം,, വ്രതമെടുക്കാൻ പറഞ്ഞപ്പോൾ ആദ്യം അവൾക്കൊരു വിഷമം ഉണ്ടായിരുന്നു.

പൂരക്കുട്ടിയുടെ വ്രതനിഷ്ഠകൾ കഠിനമാണ്. മത്സ്യ മാംസങ്ങൾ കഴിക്കാൻ പാടില്ല, കൂടാതെ ഒൻപത് ദിവസവും രാവിലെതന്നെ കുളിക്കണം. പുളിയുള്ള മാങ്ങയോ കശുമാങ്ങയോ തിന്നരുത്. ഉച്ചത്തിൽ ചിരിക്കുകയും സംസാരിക്കുകയും ചെയ്യരുതെന്ന് മാത്രമല്ല കരയാനോ ഓടിക്കളിക്കാനോ പാടില്ല. പെറ്റിക്കോട്ട് മാത്രം അണിഞ്ഞ് കാമന് ആഹാരം കൊടുക്കുന്നത് കൂടാതെ അരിയും ഭസ്മവും ഇട്ടുകൊണ്ട് പ്രാർത്ഥിക്കുകയും വേണം. വ്രതങ്ങളിൽ ആദ്യത്തേത് പ്രധാനപ്പെട്ടത് ആണെങ്കിലും മണിക്കുട്ടിക്ക് പ്രയാസമാണ്. ആദിഷും മത്സ്യം ഒഴിവാക്കിയിട്ട് വ്രതമാണെന്ന് പറഞ്ഞപ്പോൾ വീട്ടുകാർക്കെല്ലാം ആശ്ചര്യവും സന്തോഷവും ഉണ്ടായി.

അല്പസമയം കഴിഞ്ഞപ്പോൾ കാമനെ ഉണ്ടാക്കാൻ പൂരക്കുട്ടിയോടൊപ്പം അമ്മായിയും അമ്മയും വരാന്തയിൽ വന്നു. അമ്മായി മുറ്റത്തെ മൂലയിലുള്ള മണ്ണ് വെള്ളംചേർത്ത് കുഴച്ച് വല്യ ഉരുള ആക്കിയപ്പോൾ വലിയ കാമൻ ആയി. അതോടൊപ്പം ചെറിയ ചെറിയ ഉരുളകൾ പത്തെണ്ണം ഉരുട്ടിയപ്പോൾ കുട്ടികാമന്മാർ ആയി. അതെല്ലാം വരാന്തയുടെ നടുവിൽ അകത്തേക്കുള്ള പ്രവേശ

ന വഴിയിൽ വെച്ചു. അടുത്തത് പൂക്കൾ.

പറമ്പിലെ തൈത്തെങ്ങിൽ നിന്നും പച്ചോലകൾ പറിച്ചെടുത്ത ശേഷം സഞ്ചിയിലെ പൂക്കൾ നിലത്തിട്ടു. ഓലയിലെ ഈർക്കിലി ഊരിയെടുത്ത് രണ്ടെണ്ണം ചേർത്ത് അറ്റത്തൊരു കെട്ടിട്ടശേഷം ചെമ്പകപൂവ് ഓരോന്നായി ഈർക്കിലിയിൽ കൊരുത്തു. നിലത്തു വെച്ച കാമന്റെ മുകളിൽ ചെമ്പകപൂക്കൾ കൊരുത്ത ഈർക്കിലി കുത്തിനിർത്തി. ഒപ്പം കുട്ടിക്കാമന്റെ മുകളിലും പൂക്കൾ കുത്തി നിർത്തി. ചുവന്ന മുരിക്കിൻപൂവ് ഓലനാരിൽ കോർത്ത് കാമന്റെ കഴുത്തിൽ മണിക്കുട്ടി ഇട്ടുകൊടുത്തു. ആ നേരത്ത് ഇന്ദിരേച്ചി പച്ചനിറമുള്ള ജടപൂവുമായി വന്നു. നക്ഷത്രം പോലുള്ള ജടപൂക്കൾ കാമനുചുറ്റും വിതറി. പിന്നീട് ആദിഷും ഇന്ദിരേച്ചിയും വീടിന്റെ പടിഞ്ഞാറ് പോയി എരിക്കിൻപൂക്കൾ പറിച്ച് മാലയാക്കി മണിക്കുട്ടിയുടെ കൈയിൽ കൊടുത്തപ്പോൾ അതും കാമന്റെ കഴുത്തിലിട്ടു. കാമന്റെ നിർമ്മാണം അവസാനിച്ചപ്പോൾ പൂജിച്ച് തൊഴാൻ തുടങ്ങി. കിണ്ടിയിൽ വെള്ളവും വാഴയിലയിൽ ഭസ്മവും അരിയും മുന്നിൽ നിരത്തി. പൂരക്കുട്ടി വെള്ളം തളിച്ച് അരിയും ഭസ്മവും കാമന്റെ തലയിൽ വിതറി. അതിനുശേഷം മറ്റുള്ളവരെല്ലാം കാമന് അരിയിട്ടു തൊഴുതു. അങ്ങനെ ഒൻപത് ദിവസത്തെ കാമൻ വീടിന്റെ കിണറ്റിൻകര മുതൽ മുറ്റത്തുകൂടി വരാന്തയിലേക്ക് നിരന്നു.

ഉച്ചക്ക് കാമന് കൊടുക്കുന്ന ഭക്ഷണമാണ് പൂരക്കഞ്ഞി. പച്ചരി കൊണ്ട് നിർമ്മിക്കുന്ന പൂരക്കഞ്ഞിക്ക് ഉപ്പും മധുരവും ചേർക്കുന്നില്ലെങ്കിലും നല്ല രുചിയുണ്ട്. ഉണ്ടാക്കിയാൽ ആദ്യം കാമന് കൊടുക്കണം. പൂരക്കുട്ടിയാണ് കഞ്ഞി കൊടുക്കേണ്ടത്. മൂന്ന് പ്ലാവിലകൾ മുന്നിൽ നിരത്തിവെച്ചിട്ട് വേറൊരു പ്ലാവില മടക്കിയതുകൊണ്ട് പൂരക്കഞ്ഞി ഇലയിൽ വിളമ്പി.

പൂരദിവസം സന്ധ്യാനേരത്ത് പ്രത്യേകമായി ഉണ്ടാക്കുന്ന പൂരട എന്ന് പറയുന്ന അടയും കാമന് കൊടുത്തതിനു ശേഷമാണ് മറ്റുള്ളവർ തിന്നുന്നത്. കുതിർത്ത പച്ചരി നന്നായി പൊടിച്ചശേഷം ചൂടാക്കി വറുത്തെടുക്കുക. തണുത്തു കഴിഞ്ഞാൽ ഒരു പാത്രത്തിൽ വെല്ലം ചൂടാക്കി ഉരുക്കിയത് ഒഴിച്ചിട്ട് അരി കുഴക്കുമ്പോൾ ആവശ്യത്തിന് വെള്ളം ചേർത്ത് ഒപ്പം ഏലക്കായ പൊടിച്ചതും തേങ്ങാക്കൊത്തും ചേർക്കണം. കുഴച്ച മാവ് ചെറിയ ഉരുളയാക്കിയിട്ട്

വൃത്തിയാക്കിയ പച്ച പ്ലാവിലയിൽ വെച്ച് പകുതിക്കുവെച്ച് മടക്കിയ ഇലയുടെ അറ്റത്ത് ഇലയുടെ തണ്ട് കുത്തി ഉറപ്പിക്കുക. ഓരോ ഇലകളിൽ വെച്ച് മാവ് മുഴുവനും അടയുടെ രൂപത്തിലാക്കിയശേഷം അപ്പച്ചെമ്പിൽ വെള്ളം ഒഴിച്ച് ആവിയിൽ വേവിക്കാം. വെള്ളം തിളച്ച് നീരാവി ഉയരുമ്പോൾ അട വെന്ത് പാകമാവുന്നു. അടയെ പൊതിഞ്ഞ പ്ലാവില മാറ്റിയിട്ട് പൂരട തിന്നാം. എന്തൊരു രുചിയാണെന്നോ,, ആദ്യം കാമന്റെ മുന്നിൽ വെക്കണം,, പിന്നെ തിന്നാം.

ഒൻപത് ദിവസത്തെ ആഘോഷത്തിന്റെ അവസാന ദിവസമാണിന്ന്; അതായത് പൂരത്തിന്റെ സമാപനം. അഞ്ച് തിരിയിട്ട് കത്തിച്ച നിലവിളക്കും തളികയിൽ അരിയും ഭസ്മവും കിണ്ടിയിൽ വെള്ളവും കാമന്റെ മുന്നിൽ വെച്ചു. കാമനുവേണ്ടി ഉണ്ടാക്കിയ പൂരക്കഞ്ഞിയും പൂരടയും മണിക്കുട്ടി പ്ലാവിലയിൽ വിളമ്പി. അതിനുശേഷം വെള്ളം തളിച്ച് ഭസ്മവും അരിയും ഇട്ട് എല്ലാവരും കാമനെ തൊഴുതു.

രാത്രി ആയപ്പോൾ കാമന്റെ യാത്രയയപ്പാണ്; അതിനായി ഇന്ദിരേച്ചിയോടൊപ്പം ധാരാളം കുട്ടികൾ വീട്ടിലെത്തി. അമ്മമ്മ എല്ലാവർക്കും പൂരട കൊടുത്തു. അതിനുശേഷം അടുക്കളയിൽ ഉപയോഗിക്കുന്ന മുറം കൊണ്ടുവന്ന് അതിനകത്ത് ഒൻപത് ദിവസവും പൂജിച്ച കാമരൂപങ്ങളും വാടിയ പൂക്കളും എടുത്തുവെച്ചു. അതെല്ലാം തലയിൽവെച്ച് ഇന്ദിരേച്ചി നടന്നപ്പോൾ കിണ്ടിയിൽ വെള്ളവും കത്തിച്ച നിലവിളക്കും തളികയിൽ അരിയും ഭസ്മവും എടുത്ത് മറ്റുള്ള കുട്ടികളോടൊപ്പം വീട്ടിലുള്ളവരെല്ലാം പിന്നാലെ നടന്നു,, നേരെ വടക്കുഭാഗത്തുള്ള വരിക്കപ്ലാവിന്റെ ചുവട്ടിലേക്ക്,, അപ്പോൾ എല്ലാവരും ഉച്ചത്തിൽ പറഞ്ഞു,

“കാമാ ദേവാ കാലത്തേ നേരത്തെ വരണേ കാമാ,
ഇനിയത്തെക്കൊല്ലം നേരത്തെ വരണേ കാമാ,,
തെക്കോട്ട് പോകല്ലേ കാമാ, തെക്കര് ചതിക്കുമെ കാമാ,,
കള്ളേറും പിള്ളേറും എറിഞ്ഞുകൊല്ലുമേ കാമാ,,
ഈന്തട ചുട്ട് ചതിക്കുമേ കാമാ,
ഈന്തോല പന്തലിട്ട് തരുമേ കാമാ,,
കാമാ ദേവാ കാലത്തെ നേരത്തേ വരണേ കാമാ”

പ്ലാവിന്റെ ചുറ്റിലുമായി പൂക്കളടക്കം എല്ലാ കാമനെയും എടു

ത്തുവെച്ചശേഷം പൂരക്കുട്ടി വെള്ളം തളിച്ചു. വീണ്ടും എല്ലാവരും ചേർന്ന് ഉച്ചത്തിൽ വിളിച്ചുപറഞ്ഞു,

"കാമാ ദേവാ കാലത്തെ നേരത്തെ വരണേ."

കാമനെ നമസ്കരിച്ച് മരച്ചുവട്ടിൽ പറഞ്ഞയച്ചശേഷം അവിടെ വന്ന കുട്ടികളെല്ലാം അടുത്ത വീടുകളിലെ കാമനെ യാത്രയാക്കാൻ പോകുന്നത് ആദിഷും മണിക്കുട്ടിയും നോക്കിനിന്നപ്പോൾ അമ്മമ്മ പറഞ്ഞു,

"രണ്ടാളും വലുതാവട്ടെ,, അപ്പോൾ നിങ്ങൾക്കും അവരോടൊപ്പം രാത്രിയിൽ നടക്കാം."

തിരികെ വീട്ടിലേക്ക് നടക്കുമ്പോൾ ചേരണിവയലിനു മുകളിലായി തിളക്കം,, ആദിഷിന് അത്ഭുതമായി! ആകാശത്തിന്റെ കിഴക്കുവശത്ത് വലിയൊരു തളികയുടെ ആകൃതിയിൽ സ്വർണ്ണം കോരിയൊഴിച്ചപോലെ തിളങ്ങുന്നു. മണിക്കുട്ടിയുടെ കൈപിടിച്ച് അവൻ പറഞ്ഞു,

"മണിക്കുട്ടീ, ആകാശത്ത് നോക്കിയാട്ടെ,, അവിടെയതാ അത്ഭുതവസ്തു, സ്വർണ്ണത്തളിക തിളങ്ങുന്നു!"

"എവിടെ?"

ആകാശത്ത് നോക്കിയ മണിക്കുട്ടി ചിരിച്ചുകൊണ്ട് പറഞ്ഞു,

"അയ്യേ,, അത് ചന്ദ്രനല്ലേ, അമ്പിളിമാമൻ,, ആദി ഇതുവരെ കണ്ടിട്ടില്ലേ?"

"ആദ്യമായിട്ടാ ഇങ്ങനെ വട്ടത്തിൽ കാണുന്നത്"

അതുകേട്ട് കൂടെ ഉണ്ടായിരുന്ന അമ്മമ്മ പറഞ്ഞു,

"മോനേ ഇന്ന് പൌർണ്ണമിയാണ്, വെളുത്ത വാവ്. മാസത്തിൽ ഒരിക്കലേ ഇതുപോലെ ആകാശത്ത് ചന്ദ്രനെ കാണുകയുള്ളൂ, നല്ലോണം നോക്കിക്കോ."

****

27

പൊരകെട്ടും കഞ്ഞിയും ചാണകം തേപ്പും

ഇളയമ്മയുടെ വിവാഹം കഴിഞ്ഞ് കുറേദിവസം ആയിട്ടും കടപ്പുറംചാലിലെ വടക്കെയിൽ വീട് കാണുന്നവർ നോക്കിനിന്നുപോവും. കല്യാണവീടുകൾക്ക് ഒരുകൊല്ലം വരെ പുത്തൻപെണ്ണിനെപ്പോലെ ചന്തം ഉണ്ടാവുമെന്ന് പറയാറുണ്ട്. മുറ്റത്തെ പന്തൽ അഴിച്ചു മാറ്റിയെങ്കിലും ചാണകം മെഴുകി മിനുസപ്പെടുത്തിയ മുറ്റം പരിസരത്തുള്ള കുട്ടികൾക്കെല്ലാം കളിക്കാനുള്ള ഇടമായി മാറി. സ്കൂൾ അടച്ചതുകൊണ്ട് വൈകുന്നേരം ആയാൽ ചേരണിയിലുള്ള അനേകം കുട്ടികൾ കളിക്കാൻ വരാറുണ്ട്. മുറ്റത്തും പറമ്പിലും കടപ്പുറത്തുമായി ഓടിക്കളിക്കുന്ന കുട്ടികളെ കാണുക,, ആദിഷിന് സന്തോഷം ഇരട്ടിച്ചു.

ഒരുദിവസം രാവിലെ ചകിരിത്തൊണ്ടുമായി ഇന്ദിരേച്ചി വീട്ടിൽ വരുന്നത് കണ്ടു. നേരെ അടുക്കളയിൽ കടന്ന് അവൾ ചോദിച്ചു,

“ഇവിടത്തെ കുട്ടികളൊന്നും എഴുന്നേറ്റില്ലേ? എനിക്ക് കൊറച്ച് തീ വേണം.”

“തീയോ,, അപ്പോൾ ഇന്നുരാവിലെ തിന്നാനൊന്നും ആക്കിയില്ലേ?”

ചോദിച്ചത് അമ്മമ്മയാണ്,

‘ഇന്ന് നമ്മളെവീട്ടിൽ പൊരകെട്ടാണ്, മുറ്റത്ത് അടുപ്പുകൂട്ടിയപ്പോൾ തീ കെട്ടുപോയി. രാവിലെയാണെങ്കിൽ നാരാണേട്ടന്റെ പീടികേന്ന് പുട്ടും കടലയും തിന്നു.”

അടുപ്പിനുള്ളിൽനിന്നും തീക്കട്ട കോരിയേടുത്ത് ഇന്ദിര കൊണ്ടുവന്ന ചകിരിയിൽ അമ്മ വെച്ചുകൊടുത്തു. കൈ പൊള്ളാതെ തീയുമായി പോകാൻ നേരത്ത് പറഞ്ഞു,

“പൊരകെട്ടുന്നതുകൊണ്ട് മണിക്കുട്ടിയെയും ആദിഷിനേം ക

ഞ്ഞികുടിക്കാൻ അയക്കണം. കുറച്ചുകഴിഞ്ഞ് അവരെ കൂട്ടാനായി ഞാൻ വരുന്നുണ്ട്."

പഴയ പുസ്തകങ്ങൾ അടുക്കിവെക്കുന്ന മണിക്കുട്ടിയും ആദിഷും അടുക്കളയിൽ ഓടിയെത്തി. ചകിരിയിൽ തീക്കനലുമായി ഇന്ദിരേച്ചി നിൽക്കുന്നതുകണ്ട് ആശ്ചര്യപ്പെട്ട ആദിഷിനോട് പറഞ്ഞു,

"ആദിയെന്താ ഇങ്ങനെ നോക്കുന്നത്? വീട്ടിലെ തീ കെട്ടാൽ അയൽവീടുകളിൽ പോയി തീ വാങ്ങുന്നത് ചകിരിയിലാണ്. കൊറച്ചുകഴിഞ്ഞ് രണ്ടാളും കഞ്ഞികുടിക്കാൻ വീട്ടില് വരണം."

ഇന്ദിരേച്ചി ഇറങ്ങിയപ്പോൾ ബാക്കി പുസ്തകങ്ങൾ നേരെയാക്കാൻവേണ്ടി രണ്ടുപേരും അകത്തേക്ക് പോയി.

ചേരണി ഗ്രാമത്തിലെ കടപ്പുറംചാലിൽ വടക്കെയിൽ ഒഴികെ എല്ലാ വീടുകളും ഓലയും പുല്ലും മേഞ്ഞതാണ്. ചില വീടുകളുടെ വരാന്തമാത്രം ഓടിട്ടതാണെങ്കിലും പ്രധാന മേൽക്കൂര ഓല മേഞ്ഞത് ആയിരിക്കും. ഓലയുടെ മുകളിൽ പുല്ല് നിരത്തിയ മേൽക്കൂരയിൽ ഓരോ വർഷവും മടഞ്ഞ പുതിയ തെങ്ങോല കെട്ടി പുല്ലുകൾ നിരത്തണം. അതാണ് പുരകെട്ട്.

മേൽക്കൂര മാറ്റിപ്പണിയുന്നതു പോലെ മറ്റൊരു പരിപാടിയാണ് തറയിലെ ചാണകം തേപ്പ്; ആദിഷിന് തീരെ ഇഷ്ടമില്ലാത്ത പരിപാടിയാണ്. പശുവിന്റെ ചാണകം കൈകൊണ്ട് വാരിയെടുത്ത് വെള്ളത്തിൽ കലക്കി ഓരോ മുറിയുടെയും നിലത്തു തേച്ചുപിടിപ്പിക്കുക. ഇളയമ്മയുടെ കല്യാണത്തിന് മുൻപ് വീട്ടിലെ ചാണകം തേപ്പ് കഴിയുന്നതുവരെ ആദിഷും മണിക്കുട്ടിയും ഇന്ദിരേച്ചിയുടെ വീട്ടിലായിരുന്നു. തിരികെ വരുമ്പോഴേക്കും തറയെല്ലാം ഉണങ്ങിയിരുന്നു. എങ്കിലും ചാണകത്തിന്റെ മണം ഓർക്കുമ്പോൾ മനം പിരട്ടുകയാണ്. പശുവിന്റെ ചാണകം കൈകൊണ്ട് വാരിയിട്ട് വെള്ളത്തിൽ കലക്കിയത് അമ്മയും ചേർന്ന് വീടിനകത്ത് തേച്ച് പിടിപ്പിച്ചു. ഇതൊക്കെ എല്ലാവർക്കും ഇഷ്ടപ്പെടുന്നതാണ് ആശ്ചര്യം!

ഉച്ചക്കുമുൻപ് ഇന്ദിരേച്ചി വന്നപ്പോൾ ആദിഷും മണിക്കുട്ടിയും പുരകെട്ടിന് പോകാൻ തയ്യാറായിരുന്നു. അമ്മ പറഞ്ഞു,

'ഇന്ദിരേ രണ്ടാളെയും കൂട്ടിക്കോ, അടങ്ങിയിരിക്കാൻ പറയണം. കിണറ്റിനടുത്തൊന്നും പോകരുത്, പിന്നെ ഓലയും വാരിയും പൊളിക്കുമ്പോൾ തലയിലൊന്നും വീഴാതെ നോക്കണം."

"അതിന് പഴയ ഓലയൊക്കെ പൊളിച്ചു കഴിഞ്ഞു. ഇപ്പോൾ

കെട്ടാൻ തുടങ്ങി."

"എന്നാലും കുട്ടികളെ നോക്കണം."

"അതെല്ലാം ഞാനേറ്റു."

മുന്നിലായി ഓടിയ ആദിഷും മണിക്കുട്ടിയും ഇന്ദിരേച്ചിയുടെ വീട്ടിലെത്തിയപ്പോൾ വീടിന്റെ മേൽക്കൂരയിൽ പഴയ കഴുക്കോലും വാരിയും ഒഴികെ മറ്റെല്ലാം പൊളിച്ചു താഴെയിട്ടിരുന്നു. തെങ്ങിൻ തടി കൊണ്ടുള്ള കഴുക്കോലിൽ ചേർത്ത് കെട്ടിയ കവുങ്ങിന്റെ നേരിയ കോലുകളായ വാരിയോട് ചേർത്താണ് മടഞ്ഞ ഓലകൾ കെട്ടുന്നത്. ഓല കെട്ടിയതിനുമുകളിൽ പുല്ലുകൾ നിരത്തി വെക്കുന്നു. മൈതാനങ്ങളിൽ വളരുന്ന പ്രത്യേകയിനം മിനുസമുള്ള പുരപ്പുല്ല് അരിഞ്ഞെടുത്തതാണ് പുരകെട്ടാൻ ഉപയോഗിക്കുന്നത്. രണ്ടുപേർ വീടിന്റെ മുകളിൽ കയറിയിരുന്ന് പുരകെട്ടുന്ന ജോലിയിലാണ്. കഴുക്കോലിന്റെ മുകളിൽ വെച്ച ഒരുകെട്ട് ഓലകളിൽനിന്നും ഓരോന്നായി എടുത്ത് നിവർത്തിവെച്ച് കവുങ്ങിന്റെ വാരിയിൽ കെട്ടുന്നു. ഓലകെട്ടിയശേഷം അതിനുമുകളിൽ പുല്ല് നിരത്തി വെക്കുന്നു. മുറ്റത്ത് കൂട്ടിയിട്ട പുല്ലുകെട്ടുകൾ എടുത്ത് ഒരാൾ മുകളിലേക്ക് എറിഞ്ഞു കൊടുക്കുന്നുണ്ട്.

വീട് കെട്ടിമേയുന്ന ജോലി ചെയ്യുന്നത് കൂലിപ്പണിക്കാരായ ആണുങ്ങളാണ്. തെങ്ങോല മടയുന്നത് ഇന്ദിരേച്ചിയുടെ അമ്മയും മൂത്തമ്മയും ചേർന്നാണ്. അവരത് ആദ്യമേ ചെയ്തുവെക്കുന്നു. ഉണങ്ങിവീഴുന്ന തെങ്ങോലകളുടെ മടലും തുമ്പും മുറിച്ചശേഷം രണ്ടായി പിളർന്ന് വെള്ളത്തിൽ ഇടുന്നു. പിറ്റേദിവസം വെള്ളത്തിൽ കുതിർന്ന ഓലകൾ ഓരോന്നായി എടുത്ത് മുറ്റത്തിരുന്ന് നിവർത്തിവെച്ച് മടയുന്നു. മാസങ്ങൾക്കുമുൻപ് മടയുന്ന ഓലകളെല്ലാം ചേർത്താണ് പുരകെട്ടുന്നത്. അതിന് മുകളിലിടുന്ന പുരപ്പുല്ല് വിലകൊടുത്ത് വാങ്ങിയതാണ്.

ആദിഷും മണിക്കുട്ടിയും തെക്കെയിൽ എത്തിയപ്പോൾ പഴയ ഓലയും പുല്ലും പൊളിച്ച് താഴെ ഇട്ടിരുന്നു. പിന്നീട് വീടിന്റെ മുൻവശമായ കിഴക്കുഭാഗത്ത് പുതിയ ഓലയും പുല്ലും കൊണ്ട് കെട്ടിയശേഷം തെക്കുഭാഗവും കെട്ടി തീരാറായി. അടുത്തതായി വീടിന്റെ പടിഞ്ഞാറ് വശമാണ്. ഒടുവിൽ കെട്ടുന്നത് വീടിന്റെ വടക്കുഭാഗം ആയിരിക്കും. നീളമുള്ള ഒരു മുളയിലൂടെ ആണ് പുരപ്പുറത്ത് കയറുകയും ഇറങ്ങുകയും ചെയ്യുന്നത്. ആളുകൾക്ക് ചവിട്ടിക്കയറാനും ഇറങ്ങാനും പാകത്തിൽ മുളയുടെ ചെറുശാഖകൾ മുറിച്ചിട്ടുണ്ട്.

മണിക്കുട്ടിയും ആദിഷും പുരകെട്ടുന്നത് ആസ്വദിച്ചുകൊണ്ട് പറമ്പിന്റെ അതിരിലുള്ള പ്രായം കൂടിയ ചെമ്പരത്തിയുടെ മുകളിലിരുന്നു. അടുത്ത കാലത്തായി കുട്ടികളുടെ കളിവീട് ചെമ്പരത്തിയുടെ ചുവട്ടിലാണ്. വീട്ടുകാർ വിരുന്നുപോകുമ്പോൾ കയറുന്ന ബസ്സാണ് അവരിപ്പോൾ ഇരിക്കുന്ന ചുവന്ന പൂവുള്ള ചെമ്പരത്തിമരം.

മുറ്റത്തും പറമ്പിലുമായി ധാരാളം പഴയ ഓലകളും പുല്ലുകളും കുന്നുകൂടിയിട്ടുണ്ട്. ഇന്ദിരേച്ചിയുടെ അമ്മയും മൂത്തമ്മയും ചേർന്ന് അവയെല്ലാം വാരിയെടുത്ത് പറമ്പിൽ അകലെ ഒരിടത്ത് കൂട്ടിയിടുകയാണ്. പൊടിഞ്ഞ കരിയോലകൾ വലിയ കൂട്ടകളിൽ നിറച്ച് തലച്ചുമടായാണ് കൊണ്ടുപോകുന്നത്. അതിനിടയിൽ സുധാകരനും കരിയോലകൾ വാരുന്നത് കണ്ടപ്പോൾ ആദിഷും മണിക്കുട്ടിയും അവനെ സഹായിക്കൻ ചേർന്നു. കുറച്ചുസമയം കഴിഞ്ഞപ്പോൾ ഇന്ദിരേച്ചി വിളിച്ചുപറഞ്ഞു,

'മണിക്കുട്ടീ, ആദിഷേ രണ്ടാളും ഇങ്ങോട്ടു വാ, ഓല എടുക്കുന്നത് നിങ്ങളെ അമ്മ കണ്ടാൽ അടിതരും. ഇവിടെവന്ന് അടുപ്പിൽ തീ കത്തിക്ക്."

രണ്ടുപേരും ഇന്ദിരേച്ചിയുടെ അടുത്തേക്ക് പോയി. പുര പൊളിച്ചു കെട്ടുന്നതിനാൽ അടുക്കളയിൽ ചെയ്യേണ്ട പാചകം മുറ്റത്തെ മൂലയിലുള്ള അടുപ്പിലാണ്. മൂന്ന് കല്ലുകൾ ചേർത്തുവെച്ച് നിർമ്മിച്ച അടുപ്പിനു മുകളിലെ വലിയ ചെമ്പുപാത്രത്തിൽ അരിയിട്ട് കഞ്ഞി വേവിക്കുകയാണ്. അതിനടുത്ത് മറ്റൊരു അടുപ്പിലെ ചട്ടിയിൽ പച്ചനിറമുള്ള ചെറുപയറിനോപ്പം മരച്ചീനി പുഴുങ്ങിയതും വെന്തുകൊണ്ടിരിക്കുന്നു. ഇന്ദിരേച്ചി തേങ്ങ ഉരിച്ച് ഉടച്ചശേഷം ചിരവയിലിരുന്ന് തേങ്ങ ചിരവി. തുറന്ന ആകാശത്തിനു കീഴിലെ പാചകം കണ്ടപ്പോൾ കാക്കകൾ പറന്നുവന്ന് സമീപത്തുള്ള തെങ്ങോലകളിലിരുന്ന് വിരുന്ന് വിളിച്ചു.

പുരപ്പുറത്തിരിക്കുന്നവർ തിരക്കിട്ട് ജോലിയിലാണ്. ഉച്ചവെയിൽ കൂടിയപ്പോൾ മടഞ്ഞ ഓല എടുത്ത് മൂന്നായി മടക്കി തൊപ്പിയുടെ രൂപത്തിലാക്കിയിട്ട് അവർ തലയിൽ വെച്ചു; ഓലത്തൊപ്പി കാണാൻ ബഹുരസം,, അതിനിടയിൽ കിഴക്കുവശം കഴിഞ്ഞ് തെക്കുവശവും മുഴുവൻ കെട്ടിയശേഷം വീടിന്റെ പടിഞ്ഞാറു വശത്ത് രണ്ടുപേരും പ്രവേശിച്ചു. താഴോട്ട് ഇറങ്ങിവരാതെ പുരപ്പുറത്തുനിന്ന് അവർ അങ്ങോട്ടും ഇങ്ങോട്ടും സഞ്ചരിക്കുകയാണ്. അതിനാൽ ചുവട്ടിൽ നിൽക്കുന്ന ആൾ മുളയേണീ കിഴക്കുനിന്നും എടുത്ത്

തെക്കുവശത്തും ഇപ്പോൾ പടിഞ്ഞാറും വെച്ചു. ആദ്യം ചുവട്ടിലെ ഒരു വരി ഓലകെട്ടും. അതിനു മുകളിൽ അടുത്തവരി കെട്ടി പുല്ലു നിരത്തും. അവസാനം വീടിന്റെ മോന്തായം ഉറപ്പിക്കും. താഴേനിന്ന് മുകളിലേക്കാണ് പുരകെട്ട്. അതുകൊണ്ട് മഴപെയ്താൽ വെള്ളം നേരെ താഴോട്ട് ഒഴുകും.

അടുപ്പിൽ വിറകായി ഉപയോഗിച്ചത് കരിയോലകൾ ആയതിനാൽ നന്നായി കത്തുന്നുണ്ട്. കഞ്ഞിയും കറിയും വെന്ത് പാകമായി. ഇന്ദിരേച്ചി ചിരവിയ തേങ്ങ കറിയിൽ ചേർത്തശേഷം കടുകു വറത്തിട്ടു. പച്ച നിറമുള്ള ചെറുപയറും കിഴങ്ങും ചേർന്നതാണ് കറി. അപ്പോഴാണ് മൂത്തമ്മ വന്ന് കഞ്ഞിയും കറിയും പാകം നോക്കിയത്. അവർ പറഞ്ഞു,

"നന്നായി വെന്തുകഴിഞ്ഞു, ഉപ്പ് പാകത്തിനുണ്ട്. കുറച്ചു കഴിഞ്ഞ് കഞ്ഞി കുടിക്കാം."

"അതുവരെ നമ്മള് കളിക്കട്ടെ, എന്നിട്ട് കഞ്ഞി കുടിക്കാം."

കളിവീടിന്റെ അടുത്തുള്ള കല്ലുകളിൽ നാലുപേരും ഇരുന്നപ്പോൾ മണിക്കുട്ടി പറഞ്ഞു,

"നമ്മക്ക് കഥ പറയാം."

"കഥയോ? കഥ പറയുമ്പോൾ കൊറേ സമയം വേണം. കടങ്കഥ ആയാലോ?"

ഇന്ദിരേച്ചിയുടെ അഭിപ്രായം എല്ലാവർക്കും ഇഷ്ടപ്പെട്ടു,

"കടങ്കഥ തന്നെ, ഞാനാദ്യം പറയാം"

"ശരി മണിക്കുട്ടി പറഞ്ഞോ"

"കാള കിടക്കും കയറോടും"

"ഉത്തരം ഞാൻ പറയാം, കുമ്പളം"

പറഞ്ഞത് സുധാകരൻ; അതുകൊണ്ട് അടുത്ത ചോദ്യം അവന്റെ വകയാണ്,

"ഇട്ടമ്മച്ചട്ടിക്ക് മൂടില്ല"

"കിണറ്"

"ശരി, ഇനി ഏച്ചിയാണ് ചോദിക്കേണ്ടത്."

"ഇല്ലത്തമ്മ കുളിച്ചുവരുമ്പോൾ കുഞ്ഞിക്കിണ്ണം തുള്ളിത്തുള്ളി, വേഗം പറഞ്ഞോ."

മറ്റുള്ളവർ ആലോചിച്ചെങ്കിലും ആരും ഉത്തരം പറായാത്തപ്പോൾ ഇന്ദിരേച്ചി പറഞ്ഞു,

"എല്ലാരും തോറ്റോ? എങ്കിൽ ഉത്തരം ഞാൻ പറയാം, ആദിക്ക്

പറയാനറിയോ?"

"നോ, ഇല്ല."

"അടുപ്പത്ത് അരി വെന്ത് ചോറായിട്ട് തിളക്കുന്നത്."

"ഇതൊന്നും നമ്മക്കറിയില്ല,, വേറെ ചോദിക്കണം."

"തോറ്റൂന്ന് സമ്മതിച്ചാൽ മതി."

"അതൊന്നും സമ്മതിക്കില്ല."

ഇന്ദിരേച്ചിയും അനിയനും തമ്മിൽ തർക്കമായി. അപ്പോൾ മാതുഅമ്മയുടെ വിളികേട്ടു,

"പടിഞ്ഞാറ് കെട്ടിക്കഴിഞ്ഞാൽ പണിക്കാർ ഇറങ്ങും. അതിനു മുൻപെ കുട്ടികൾക്ക് കഞ്ഞി കൊടുത്തിട്ട് നീയും സുധനും കൂടിച്ചോ,, നമ്മള് പണിക്കാരുടെ ഒപ്പരം വരാം."

വലിയൊരു കിണ്ണത്തിൽ കഞ്ഞിയും ഒരു കോപ്പയിൽ കിഴങ്ങ് ചെറുപയർ കൂട്ടാനും വിളമ്പിയത് കളിവീടിനരികെയുള്ള പരന്ന കല്ലിനുമുകളിൽ വെച്ചിട്ട് ഇന്ദിരേച്ചി പറഞ്ഞു,

"കിഴക്കെയിൽ പോയാൽ പ്ലാവില ഉണ്ടാവും, മണിക്കുട്ടി എടുത്തിട്ട് വന്നാൽ കഞ്ഞി കുടിക്കാം."

"ഞാനും പോകാം."

ആദിഷും മണിക്കുട്ടിയും പ്ലാവിന്റെ ചുവട്ടിൽ പോയി. ധാരാളം പഴുത്ത പ്ലാവിലകൾ വീണുകിടന്നതിൽ നല്ലതുനോക്കി കുറേയെണ്ണം എടുത്തു. അവയുമായി തിരികെ വരുമ്പോൾ കഞ്ഞികുടിക്കാൻ സുധാകരനും എത്തി. നാലുപേരും വട്ടത്തിൽ നിലത്തിരുന്ന് പ്ലാവില ഉപയോഗിച്ച് കഞ്ഞിയും കിഴങ്ങ്പയർ കൊണ്ടുള്ള ഇഷ്ടകറിയും കഴിച്ചുതുടങ്ങി. തുറന്ന ആകാശത്തിന്റെ കീഴിൽ മരത്തണലിൽ ഇരുന്നുള്ള ഭക്ഷണം. ഡൈനിംഗ് ടേബിൾ ഇല്ലാതെ, ടേബിൾ മാനേർസ് പാലിക്കാതെ, സോഷ്യൽ ഡിസ്റ്റൻസ് അനുസരിക്കാതെ, രസകരമായ അനുഭവം. അപ്പോൾ ഇന്ദിരേച്ചി പറഞ്ഞു,

"പൊരകെട്ട് നടക്കുമ്പോൾ അടുത്തവീട്ടിലെ കുട്ടികളെ കഞ്ഞി കുടിപ്പിക്കണം. കേട്ടോ."

"അപ്പോൾ അടുത്ത പൊരകെട്ടിനും ഞങ്ങൾക്ക് കഞ്ഞി കുടിക്കാം."

ആദിഷ് പറഞ്ഞതുകേട്ട് എല്ലാവരും ചിരിച്ചു.

****

28

പാമ്പിന്റെ വായിലേക്ക് തവളയുടെ ചാട്ടം

കളിക്കാനുള്ള അവസരങ്ങൾ മണിക്കുട്ടിയും ആദിഷും വിട്ടുകളയാറില്ല. ഏതാനും ദിവസം കൊണ്ട് ആദിഷ് പലതരം കളികളാണ് പഠിച്ചത്. ഗോട്ടികളി, കബടികളി, പട്ടകളി, സോഡികളി, ചട്ടികളി, നൊണ്ടിക്കളി, ഇട്ടിയുംകോലും കളി തുടങ്ങിയവയെല്ലാം അവന് പ്രീയപ്പെട്ടതാണ്. ഒരുദിവസം രാവിലെ രണ്ടുപേരോടും വലിയമ്മാവൻ പറഞ്ഞു,

"സ്കൂൾ അടച്ചിട്ട് കുറേ ദിവസങ്ങളായി; ജൂൺ മാസം സ്കൂൾ തുറന്നാൽ രണ്ടുപേരും നാലാം തരത്തിൽ ആയിരിക്കും. നാലിലെ പാഠം പഠിക്കുന്നതിനുമുൻപ് വായനശാലയിലുള്ള ധാരാളം പുസ്തകങ്ങൾ വായിക്കണം'

"ഞങ്ങൾക്ക് വായിക്കാൻ ഇഷ്ടമാണ്"

"ഇഷ്ടമാണെന്ന് പറഞ്ഞാൽ പോരാ, വായിക്കാൻ സമയം ഉണ്ടാക്കണം. ഇനിമുതൽ ഉച്ചവരെ വായന മാത്രം. ഉച്ചക്കുശേഷം വേണമെങ്കിൽ കളിക്കാം."

"ശരി വലിയമ്മാവാ."

"ശരിയെന്ന് പറഞ്ഞാലും ഏതെങ്കിലും കുട്ടികൾ വന്നാൽ രണ്ടാളും ചിരട്ടയുമെടുത്ത് ഓടുമല്ലോ."

"ഇനി ഉച്ചക്കുമുൻപ് കളിക്കാൻ പോകില്ല."

"രാവിലെ ആരെങ്കിലും വന്ന് വിളിച്ചാലെന്ത് ചെയ്യും?."

"അവരോടും പുസ്തകം വായിക്കാൻ പറയും."

"ശരി, എന്റെകൂടെ രണ്ടാളും വായനശാലയിൽ വാ."

മണിക്കുട്ടിയും ആദിഷും വലിയമ്മാവനും വായനശാലയിലേക്ക് നടന്നു. അവിടെ എത്തിയപ്പോൾ പത്രം വായിക്കാൻ പറഞ്ഞിട്ട് വലിയമ്മാവൻ അകത്തെ മുറിയിലേക്ക് പോയി. മാതൃഭൂമി പത്ര

ത്തിന്റെ മൂന്ന് പേജ് വായിച്ചുകഴിഞ്ഞപ്പോൾ വലിയമ്മാവന്റെ വിളി കേട്ട് അകത്തേക്ക് കടന്നു. അകത്തുകടന്ന ആദിഷ് അലമാരയിലെ പുസ്തകങ്ങളുടെ പേര് വായിക്കാൻ തുടങ്ങി. ഒരു കഥാപുസ്തകത്തിന്റെ പേര് വായിച്ചപ്പോൾ അവനാകെ സംശയം. 'അറബിക്കഥകൾ'?

"വലിയമ്മാവാ ഇവിടെ അറബിയിലുള്ള ബുക്സ് ഉണ്ടോ? അറബിക്കഥകൾ എന്ന് കാണുന്നു."

"അത് മലയാളത്തിലെഴുതിയ അറേബ്യയിൽ ഉള്ളവരുടെ കഥകളാണ്. വായിക്കാൻ തരട്ടെ?"

"വേണം, കഥകൾ വായിക്കാൻ വേണം."

അലമാരയുടെ ചില്ലുഗ്ലാസ് തുറന്ന് പുസ്തകം എടുത്തു; അൽപം വലുതാണ്. മേശപ്പുറത്തുവെച്ച നീല നോട്ട്ബുക്കിൽ രാധാമണിയുടെ പേരിൽ പുസ്തകം ചേർത്തശേഷം അറബിക്കഥകൾ കൊടുക്കാൻ നേരത്ത് അമ്മാവൻ പറഞ്ഞു,

"ഇതിനകത്തുള്ള ഓരോ കഥയും തെറ്റാതെ മുഴുവനും വായിക്കണം."

"നമ്മളിത് മുഴുവനും വായിക്കും, വീട്ടിൽ പോയിട്ട് വായിക്കട്ടെ?"

"രണ്ടാളും വീട്ടിൽ പോയി വായിച്ചാൽ മതി; പറഞ്ഞത് ഓർമ്മയുണ്ടല്ലോ."

"ഓർമ്മയുണ്ട്, കളിക്കാൻ പോകാതെ വായിക്കാനല്ലേ."

"അതെ, ഇനി പോയ്ക്കോ,, ഞാൻ കുറച്ചു കഴിഞ്ഞിട്ട് വരാം."

കഥാപുസ്തകം ലഭിച്ച സന്തോഷത്തോടെ ആദിഷും മണിക്കുട്ടിയും വീട്ടിലെത്തി. പുതിയതായി കിട്ടിയ പുസ്തകം അമ്മയെയും അമ്മായിയെയും അമ്മമ്മയെയും കാണിച്ചിട്ട് വായിക്കാൻ തുടങ്ങി. ഉച്ച ആയപ്പോൾ അറബിക്കഥകളിലെ മൂന്ന് കഥകൾ രണ്ടുപേരും ചേർന്ന് വായിച്ചപ്പോൾ അമ്മയുടെ വിളികേട്ടു. ചോറുണ്ണാൻ, ചോറിന്റെ കൂടെ ഇഷ്ടപ്പെടുന്ന പ്രത്യേകതരം കറി ഉണ്ടായിരുന്നു, കടക്ക എന്ന കല്ലുമ്മക്കായ.

കല്ലുമ്മക്കായയുടെ തോട് പൊളിച്ചിട്ട് എടുക്കുന്ന ഇറച്ചി കുരുമുളകും മല്ലിയും ചേർത്തു വറുത്ത തേങ്ങയരച്ചു ചേർത്ത് ഉണ്ടാക്കുന്ന കറി ആദിഷിന് നന്നായി ഇഷ്ടപ്പെട്ടു. ഭക്ഷണം കഴിച്ച് എഴുന്നേൽക്കാൻ നേരത്ത് അമ്മ പറഞ്ഞു,

"ഇന്ന് വൈകിട്ട് തിന്നാൻ അരിക്കടുക്ക ഉണ്ടാക്കുന്നുണ്ട്."

"അരിക്കടുക്കയോ?."

"ആദി അരിക്കടുക്ക തിന്നിട്ടില്ലേ?"

"ഇല്ല, എന്താണത്?"

"കല്ലുമ്മക്കായയുടെ ഉള്ളിൽ അരിനിറച്ച് പുഴുങ്ങി പൊരിച്ചെടുക്കുന്നത്; തിന്നാൻ നല്ലരസം"

"മക്കള് കളിച്ചിട്ട് വാ, അപ്പോഴേക്കും അരിക്കടുക്ക ഉണ്ടാക്കാം."

അമ്മമ്മ പറഞ്ഞതുകേട്ട് ആദിഷും മണിക്കുട്ടിയും ഭക്ഷണം കഴിഞ്ഞശേഷം എവിടെയും പോകാതെ അരിക്കടുക്ക നിർമ്മാണം കാണാനായി അടുക്കളയിൽതന്നെ ഇരുന്നു.

അടുക്കളയുടെ ഒരുഭാഗത്ത് ചട്ടിനിറയെ പച്ചനിറമുള്ള വലിയ കല്ലുമ്മക്കായകൾ ആദ്യം കണ്ടത് മണിക്കുട്ടിയാണ്. ആദിഷിനെ കാണിച്ചപ്പോൾ ആശ്ചര്യത്തോടെ അതിലൊന്ന് എടുത്തു. കൈവെള്ളയുടെ അത്രയും വലിപ്പമുള്ള കല്ലുമ്മക്കായ കുലുക്കിനോക്കിയിട്ട് ആദിഷ് ചട്ടിയിൽ തന്നെ ഇട്ടു. അതുകണ്ട് മണിക്കുട്ടിയും കല്ലുമ്മക്കായ എടുക്കാൻ തുടങ്ങിയപ്പോൾ അമ്മമ്മ ചട്ടിയെടുത്ത് മാറ്റിവെച്ചു.

അരിക്കടുക്ക ഉണ്ടാക്കാൻ കുതിർത്ത അരി ഉപ്പും ജീരകവും ചേർത്ത് അമ്മിയിൽ അരച്ചത് അമ്മയാണ്. അതിനുശേഷം കല്ലുമ്മക്കായ ഓരോന്നായി കത്തി ഉപയോഗിച്ച് രണ്ടായി പിളർന്നശേഷം തേങ്ങചേർത്ത് കുഴച്ചഅരി അതിനകത്തു നിറച്ച് തോട് വേർപെട്ടുപോകാതെ വാഴനാരുകൊണ്ട് കെട്ടി അപ്പച്ചെമ്പിൽ വെച്ചു. എല്ലാ കല്ലുമ്മക്കായകളിലും അരിനിറച്ച് കെട്ടിയിട്ട് അപ്പച്ചെമ്പിൽ വെച്ചതിനുശേഷം അടുപ്പിൽ തീ കത്തിച്ച് ആവിയിൽ വേവിച്ചു. ജീവനുള്ള കല്ലുമ്മകായയും അരികുഴച്ചതും ഒരുമിച്ച് വേവുമ്പോൾ നല്ലൊരു മണം വന്നു. വെന്തുകഴിഞ്ഞ് അടുപ്പിൽനിന്നും മാറ്റി തണുത്തശേഷം തോടുതുറന്ന് അരിക്കടുക്ക എടുത്ത് ഉപ്പും മുളകും മസാലയും ചേർത്ത് കുഴമ്പ് രൂപത്തിലുള്ള വെള്ളത്തിൽ മുക്കി ദോശക്കല്ലിൽ വെച്ച് വെളിച്ചെണ്ണയിൽ പൊരിച്ചെടുത്തു. അരിക്കടുക്ക നാലെണ്ണം മണിക്കുട്ടി തിന്നപ്പോൾ ആറെണ്ണം തിന്നിട്ടും ആദിഷിന്റെ കൊതി തീർന്നില്ല,, അത്രക്ക് രുചി,, അപാരം.

അരിക്കടുക്ക തിന്നുകയും കാപ്പി കുടിക്കുകയും ചെയ്തിട്ടാണ് മണിക്കുട്ടിയും ആദിഷും കളിക്കാൻ പോയത്. മുറ്റത്തേക്ക് ഇറങ്ങി

യ ഉടനെ മണിക്കുട്ടി പറഞ്ഞു,

"നമ്മക്കിന്ന് ചിരട്ടപുട്ട് ചുടാം"

"ചിരട്ടപുട്ടോ?."

"ആ പുട്ട് തന്നെ,, ചിരട്ടയിലാണ് പുട്ട് ചുടുന്നത്. വീട്ടിൽ ഉണ്ടാക്കുന്നതുപോലെ"

"എങ്കിൽ അതാവട്ടെ ഇന്നത്തെ ഫുഡ് ഐറ്റം'

"അങ്ങനെ പറഞ്ഞാൽ?"

"ഇന്ന് നമ്മക്ക് തിന്നാൻ പുട്ട്."

"വാ! പോകാം"

രണ്ടുപേരും അടുക്കള ഭാഗത്തുനിന്നും നാല് ചിരട്ടകൾ വീതം എടുത്തു; അപ്പോൾ ആകെ എട്ടെണ്ണം. എന്നിട്ട്, കളിവീട് ഉണ്ടാക്കുന്ന സ്ഥലത്തുപോയി കാപ്പിയും പുട്ടും ഉണ്ടാക്കാൻ തുടങ്ങി. ആദ്യം മൂന്ന് കല്ലുകൾ വീതം എടുത്തുവെച്ച് രണ്ട് അടുപ്പുകൾ ഉണ്ടാക്കിയിട്ട് കിണറ്റിൻകരയിൽ പോയി രണ്ട് ചിരട്ടയിൽ വെള്ളമെടുത്തു. കടപ്പുറത്തേക്കുള്ള വഴിയിൽനിന്നും പുട്ടിന് ചേർക്കാനുള്ള വെളുത്ത തേങ്ങ കൊണ്ടുവന്നു. പുട്ടിനുള്ള പൊടിച്ച അരി തെങ്ങിൻതടത്തിൽ നിന്നും വാരിയെടുത്തു. അടുത്തത് പുട്ട് നിർമ്മാണം.

ചേമ്പിലയിൽ അരിപ്പൊടി വെള്ളം ചേർത്ത് കുഴച്ച് അല്പസമയം അനക്കാതെ വെച്ചു. അതിനിടയിൽ ഒരു പാത്രത്തിൽ വെള്ളമെടുത്ത് അടുപ്പത്ത് വെച്ച് അടിയിൽ ചുള്ളിക്കമ്പും തെങ്ങോലകളും വെച്ച് തീ കത്തിച്ചു. പുട്ട് ചുടാനായി ചിരട്ടയുടെ അടിവശത്ത് അല്പം ഉണങ്ങിയ പൂഴി ഇട്ടതിനുശേഷം കുഴച്ച മണ്ണ് നിറച്ചു. അല്പസമയം അടുപ്പത്തുവെച്ച് തീ കത്തിച്ചശേഷം ഒരു വാഴയിലയിൽ പുട്ട് കമഴ്ത്തിയിട്ട് ചിരട്ട മാറ്റി. ചിരട്ടയുടെ ആകൃതിയിൽ പുട്ട് തയ്യാർ, ചിരട്ടപുട്ട്.

പുട്ടുകൾ പത്തെണ്ണം ചുട്ടപ്പോൾ ആദിഷ് പറഞ്ഞു,

"മണിക്കുട്ടീ ഇനി കാപ്പി ഉണ്ടാക്കാം."

"വെള്ളം തീർന്നുപോയല്ലോ, കിണറ്റിൻകരയിൽ പോയിട്ട് കുറച്ചുകൂടി വെള്ളം എടുക്കാം."

ആദിഷ് ചിരട്ടയുമായി ഓടിയപ്പോൾ പിന്നാലെ മണിക്കുട്ടിയും നടന്നു. കിണറിരികിൽ എത്തിയപ്പോൾ ഇരുണ്ട മൂലയിൽ പരിചയമില്ലാത്തൊരു ജീവി; ചാരനിറമുള്ള ആ ജന്തുവിന്റെ തലയിൽ ഉ

യർന്നുനിൽക്കുന്ന രണ്ട് കണ്ണുകൾ,, ആ ഭീകരൻ ആദിഷിനെ തുറിച്ചുനോക്കി.

"അയ്യോ."

തിരികെ ഓടാൻനേരത്താണ് മറ്റൊന്ന് സംഭവിച്ചത്,, ചാടാൻ തുടങ്ങിയ ആ ജന്തുവിനെ അവരുടെ കാലുകൾക്കിടയിലൂടെ ഓടിവന്ന വലിയൊരു പാമ്പ് വായിലാക്കി. അതോടെ ആകെ ബഹളമായി. പാമ്പ് വളഞ്ഞു പുളഞ്ഞ് രണ്ടുപേരുടേയും കാലുകൾക്ക് ഇടയിലൂടെ ഓടുമ്പോൾ ആദിഷും മണിക്കുട്ടിയും ഉച്ചത്തിൽ നിലവിളിച്ചു,

"അയ്യോ, ഓടിവായേ,, അമ്മേ..."

കുട്ടികളുടെ കരച്ചിൽകേട്ട് വടക്കെയിൽവീടും കടപ്പുറംചാലും ഞെട്ടി; ആദ്യം ഓടിവന്നത് അമ്മയാണ്, പിന്നാലെ അമ്മമ്മയും അമ്മായിയും അമ്മാവനും ഓടിയെത്തി. ഭയന്നുവിറച്ചുകൊണ്ട് ഓടിവന്നപ്പോൾ അമ്മകണ്ടത് മണിക്കുട്ടിയും ആദിഷും കെട്ടിപ്പിടിച്ച് കരയുന്നതാണ്. അവരോടൊപ്പം അമ്മയും അമ്മമ്മയും ഉച്ചത്തിൽ കരയാൻ തുടങ്ങിയപ്പോൾ അതൊരു കൂട്ടക്കരച്ചിലായി. വടക്കെലെ കിണറ്റിൻകരയിൽ നിന്നുള്ള കൂട്ടക്കരച്ചിൽ കേട്ട് അയൽക്കാർ മാത്രമല്ല, നാട്ടുകാർ മുഴുവൻ ഓടിവന്നു.

വെള്ളംകോരുന്ന ഇന്ദിരേച്ചി പാളയും കയറും കിണറ്റിലിട്ട് ഓടിയപ്പോൾ പറമ്പിൽ കളിക്കുന്ന കുട്ടികളെല്ലാം കളിമറന്ന് ഓടിവന്നു. അടുക്കളയിൽ പണിയെടുക്കുന്ന സ്ത്രികൾ വാതിൽ അടക്കാതെ ഓടിയെത്തി. വയലിൽ പണിയെടുക്കുന്നവർ കൈക്കോട്ട് നിലത്തിട്ട് ഓടിവന്നപ്പോൾ വായനശാലയിലിരുന്ന് വായിക്കുന്നവർ പത്രം ചാടിയിട്ട് ഓടിവന്നു. കിഴക്കെലെ പീടികയിലെ ബീഡിക്കാർ ഇലയും മുറവും നിലത്തുവെച്ച് ഓടിയെത്തി. കച്ചവടം നടത്തുന്ന നാരാണേട്ടൻ ജീവിതത്തിൽ ആദ്യമായി പീടിക പൂട്ടാതെ ഇറങ്ങിവന്നു. ജോലിചെയ്യുന്നവരൊക്കെ കൈയിലുള്ളതെല്ലാം കളഞ്ഞ് ഓടിവന്നു. വന്നവരെല്ലാം ചോദിച്ചു,,

"എന്തുപറ്റി?"

അമ്മായി രണ്ടുപേരെയും പരിശോധിച്ചപ്പോൾ പരിക്കൊന്നും കാണാനില്ല. അപ്പോൾ ഇന്ദിരേച്ചി പറഞ്ഞു,

"ഞാനിങ്ങോട്ട് ഓടിവന്നപ്പോൾ പേക്കൻതവളയെ കടിച്ചുകൊണ്ട് വലീയൊരു ചേര കുളത്തിലേക്ക് ഓടുന്നത് കണ്ടു."

വലിയമ്മാവൻ ചോദിച്ചു,

“മണിക്കുട്ടി എന്തിനാ കരഞ്ഞത്?”

“പാമ്പ് തവളയെ കടിച്ചിട്ട് കാലിന്റെടയിലൂടെ ഓടിയപ്പം ആദി കരഞ്ഞു, പേടിച്ചിട്ട് ഞാനും കരഞ്ഞു.”

“ശരിയാ തവളയുടെ കരച്ചില് കേൾക്കുന്നുണ്ട്, അതിപ്പോൾ പാമ്പിന്റെ വായിലാണ് ഉള്ളത്.”

“അതൊരു ചേരയല്ലേ,, പാമ്പ് അതിന്റെ ഭക്ഷണമായ തവളയെ പിടിച്ചതല്ലേ, അത് കുളത്തിലേക്ക് പോയി, രണ്ടാളും അകത്തു വന്നാട്ടെ.”

“മാഷേ ആ കുട്ടി ഇതുവരെ തവളയെയും പാമ്പിനെയും കണ്ടിട്ടുണ്ടാവില്ല. ചേര ആയാലും അതിനെ കാണുമ്പോൾ പേടിച്ചതാണ്. അത് വെറും ചേരയാ, ആദിമോൻ പേടിക്കണ്ട.”

“മോനേ ഇതുപോലുള്ള തവളയും പാമ്പും ലോകത്തുണ്ട്. അതെല്ലാം പരിചയപ്പെടണം.”

അമ്മാവൻ പറയുന്നതുകേട്ട് കരച്ചിൽ മാറിയ ആദിഷ് ചുറ്റും നോക്കി ആശ്ചര്യപ്പെട്ടു. നാട്ടുകാരെല്ലാം അവിടെയെത്തി. രണ്ടു കുട്ടികൾ കരഞ്ഞപ്പോൾ എത്രയാളാ ഓടിവന്നത്!!

കുളങ്ങരക്കണ്ടിയിലെ കുളത്തിൽനിന്നും തവളയുടെ കരച്ചിൽ നേർത്തുവന്നു. പാമ്പിന്റെ വയറ്റിൽ തവള എത്തിയിട്ടുണ്ടാവും. അപ്പോൾ കിഴക്കേലെ മോഹനേട്ടൻ പറഞ്ഞു,

“രണ്ടാളുടെയും കരച്ചിൽ കേട്ടാൽ പാമ്പ് മാത്രമല്ല, ആരായാലും പേടിച്ച് ഓടിക്കളയും.”

“ആദി എന്തിനാ പേടിക്കുന്നത്, ആ പോയത് പാമ്പല്ല, വെറും ചേരയാ.”

ഇന്ദിരേച്ചി പറഞ്ഞതുകേട്ട് എല്ലാവരും പൊട്ടിച്ചിരിച്ചു. മണിക്കുട്ടിയെയും ആദിഷിനെയും ആശ്വസിപ്പിച്ചുകൊണ്ട് വന്നവരെല്ലാം ജോലിചെയ്യാൻ പോയി. ഭൂമിയിൽ ജീവനുള്ള തവളയും പാമ്പും ഉണ്ടെന്ന് ആദിഷ് തിരിച്ചറിഞ്ഞു. വല്ലാത്ത ഭീകരജീവികൾ തന്നെ.

രണ്ടുപേരും കണ്ടത്,, തവളയുടെ ചാട്ടം, തവളച്ചാട്ടം,, നേരെ പാമ്പിന്റെ വായിലേക്ക്,, എന്നിട്ട്? പാമ്പും തവളയും ഒന്നിച്ച് ചാടിയത് കുട്ടികളുടെ ഇടയിൽ.

****

29

വിഷുക്കണിയും പടക്കങ്ങളും

സ്കൂൾ അടച്ചദിവസം മുതൽ ചേരണിയിൽ വിഷു ആഘോഷം തുടങ്ങുകയാണ്. അന്നു വൈകുന്നേരം പടക്കം പൊട്ടിച്ചുകൊണ്ട് വിഷുവിന്റെ വരവ് അറിയിക്കുന്നു. കുട്ടികൾ അദ്ധ്വാനിച്ച് സമ്പാദിക്കുന്ന പണം കൊടുത്ത് കുട്ടികൾ വാങ്ങിയ പടക്കം കുട്ടികൾ തന്നെ പൊട്ടിക്കുകയാണ്. കുട്ടികൾ അദ്ധ്വാനിച്ചാൽ പണം കിട്ടുമോ? അവരാൽ കഴിയുന്നത്ര അദ്ധ്വാനിക്കും, കൂലി പണമായിട്ടോ ഭക്ഷണമായിട്ടോ കിട്ടും, കുട്ടികളുടെ അദ്ധ്വാനം?

തേങ്ങ പറിക്കുമ്പോൾ പറമ്പിൽ വീണിട്ടുള്ള തേങ്ങകളും ഓലകളും ഒരിടത്ത് കൂട്ടിയിടുക, പുരകെട്ടുമ്പോൾ തൊഴിലാളികളുടെ ഒപ്പരം നിന്ന് അവർ പറയുന്നത് ചെയ്യുക, ചെറുകരയിലുള്ള റേഷൻപീടികയിൽ പോയി അരിയും മണ്ണെണ്ണയും വാങ്ങുക, പീടികയിൽനിന്നും ആവശ്യമായ സാധനങ്ങൾ വാങ്ങിക്കൊടുക്കുക, ചൂണ്ടയിട്ട് മീൻ പിടിക്കുക, പച്ചമാങ്ങയും തേങ്ങയും ഇളനീരും അവശ്യഘട്ടങ്ങളിൽ പറിച്ചുകൊടുക്കുക, തെങ്ങിനും പച്ചക്കറിക്കും വെള്ളം നനക്കുക, സാധനങ്ങൾ തലയിലേറ്റി കടത്തുക, കശുമാവിൽ കയറിയിട്ട് അണ്ടിമാങ്ങ പറിക്കുക, അങ്ങനെ ധാരാളം ജോലികൾ കുട്ടികൾക്കായി സംവരണം ചെയ്തിട്ടുണ്ട്.

ഈവക തൊഴിലുകളെല്ലാം സ്വന്തം വീട്ടിൽ ചെയ്തുകൊടുത്താൽ കൂലിയില്ല. മറ്റു വീട്ടുകാർക്കുവേണ്ടി അദ്ധ്വാനിച്ചാൽ കൂലി നൽകും. കശുവണ്ടി പറിച്ചുകൊടുത്താൽ കശുമാങ്ങ തിന്നാം. തെങ്ങിന്മേൽ കയറാൻ വിദഗ്ധപരിശീലനം ആവശ്യമാണ്. ചേരണിയിൽ ജനിച്ചുവളർന്ന ആൺകുട്ടികളെല്ലാം ഗുരുവിന്റെ സഹായമില്ലാതെ തെങ്ങിന്മേൽ കയറാൻ പഠിക്കും. ഏതാനും പെൺകുട്ടികളും തെങ്ങിന്മേൽ കയറാൻ പഠിച്ചിട്ടുണ്ട്. 'മരംകേരി പെണ്ണ്' എ

ന്നാണ് നാട്ടുകാർ അവരെ വിളിക്കുന്നത്.

വിഷുവിന് പടക്കം വാങ്ങാനുള്ള ധനാഗമ മാർഗ്ഗങ്ങളിൽ ഒന്നാണ് കശുവണ്ടി എന്ന പറങ്കിഅണ്ടി മോഷണം. ചേരണിയിലെ കുട്ടികൾ ആദ്യം പഠിക്കുന്ന മോഷണകലയാണ് അണ്ടികക്കുക എന്ന കശുവണ്ടി മോഷണം. പറങ്കിമാവ് എന്ന കശുമാവ് ഓരോ പറമ്പിലും ഉള്ളതിൽ പലതും പാതയോരത്ത് ആയിരിക്കും. ആളുകൾ നടക്കുന്ന വഴിയിൽ പറങ്കിമാങ്ങ വീണുകിടക്കും. മാങ്ങയുടെ വെള്ളം കുപ്പായത്തിൽ തട്ടി കറപുരളാതെ അണ്ടി ഊരിയെടുക്കുന്ന സമർത്ഥന്മാർ അത് സ്വന്തം കീശയിൽ ഇടുന്നു. ചിലനേരത്ത് സ്കൂൾ വിട്ട് വരുന്ന വഴിയിൽ ആളില്ലാത്ത പറമ്പുകളിൽകടന്ന് കശുവണ്ടി മോഷണം നടത്തുന്ന കുട്ടികളുണ്ട്. അതുകാരണം നാലുമണിക്ക് സ്കൂൾക്ക് വിട്ട് പത്ത് മിനിട്ടിനകം വീട്ടിലെത്തേണ്ട ചിലർ അഞ്ചുമണി കഴിഞ്ഞ് വീട്ടിലെത്തും. കുട്ടികൾ കൂട്ടമായി പോകുന്നതോ മാവിലും കശുമാവിലും എറിയുന്നതോ വലിയ കുറ്റമായി കണക്കാക്കാറില്ല.

സ്കൂൾ അടച്ച് ഒരാഴ്ച കഴിഞ്ഞപ്പോൾ ഇന്ദിരേച്ചിയും അനിയൻ സുധാകരനും ചേർന്ന് കച്ചവടപീടിക തുടങ്ങി. അവരുടെ വീടിനുമുന്നിൽ ആളുകൾ നടന്നുപോകുന്ന വഴിയിലാണ് പീടിക. തെങ്ങോലകളും ഏതാനും മരക്കമ്പുകളും വലിയ മൂന്ന് പലകകളും ചേർന്നതാണ് നിർമ്മാണ സാമഗ്രികൾ. നാല് തൂണുകൾ നിലത്ത് കുഴിച്ചിട്ടശേഷം മുകളിൽ കമ്പുകൾ ചേർത്തുകെട്ടി ഓലമേഞ്ഞ് മൂന്ന് വശങ്ങളിലും ഓലകൊണ്ട് മറച്ചുകെട്ടിയിട്ട് മറയില്ലാത്ത മുൻവശത്ത് ഇരുന്നാണ് കച്ചവടം. കച്ചവടക്കാലം കഴിഞ്ഞാൽ കളിവീടായും പീടിക ഉപയോഗിക്കാം. ചെറിയ കുട്ടികൾക്ക് നിവർന്നു നിൽക്കാമെങ്കിലും മുതിർന്നവർ അകത്തു കടന്നാൽ നിലത്തിരിക്കണം. പീടികയുടെ ഉള്ളിലേക്ക് പ്രവേശനം കുട്ടികൾക്കു മാത്രം.

കച്ചവട വസ്തുക്കളിൽ പ്രധാനപ്പെട്ട ഇനം തോടുള്ള നിലക്കടലയാണ്. റേഷനരി വാങ്ങാൻ ചെറുകരയിൽ പോയപ്പോൾ സുധാകരൻ സഞ്ചിനിറയെ നിലക്കടല വാങ്ങിയത് കലത്തിലിട്ട് വറുത്തെടുത്തതാണ്. പണം കൊടുത്തു വാങ്ങുന്നവർ തോടുപൊളിച്ച് തിന്നുമ്പോൾ വേറിട്ടു നിൽക്കുന്ന മണവും രുചിയുമാണ്. ഒപ്പം ജീരകമിഠായിയും നാരങ്ങമിഠായിയും ഒയൽച്ച മിഠായിയും ഉണ്ട്. പിന്നെയുള്ളത് ചിത്രങ്ങളാണ്; അതിൽ തീപ്പെട്ടി ചിത്രത്തോടൊ

പ്പം പത്രത്തിലെയും ആഴ്ചപ്പതിപ്പിലെയും ഭംഗിയുള്ള ചിത്രങ്ങളും ഉണ്ട്. വിൽപന സാധനങ്ങൾ ഉയരത്തിലുള്ള മരപ്പലകയിൽ നിരത്തിവെച്ചു. അതിനിടയിൽ സാധനകൈമാറ്റം വഴിയും കച്ചവടം നടക്കുന്നു. കശുവണ്ടി കൊടുത്താണ് കുട്ടികളിൽ പലരും ചിത്രങ്ങൾ വാങ്ങുന്നത്.

ഉദ്ഘാടനം കഴിഞ്ഞ് രണ്ട് ദിവസത്തിനുശേഷം വില്പനച്ചരക്കായി പടക്കങ്ങൾ വന്നു. തറയിൽ വെച്ച് കല്ലുകൊണ്ട് മുട്ടിയിട്ട് പൊട്ടിക്കുന്ന ക്യാപ്സ്, ഓലപ്പടക്കം, കോയപ്പടക്കം, പൊട്ടാസ്, കമ്പിത്തിരി, പൂക്കുറ്റി, നിലചക്രം എന്നിവ വിൽക്കാനായി വെച്ചിട്ടുണ്ട്. പടക്കങ്ങൾ മണിക്കുട്ടിയുടെ അച്ഛൻ കണ്ണൂരിൽനിന്നും മൊത്തമായി വാങ്ങിക്കൊടുത്തതാണ്. ഇന്ദിരേച്ചിയും സുധാകരനും കച്ചവടപീടികയിൽ മാറിമാറി ഇരുന്നാണ് കച്ചവടം.

കച്ചവടം തുടങ്ങിയപ്പോൾ ആദിഷും മണിക്കുട്ടിയും കളിക്കുന്നത് പീടികയുടെ സമീപമാണ്. കുട്ടിപ്പീടികയിൽ നിന്നും സാധനങ്ങൾ വാങ്ങാൻ ഗ്രാമത്തിലുള്ള കുട്ടികളെല്ലാം എത്തിച്ചേർന്നു. പണത്തിനു പകരം കശുവണ്ടി സ്വീകരിക്കുന്നത് നല്ലൊരു വരുമാനമാർഗ്ഗമാണ്. പടക്കം വാങ്ങുന്നവർ അധികവും സമീപത്തുനിന്നു തന്നെ പൊട്ടിക്കും. അങ്ങനെ പടക്കം വാങ്ങുകയും വിൽക്കുകയും പൊട്ടിക്കുകയും കത്തിക്കുകയും ചെയ്തപ്പോൾ വിഷു വന്നെത്തി.

ചേരണിക്കാർ ഓണവും വിഷുവും ആഘോഷിക്കുന്നത് തുല്യപ്രാധാന്യത്തോടെയാണ്. ഓണത്തിന് പൂക്കളം തീർക്കുന്നു, വിഷുവിന് പഠക്കം പൊട്ടിച്ച് കണികാണുന്നു. രണ്ട് ദിവസമാണ് ആഘോഷം; തലേദിവസം ചെറിയ വിഷു, പിറ്റേന്ന് വലിയ വിഷു. ആഘോഷത്തിനുള്ള ഒരുക്കങ്ങൾ ആദ്യമേ തുടങ്ങുമെങ്കിലും വിഷുക്കണി വെക്കാനുള്ള ഒരുക്കങ്ങൾ തലേ ദിവസമാണ് ആരംഭിക്കുന്നത്. അക്കൂട്ടത്തിൽ പ്രധാനപ്പെട്ട ഒന്നാണ് കണിക്കൊന്ന. ചേരണിയിൽ ആകെയുള്ള കണിക്കൊന്ന മരം കേളോത്ത് വീട്ടിലാണ്. ആകാശം മുട്ടുന്ന വലിയ മരം നിറയെ സ്വർണ്ണനിറമുള്ള കണിക്കൊന്ന പൂവുകൾ വിഷുക്കാലത്ത് തൂങ്ങിക്കിടക്കുന്ന കാഴ്ച അതിമനോഹരമാണ്.

എന്നാൽ, വിഷുദിവസം രാവിലെ കണിക്കൊന്നമരം കാണുന്നവർക്ക് സങ്കടം വരും. അതുവരെ സ്വർണ്ണത്തിളക്കം നൽകിയ പൂ

ക്കൾ തലേദിവസം ഒന്നൊഴിയാതെ അടർത്തിയിട്ട് വെറും കമ്പുകൾ മാത്രമായുള്ള കാഴ്ച അതീവ ദയനീയമാണെങ്കിലും ആ മരത്തിലെ പൂവുകളാണ് ചേരണി ഗ്രാമത്തിലെ എല്ലാ വീടുകളിലെയും ആളുകൾ കണികാണുന്നത് എന്ന കാര്യമോർത്ത് കേളോത്ത് വീട്ടുകാർ സന്തോഷിക്കുന്നു.

കണിവെക്കാനുള്ള പച്ചക്കറികളെല്ലാം കൃഷിചെയ്ത് വിളവെടുക്കുന്നു. വിഷുദിവസം അടുത്താൽ വയലിൽ വളർത്തിയ വെള്ളരിയും കുമ്പളവും മത്തനും വെണ്ടയും ചീരയും എല്ലാം വിളവെടുക്കുന്നു. സ്വന്തമായി കൃഷിചെയ്ത സ്വന്തം വിളവുകൾ സ്വന്തം വീട്ടിൽ കണിവെച്ച് കാണുന്ന സമത്വസുന്ദരമായ സ്വയം പര്യാപ്തമായ ഗ്രാമമാണ് ചേരണിഗ്രാമം.

പിന്നെയൊരു കാര്യം, ഗ്രാമീണരിൽ പലരും മാംസം കഴിക്കുന്നത് വിശേഷദിവസങ്ങളിൽ മാത്രമാണ്. അതുകൊണ്ട് ഓണവും വിഷുവും വരുന്നതിനുമുൻപ് അറവുകാരൻ അസീസ് മാപ്പിള ഇറച്ചി വില്പനക്ക് രണ്ടോ മൂന്നോ ആടുകളെ വാങ്ങിയിരിക്കും.

വിഷുദിവസം പൊട്ടിക്കാൻ വേണ്ടി വലിയൊരു കെട്ട് പടക്കങ്ങളും നാല് പെട്ടിനിറയെ പൂക്കുറ്റിയും രണ്ട് പെട്ടി നിറയെ നിലച്ചക്രവും പത്ത് പെട്ടി നിറയെ കമ്പിത്തിരിയും പിന്നെ ചെറിയ പെട്ടികളിൽ ചുവപ്പും പച്ചയും നിലാത്തിരികളും രണ്ട് ദിവസം മുൻപെ മണിക്കുട്ടിയുടെ അച്ഛൻ കൊണ്ടുവന്നത് അമ്മ ഒളിപ്പിച്ച് വെച്ചിരുന്നു. അതെല്ലാം പുറത്തെടുത്തത് വിഷുവിന്റെ തലേദിവസം സന്ധ്യാനേരത്താണ്. സുധാകരന്റെ ഒപ്പം ഏതാനും മുതിർന്ന ആൺകുട്ടികൾ വന്നപ്പോൾ അവരെല്ലാം ചേർന്ന് പടക്കങ്ങൾ ഓരോന്നായി പൊട്ടിക്കാൻ തുടങ്ങി. ആദിഷിനും മണിക്കുട്ടിക്കും പടക്കം പൊട്ടുമ്പോൾ പേടിയാണ്. മണിക്കുട്ടി പടക്കത്തിന്റെ ഒച്ച കേട്ടാൽ അകത്തുപോയി ഒളിക്കും. പടക്കത്തോടൊപ്പം പൂക്കുറ്റിയും നിലച്ചക്രവും കത്തിച്ചപ്പോൾ വീട്ടിലാകെ ആഘോഷം നിറഞ്ഞു. അവരെല്ലാം പോയപ്പോൾ മണിക്കുട്ടിയും ആദിഷും ചേർന്ന് കമ്പിത്തിരിയും നിലാത്തിരിയും കത്തിക്കുമ്പോൾ ഇന്ദിരേച്ചി വന്നു. അവരോടൊപ്പം അമ്മയും അമ്മായിയും ചേർന്ന് പൂക്കുറ്റികൾ ഓരോന്നായി കത്തിക്കാൻ തുടങ്ങി.

വിഷുക്കണിക്കുള്ള നെയ്യപ്പം ചുടാൻ അമ്മയും അമ്മായിയും അടുക്കളയിലേക്ക് പോയി. മറ്റു വീടുകളിൽ പൊട്ടുന്നതും കത്തു

ന്നതുമായ കാഴ്ചകളെല്ലാം ആസ്വദിച്ചുകൊണ്ട് ആദിഷും മണിക്കുട്ടിയും ഇന്ദിരേച്ചിയും വരാന്തയിലിരുന്നപ്പോൾ അമ്മമ്മയും വന്നു. സമയം വൈകിയപ്പോൾ നാളെ രാവിലെ കണികാണാൻ രണ്ടുപേരും വീട്ടിൽ വരണമെന്ന് പറഞ്ഞശേഷം ഇന്ദിരേച്ചി സ്വന്തം വീട്ടിലേക്ക് പോയി.

പടക്കം പൊട്ടുന്ന ഒച്ചകാരണം അന്നുരാത്രി ആദിഷും മണിക്കുട്ടിയും ഉറങ്ങാൻ വൈകിയെങ്കിലും പിറ്റേന്ന് അമ്മമ്മ അതിരാവിലെ വിളിച്ചുണർത്തി. ഉറക്കച്ചടവിൽ ഇറയകത്ത് വന്ന് നോക്കിയപ്പോൾ മുന്നിൽ കണ്ടത് വിഷുക്കണി. അഞ്ചു തിരിയിട്ട് കത്തിച്ച വിളക്കിന്റെ വെളിച്ചത്തിൽ ശ്രീകൃഷ്ണന്റെ ചിത്രം, അതിനു മുന്നിൽ ഇടങ്ങാഴിയിൽ നെല്ല്, തൊട്ടടുത്ത് അരിനിറച്ച കിണ്ണവും പയർനിറച്ച തളികയും. പിന്നെ പച്ചക്കറികൾ, ഒപ്പം ചക്ക, തേങ്ങ, മാങ്ങ, വെള്ളരിക്ക തുടങ്ങിയവയും ഉണ്ട്. പ്രധാനപ്പെട്ടത് നെയ്യപ്പം, അതാണെങ്കിൽ പുതിയ മൺചട്ടി നിറയെ ഉണ്ട്. കണികാണാൻ വരുന്നവർക്ക് കൊടുക്കാനാണ് നെയ്യപ്പം.

വിഷുക്കണി കാണുന്ന ആദിഷിന്റെയും മണിക്കുട്ടിയുടെയും കൈയിൽ അമ്മ ഓരോ നെയ്യപ്പം കൊടുത്തിട്ട് പല്ലുതേച്ചതിനുശേഷം തിന്നാൻ പറഞ്ഞു.

എല്ലാ വീട്ടിലെയും കുട്ടികൾ പുറത്തിറങ്ങി ഗ്രൂപ്പായിചേർന്ന് വിഷുക്കണി കാണാനുള്ള യാത്രയിലാണ്. കണിവെക്കുന്ന വീടുകളിലെല്ലാം അവർ കയറിയിറങ്ങും. വീട്ടിൽ വരുന്ന കുട്ടിപ്പടകൾ പെട്ടെന്ന് തിരിച്ചുപോവുകയില്ല. അകത്തുകടന്ന് കണി കാണുന്നത് ആ വർഷത്തെ കണിഫലം പോലെ ഇരുന്നിട്ടോ, കിടന്നിട്ടോ, നിന്നിട്ടോ ആയിരിക്കും. അതിനുശേഷം വീട്ടിലെ മുതിർന്ന ആൾ അപ്പവും കൈനീട്ടവും കൊടുക്കും. കൈനീട്ടം നാലണയിൽ കൂടുകയില്ല. അപ്പം കിട്ടിയ ഉടനെ തിന്നിട്ട് ബാക്കിയുള്ളത് പണത്തോടൊപ്പം പോക്കറ്റിൽ നിറക്കും. പുറത്തിറങ്ങിയശേഷം പടക്കം ഉണ്ടെങ്കിൽ അതും പൊട്ടിച്ച് അവർ പടികടക്കുമ്പോഴേക്കും അടുത്ത ഗ്രൂപ്പിന്റെ വരവായി.

കണികാണാൻ ഇന്ദിരേച്ചിയോടൊപ്പം ധാരാളം കുട്ടികളാണ് വീട്ടിലേക്ക് വന്നത്. അകത്തുള്ള പടക്കങ്ങളെല്ലാം പുറത്തെടുത്ത് പൊട്ടിക്കാൻ തുടങ്ങിയപ്പോൾ മണിക്കുട്ടിയുടേയും ആദിഷിന്റേയും പേടിയൊക്കെ കുറേശ്ശെ മാറിവന്നു. എല്ലാവരും ചേർന്ന് പൂ

ത്തിരിയും കമ്പിത്തിരിയും നിലച്ചക്രവും കത്തിച്ചു. അമ്മ സമ്മതിച്ചതിനാൽ മറ്റു വീടുകളിൽ കണികാണാൻ പോകുന്നവരുടെ കൂട്ടത്തിൽ ആദിഷും മണിക്കുട്ടിയും ചേർന്നു.

ഓരോവീട്ടിലും പോയി കണികാണുന്നത് വളരെ രസമായിരുന്നു. നേരം പുലർന്ന് വെളിച്ചം വരുന്നതുവരെ നടന്നെത്തിയ വീടുകളിൽ നിന്നെല്ലാം സ്വീകരണം ലഭിച്ചു. കണി കണ്ടശേഷം തിന്നാനായി പലതരം സാധനങ്ങൾ കിട്ടി. തിന്നു മടുത്തപ്പോൾ അപ്പവും തേങ്ങാപ്പൂളും അതോടൊപ്പം കിട്ടിയ ചില്ലറനാണയങ്ങളും പോക്കറ്റിൽ ഇട്ടുകൊണ്ടാണ് ആദിഷും മണിക്കുട്ടിയും വീട്ടിലെത്തിയത്. വീട്ടിലെ വരാന്തയിൽ ഇരുന്നിട്ട് കണിയായി കിട്ടിയത് ഓരോന്നായി പുറത്തെടുത്തു. പണമെല്ലാം എണ്ണിയപ്പോൾ മണിക്കുട്ടിക്ക് കിട്ടിയത് മൂന്ന് ഉറുപ്പികയും ഒരണയും; ആദിഷിന് രണ്ട് ഉറുപ്പികയും പത്ത് അണയും. ആകെകിട്ടിയ അഞ്ച് ഉറുപ്പികയും പതിനൊന്ന് അണയും അമ്മയുടെ കൈയിൽ കൊടുത്തശേഷം അപ്പവും തേങ്ങാപ്പൂളും അടയും എല്ലാം തിന്നു. അതിനുശേഷം രണ്ടുപേരും കുളിച്ച് ഇളയമ്മ കൊടുത്ത വിഷുക്കോടി അണിഞ്ഞു.

ഉച്ചഭക്ഷണത്തിന് ആട്ടിറച്ചി കറിയോടൊപ്പം മണിക്കുട്ടി ധാരാളം ചോറ് തിന്നപ്പോൾ ആദിഷ് കൂടുതൽ കഴിച്ചത് കറി മാത്രമായാണ്. സ്റ്റാർ ഹോട്ടലിലെ നോൺവെജ് ഏറിയയിൽനിന്നും മട്ടൺ സ്റ്റൂ കഴിക്കുന്ന കാര്യമാണ് അവന് ഓർമ്മയിൽ വന്നത്.

ആഘോഷ ദിവസങ്ങളിൽ വൈകുന്നേരം കടപ്പുറത്ത് പോവുക എന്നത് നാട്ടുകാരുടെ പതിവാണ്. അമ്മമ്മ ഒഴികെ എല്ലാവരും വിഷുക്കോടിയിട്ട് കടപ്പുറത്ത് നടക്കാൻ പോയി. അമ്മയും അമ്മായിയും കൂടെയുള്ളതുകൊണ്ട് മറ്റുകുട്ടികളോടൊപ്പം ഓടിക്കളിക്കാൻ ആദിഷിനും മണിക്കുട്ടിക്കും കഴിഞ്ഞില്ല. വിശേഷദിവസങ്ങളിൽ ചേരണിയിലെ ആളുകൾ കടപ്പുറത്തുകൂടി നടന്ന് അകലെയുള്ള ചേരക്കല്ലിൽ പോകുന്ന പതിവുണ്ടെങ്കിലും അമ്മക്ക് ഇഷ്ടപ്പെട്ടില്ല. സന്ധ്യാനേരത്ത് വീട്ടിൽപോകാൻ ഇഷ്ടപ്പെടാതെ മണിക്കുട്ടി ബഹളം ഉണ്ടാക്കിയപ്പോൾ നാളെയും കടപ്പുറത്ത് വരാമെന്ന് അമ്മപറഞ്ഞു. ഇന്ദിരേച്ചിയും കൂട്ടുകാരും ചേരക്കല്ലിൽ പോയി കളിച്ചതിനാൽ വീട്ടിലെത്തിയത് രാത്രിയിലാണ്.

****

30

ചേരക്കല്ലിലെ സായാഹ്നം

വിവാഹശേഷം ഒരുദിവസം താമസിക്കാൻ സ്വന്തംവീട്ടിൽ ഇളയമ്മ വന്നത് മൂന്നാഴ്ച കഴിഞ്ഞാണ്. അതിനിടയിൽ മൂന്നുതവണ വിരുന്നുവന്നെങ്കിലും അതേദിവസം തന്നെ തിരികെ പോയിരുന്നു. ഇളയമ്മയുടെ വീട്ടിൽ മണിക്കുട്ടിയും ആദിഷും രണ്ടുതവണയാണ് പോയത്. വിഷുകഴിഞ്ഞ് രണ്ടു ദിവസത്തിനു ശേഷം ഇളയമ്മ വീട്ടിൽ വന്നപ്പോൾ മണിക്കുട്ടി ഉച്ചത്തിൽ കരഞ്ഞു. കരയുന്ന മണിക്കുട്ടിയെ എടുത്തപ്പോൾ പട്ടുസാരിയിൽ മുഖം ചേർത്ത് കരച്ചിൽ തുടർന്നു. കുറേ കരഞ്ഞശേഷം പരിഭവത്തോടെ അവൾ പറഞ്ഞു,

"ഇനി എവിടെയും പോകരുത്"

"ഇനി എങ്ങോട്ടും പോകുന്നില്ല. അഥവാ പോകുന്നുണ്ടെങ്കിൽ നിന്നെയും കൂട്ടും"

"എന്നെ മാത്രമല്ല, ആദിനെയും കൂട്ടണം."

"ആദീനെയും കൂട്ടാം, പിന്നെ ആരെയെങ്കിലും കൂട്ടണോ?"

"വേണ്ട, എന്നേം ആദിയേം കൂട്ടിയാൽ മതി."

ഇളയമ്മയോടൊപ്പം ഇളയച്ഛനും കൊച്ചു പെങ്ങൾ സുനേത്രയും ഉണ്ട്. മറ്റുള്ളവർ ഉച്ചത്തിൽ ചിരിക്കുകയും സംസാരിക്കുകയും ചെയ്യുമ്പോൾ പെങ്ങൾ ഒന്നും മിണ്ടാതെ ചുറ്റും നോക്കുകയാണ്. അല്പസമയം കഴിഞ്ഞപ്പോൾ ഇറയകത്ത് പലകയിൽ ഇരുന്ന് അമ്മയും അമ്മായിയും ചേർന്ന് നിർമ്മിച്ച കലത്തപ്പവും നെയ്യപ്പവും ഓട്ടടയും പിന്നെ ലഡുവും ജിലേബിയും പഴവും ചായയും കഴിക്കുമ്പോൾ ഒന്നും മിണ്ടിയില്ലെങ്കിലും പിന്നീട് ഇളയമ്മ നിർത്താതെ സംസാരിച്ചു. പറഞ്ഞതിൽ അധികവും ഭർത്താവിനൊപ്പം ടാക്കീസിൽ പോയിട്ട് കാണുന്ന സിനിമകളെ കുറിച്ച് ആ

യിരുന്നു.

ഇളയമ്മയെ കാണാൻ അടുത്ത വീട്ടുകാരെല്ലാം വന്നു. ആദ്യം വന്നത് ബന്ധുക്കളായ ശൈലയും സുരേശനും അവരുടെ അമ്മ രാധയേടത്തിയും ആണ്. കുഞ്ഞിക്കടപ്പുറത്തെ പ്രേമിയും വീട്ടു ജോലിക്കാരി ജാനുവും ഒപ്പം ആനേന്റെകടപ്പുറത്തെ കൗസു ഏട ത്തിയും മക്കളായ ചിത്രയും മാനസിയും വന്നു. ഒടുവിൽ തെക്കേ ലെ നളിനിയും തങ്കവും രാജമ്മയും വന്നു. കണ്ണാട്ടെന്റെ പറമ്പി ലെ തേങ്ങകൾ നാരാണേട്ടന്റെ പീടികയിൽ കൊണ്ടുപോകുന്ന ദ ച്ചുവും രാധയും നാണിയും വന്നത് ഉച്ചക്കു ശേഷമാണ്. വന്നവ രെല്ലാം അമ്മമ്മ കൊടുത്ത ലഡുവും നെയ്യപ്പവും അപ്പോൾതന്നെ തിന്നു. തേങ്ങ കൊണ്ടുപോകുന്ന ചൂരലിന്റെ വട്ടകൂട്ട മുറ്റത്തു വെ ച്ചിട്ടാണ് സ്ത്രീകൾ അകത്തുകടന്നത്. ആ തക്കത്തിന് ആദിഷും മണിക്കുട്ടിയും കൂട്ടകളുടെ ഉള്ളിൽ കയറിയിരുന്ന് കളിക്കാൻ തുട ങ്ങിയപ്പോൾ ഇന്ദിരേച്ചിയും സുധാകരനും ഒപ്പം ചേർന്നു.

ഇളയമ്മയും കൂടെയുള്ളവരും നാളെയേ പോകുന്നുള്ളൂ എന്ന് മണിക്കുട്ടി അറിഞ്ഞത് ഉച്ചഭക്ഷണം കഴിഞ്ഞപ്പോഴാണ്. അവൾ ഉ ച്ചത്തിൽ പറഞ്ഞു,

"ഞാനിന്ന് ഇളയമ്മയുടെ ഒപ്പരമാണ് ഉറങ്ങുന്നത്."

എല്ലാവരും ചിരിച്ചുകോണ്ട് കളിയാക്കിയപ്പോൾ അവൾ വീണ്ടും പറഞ്ഞു,

"അമ്മമ്മ പറയുന്ന കഥയെല്ലാം പഴയതാ, ഇളയമ്മ സിനിമാക്ക ഥ പറഞ്ഞുതരും."

അതൊക്കെ ശരിയാക്കാമെന്ന് പറഞ്ഞശേഷം ഇളയച്ഛനാണ് കടപ്പുറം പോകണമെന്ന അഭിപ്രായം പറഞ്ഞത്. വൈകിട്ട് ചൂട് കുറഞ്ഞാൽ പോകാമെന്ന് ഇളയമ്മ പറഞ്ഞപ്പോൾ മണിക്കുട്ടിക്കും ആദിഷിനും സന്തോഷമായി. അവരുടെ കൂടെ വന്നിരുന്ന സുനേ ത്ര വീടും പരിസരവും ഇഷ്ടപ്പെടാത്തവിധം മറ്റുള്ളവരിൽനിന്നും ഒഴിഞ്ഞുമാറി നിൽക്കുകയാണ്.

വൈകുന്നേരം കടൽക്കാറ്റ് വീശി തണുപ്പിച്ച കടൽതീരത്തേക്ക് ഇളയച്ഛനോടൊപ്പം ഇളയമ്മയും സുനേത്രയും ആദിഷും മണി ക്കുട്ടിയും ഇറങ്ങി. രാവിലെതന്നെ വീട്ടിൽവന്ന സുരേശനും ശൈ ലയും അവരോടൊപ്പം ചേർന്നു. പടിഞ്ഞാറ് നടന്ന് കടപ്പുറത്ത് എ ത്തിയിട്ട് ഇരുവശത്തേക്ക് നോക്കി. തെക്കോട്ട് നടന്നാൽ ചേരക്ക

ല്ല്, അതിനപ്പുറം ഏഴര കടപ്പുറം, പാറാപ്പള്ളി, പിന്നെ ധർമ്മടം തുരുത്ത്. വടക്കോട്ട് നടന്നാൽ വട്ടക്കല്ല്, അതിനപ്പുറം ചെറുകര, ആദികടലായി, പിന്നെ കണ്ണൂർ കടപ്പുറം. ഇരുവശത്തായി ചേരക്കല്ല് വട്ടക്കല്ല്; എങ്ങോട്ട് പോകും? വട്ടക്കല്ലിൽ നടന്നെത്താൻ പത്തു മിനിട്ട്, ചേരക്കല്ലിൽ എത്താൻ ഒരു മണിക്കൂർ.

ചേരക്കല്ലിലേക്ക് പോകാൻ തീരുമാനിച്ചു. അപൂർവ്വമായ സുന്ദരദൃശ്യങ്ങൾ ചേരക്കല്ലിൽ എത്തുന്നവർക്ക് കാണാം. ദൂരം കൂടുന്തോറും കാഴ്ചകൾ അതിമനോഹരം; ചേരണിയിലെ മനുഷ്യർ ചേരക്കല്ലിൽ പോകുന്നത് ഓണത്തിനും വിഷുവിനും ആണ്. മുതിർന്ന പുരുഷന്മാർ ചേരക്കല്ലിനടുത്തുള്ള കടലിൽ മുങ്ങി പാറകളിൽനിന്നും വലുപ്പം കൂടിയ കല്ലുമ്മക്കായ പറിച്ചെടുക്കാറുണ്ട്. ആഴമുള്ള കടലിലൂടെ പത്തു മിനുട്ട് നീന്തേണ്ടതുകൊണ്ട് കടലിൽ നന്നായി നീന്താൻ അറിയുന്നവരാണ് ഈ സാഹസത്തിന് പോകുന്നത്. പിന്നെയൊരു കാര്യം,, വട്ടക്കല്ല് മൊത്തം കരയിൽ കാണുന്നതു പോലെ ചെങ്കല്ല്, ചേരക്കല്ല് ആണെങ്കിൽ മലയിൽ കാണുന്നതു പോലുള്ള കരിങ്കല്ല്.

ചേരക്കല്ലിൽ പോകാൻ തീരുമാനിച്ച് കുട്ടികളെല്ലാം ഓടിയപ്പോൾ ഇളയമ്മ പറഞ്ഞു,

"ഇങ്ങനെ ഓടിയാൽ ചേരക്കല്ല് എത്തുന്നതിനുമുൻപ് ക്ഷീണിച്ച് യാത്ര മതിയാക്കേണ്ടി വരും. കാണുമ്പോൾ അടുത്താണെന്ന് തോന്നുമെങ്കിലും കുറേദൂരം നടക്കാനുണ്ട്."

യാത്ര പതുക്കെ ആയപ്പോൾ കുട്ടികൾ തിരമാലകളെ ചവിട്ടിയും ചവിട്ടാതെയും കളിച്ചുകൊണ്ട് മുന്നേറി. ഇളയമ്മയും ഭർത്താവും സംസാരിച്ചുകൊണ്ട് ഒന്നിച്ച് നടക്കുകയാണ്. കുറച്ചുദൂരം നടന്നപ്പോൾ അവർ പീച്ചത്തോടിന്റെ അഴിമുഖത്ത് എത്തി. ചേരണി വയലിന്റെ ഇരുവശത്തുകൂടി ഒഴുകിവരുന്ന തോടുകൾ ശൈലയുടെ വീടിനടുത്ത് ഒന്നിച്ചുചേർന്ന് മീനോത്ത് പറമ്പിന്റെയും തെക്കെയിൽ പറമ്പിന്റെയും സമീപത്തുകൂടി ഒഴുകി വലിയെടത്ത് വീടിന്റെ പടിഞ്ഞാറ് വശത്തുവെച്ച് കടലിൽ ചേരുന്നതാണ് അഴിമുഖം. തോട്ടിലെ ശുദ്ധജലം കടലിലെ ഉപ്പുവെള്ളത്തിൽ ചേരുന്ന സ്ഥലമാണ്. തോട്ടിൽ വെള്ളം കുറവായതിനാൽ ആഴം കുറഞ്ഞ വെള്ളത്തിനടിയിൽ ചവിട്ടിനടന്ന് എല്ലാവർക്കും അഴിയുടെ അപ്പുറം കടക്കാം. മഴക്കാലത്ത് വെള്ളം അധികമായാൽ കടപ്പുറത്തെ വ

ഴിയിലൂടെ പോകാൻ പ്രയാസമാണ്. അപ്പോൾ നാട്ടുകാരുടെ യാത്ര പറമ്പിലൂടെ നടന്ന് പീച്ചപ്പാലം വഴിയാണ്.

അഴിമുറിച്ചു കടന്നപ്പോൾ ശൈലയും സുരേശനും വീട്ടിലേക്ക് പോകാൻ താല്പര്യം പ്രകടിപ്പിച്ചു. നേരം വൈകിയാൽ അമ്മ വഴക്കുപറയുമെന്ന് രണ്ടുപേർക്കും പേടി. തോട്ടിലെ വെള്ളത്തിൽ കളിച്ചുകൊണ്ട് അവർ വീട്ടിലേക്ക് മടങ്ങി.

പീച്ചത്തോട് കടന്നപ്പോൾ കടലിൽ ഉയർന്നു കാണാനിടയായ ഏതാനും പാറകളുടെ മുകളിൽ ചെറിയ കല്ലുമ്മക്കായകൾ പറ്റിപ്പിടിച്ചത് കണ്ടു. എല്ലാവരുംചേർന്ന് കളിച്ചും ചിരിച്ചും പതുക്കെയാണ് നടക്കുന്നത്. ഇളയച്ഛൻ ചോദിച്ചു,

“ചേരക്കല്ല് എന്ന പേരുണ്ടായത് ആ കല്ലിനുമുകളിൽ ചേരപാമ്പ് ഉള്ളതുകൊണ്ടാണോ?”

“ചേരയും പാരയുമല്ല; പണ്ടൊരുകാലത്ത് ചേരമാൻ പെരുമാൾ എന്നൊരു രാജാവിന് മെക്കയിൽ പോകാൻ കപ്പൽവന്നത് ഈ കല്ലിന്റെ അരികിലാണ്. ചേരമാൻ പെരുമാൾ അതിലൂടെ നടന്നു പോയതുകൊണ്ട് ചേരക്കല്ല് എന്ന പേരുണ്ടായി. അയാൾ മെക്കയിൽ പോയി മതം മാറിയിട്ട് മാപ്പിള ആയി എന്നാണ് എന്റെ അമ്മമ്മ പറഞ്ഞത്.”

“പിന്നെ, രാജാവിന് വേറൊരു സ്ഥലവും കിട്ടിയില്ലേ? ചേരണി എന്ന സ്ഥലപ്പേരും രാജാവിന്റെ വകയാണോ.”

“അത് ഓണത്തിന് പൂക്കളം ഉണ്ടാക്കുന്ന ചേരണിപൂവ് ധാരാളം ഉള്ളതുകൊണ്ടാണ്.”

“വെറുതേ ഓരോന്ന് പറയുന്നു,, ഇതൊക്കെ കളവല്ലേ?”

“അതൊന്നും എനിക്കറിയില്ല. പിന്നെ ആ കാണുന്നത് നമ്മുടെ സ്വന്തം സ്ഥലമാണ്; വരയിൽ പറമ്പ്. കുട്ടിക്കാലത്ത് ചേരണിപ്പൂവ് പറിക്കാൻ ഞാനും ഏച്ചിയും ഇവിടെ വരാറുണ്ട്.”

“നിന്റെ അച്ഛന്റേതോ?”

“അച്ഛന് തറവാട് വക കിട്ടിയതാണ്.”

“എത്രയാ തെങ്ങുകൾ”

ഇളയമ്മ ചൂണ്ടിക്കാട്ടിയ സ്ഥലം നോക്കി ഇളയച്ഛൻ പറഞ്ഞപ്പോൾ പാറക്കൂട്ടങ്ങളുടെ പിന്നിൽ തലയുയർത്തി നിൽക്കുന്ന തെങ്ങുകളെ കണ്ടു. വിറകും ഓലയും തലച്ചുമടായി എടുക്കാൻ അമ്മമ്മയോടൊപ്പം അനേകം തവണ മണിക്കുട്ടിയും വന്നിട്ടുണ്ട്. തെ

ങ്ങുകൾ നിറഞ്ഞ പറമ്പിന്റെ അരികിൽ എത്തിയപ്പോൾ ഇളയച്ചന് ഒരു സംശയം,

"ഇതെല്ലാം ഓഹരിവെക്കുമ്പോൾ നിനക്ക് കിട്ടുമോ?"

"ഓഹരി വെക്കുമ്പോൾ കിട്ടാതിരിക്കുമോ? അതെല്ലാം വലിയേട്ടൻ ഇഷ്ടംപോലെ തരും."

"ധാരാളം തരാൻ പറയണം, നീ ഇളയ പെങ്ങളല്ലേ."

മറുപടിയൊന്നും പറയാതെ ഇളയമ്മ നടന്നു.

ആദ്യമൊക്കെ ഓടിക്കളിച്ച കുട്ടികളെല്ലാം ഇപ്പോൾ പതുക്കെയാണ്. ചെഞ്ചായം പൂശിയ ആകാശത്ത് വിവിധ നിറമുള്ള മേഘങ്ങൾക്കിടയിൽ സൂര്യൻ ഒളിച്ചു കളിക്കുന്നു. ഒടുവിലവർ ലക്ഷ്യസ്ഥനത്ത് എത്തി, ചേരക്കല്ല്...

കടലിൽ ഉയർന്നുകാണുന്ന വെള്ളയും കറുപ്പും നിറമുള്ള കരിങ്കല്ലു നിർമ്മിതമായ വലിയ പാറക്കെട്ടാണ് ചേരക്കല്ല്. മുകളിൽ കാണുന്നതിനെക്കാൾ എത്രയോ ഇരട്ടി പാറകൾ കടലിനടിയിൽ ഉണ്ടാവണം. പൊങ്ങിയും താഴ്ന്നും കാണപ്പെടുന്ന വിശാലമായ കരിങ്കൽ കൂട്ടത്തിന്റെ വിവിധ ഭാഗങ്ങളിലിരുന്ന് ആളുകൾ വിശ്രമിക്കുന്നുണ്ട്. ഇടയ്ക്കിടെ തിരമാലകൾ വലിയ ശബ്ദത്തോടെ പാറകളിൽതട്ടി ഉയർന്ന് പൊട്ടിച്ചിതറുന്ന കാഴ്ച അതിമനോഹരം. കരയിൽനിന്നും ചേരക്കല്ലിലേക്ക് നടന്നുപോകാൻ മണൽത്തിട്ടയുണ്ട്. അതിലെ നടക്കുമ്പോൾ ഇരുവശത്തുമുള്ള കടലിന് ആഴം കുറവാണ്. കരിങ്കൽ പാറകളിലൂടെ നടക്കുമ്പോൾ തെന്നി വീഴാതെ ശ്രദ്ധിക്കണം. മണിക്കുട്ടിയുടെയും ആദിഷിന്റെയും കൈകൾ ഇളയമ്മ മുറുകെ പിടിച്ചപ്പോൾ സുനേത്രയുടെ കൈ ഇളയച്ചൻ പിടിച്ചു.

കടൽതീരത്തെ അതിമനോഹരമായ കാഴ്ചകളിൽ ഒന്നായ ചേരക്കല്ലും പരിസരങ്ങളും എല്ലാവർക്കും ഇഷ്ടമായി. തിരമാലകളായി ഉയരുന്ന വെള്ളം തെക്കും വടക്കും പടിഞ്ഞാറും ഭാഗങ്ങളിലൂടെ ചേരക്കല്ലിൽ ഒഴുകിയിറങ്ങുകയാണ്. ജലതരംഗങ്ങൾ കല്ലിൽ ഇടിക്കുമ്പോൾ തെറിച്ചുയരുന്ന കുമിളകൾ അസ്തമയസൂര്യന്റെ പശ്ചാത്തലത്തിൽ തിളങ്ങുന്നകാഴ്ച അവിടെ വരുന്നവർക്ക് ദൃശ്യവിരുന്നാണ്. ഓരോ തിരമാലകൾ പൊട്ടിച്ചിതറുമ്പോഴും ആളുകൾ കൂവിയാർത്തു. വടക്കോട്ട് നോക്കിയപ്പോൾ കണ്ണൂർ കോട്ടയുടെ പരിസരവും ആയിക്കരയും കടലിലേക്ക് ഇറങ്ങി വന്നതായി കാ

ണപ്പെട്ടു. തെക്കോട്ട് നോക്കിയപ്പോൾ ചേരക്കല്ല് പോലെയുള്ള കരിങ്കൽ കൂട്ടമായ പാറാപ്പള്ളി വ്യക്തമായി കാണാം. അതിനപ്പുറം അകലെയായി ധർമ്മടം തുരുത്ത് കാണാൻ കഴിഞ്ഞു.

ചേരക്കല്ലിൽ ചുറ്റിനടന്ന് സൂര്യാസ്തമയം അടുക്കാറായപ്പോൾ തിരികെയുള്ള യാത്രക്ക് സമയമായി. ഉല്ലാസയാത്രക്കു വന്ന ചില ആളുകൾ ഇപ്പോഴും അവിടെ ഇരിക്കുന്നുണ്ട്. കടലിൽ പൊങ്ങിക്കാണുന്ന പാറകളിൽ നീന്തിക്കയറി കല്ലുമ്മക്കായ പറിക്കുന്നവരെയും ചൂണ്ടയിട്ട് മത്സ്യം പിടിക്കുന്നവരെയും കണ്ടു. സൂര്യൻ പടിഞ്ഞാറൻ ചക്രവാളം തൊട്ടപ്പോൾ ചേരക്കല്ലിൽ നിന്ന് അഞ്ചു പേരും ഇറങ്ങി. വെള്ളത്തിൽ കമഴ്ത്തിവെച്ച തിളങ്ങുന്ന പാത്രത്തിന്റെ ആകൃതിയിലുള്ള സൂര്യൻ പതുക്കെ കടലിൽ താഴുമ്പോൾ പടിഞ്ഞാറൻ ആകാശം നിറയെ ചുവന്നചായം കോരിഒഴിച്ചതായി കാണപ്പെട്ടു. സൂര്യൻ അസ്തമിച്ചെങ്കിലും വെളുത്ത പൂഴിയിൽ നല്ലപ്രകാശം ഉള്ളതിനാൽ കടലിന്റെ അരികിലൂടെ നടക്കുന്നത് രസകരമായി തോന്നി.

കൂടുതൽ ദൂരം നടന്നതുകൊണ്ട് എല്ലാവർക്കും കാലിന് വേദനയാവാൻ തുടങ്ങി. വീടിനോട് അടുക്കുമ്പോൾ കരയിലാകെ ഇരുട്ടുമൂടിയെങ്കിലും തീരപ്രദേശത്തെ വെളിച്ചത്തിൽ വ്യക്തമായി കാണാം. നനഞ്ഞപൂഴിയിൽ കാലമർത്തി ആദിഷ് മുന്നിൽ നടന്നപ്പോൾ അവന്റെ കാല് പതിഞ്ഞ ഇടങ്ങളൊക്കെ തിളങ്ങുന്നു. അതുകണ്ട് മണിക്കുട്ടി വിളിച്ചുകൂവി,

“ഇളയമ്മേ ആദിഷ് നടക്കുമ്പോൾ തീ കത്തുന്നു”

നോക്കിയപ്പോൾ സംഭവം ശരിയാണ്, തിരമാലകൾ കടന്നുപോയ സ്ഥലത്ത് ചെളികലർന്ന പൂഴിയാണ്. കാലുകൊണ്ട് പൂഴി മാറ്റുമ്പോൾ തിളങ്ങുന്നതുകണ്ട് മറ്റുള്ളവരും പൂഴിയിൽ അമർത്തി ചവിട്ടിയിട്ട് നടന്നു. രസകരം, നടന്നുപോയ ഇടങ്ങളെല്ലാം അല്പസമയത്തേക്ക് തിളങ്ങി കാണപ്പെട്ടു. ആദിഷും മണിക്കുട്ടിയും മിന്നുന്ന പൂഴിയിൽ കാലുകൾ ഇളക്കിയിട്ട് കുസൃതി കാണിക്കാൻ തുടങ്ങി.

****

31

പീച്ചത്തോട്ടിലെ ചെമ്മീൻമുട്ട

രാവിലെ ഉണർന്ന് പ്രഭാതകർമ്മങ്ങൾ കഴിഞ്ഞ് അടുക്കളയിൽ എത്തിയാൽ പ്രാതൽ വിഭവമായ കഞ്ഞി കുടിക്കാം. ആദിഷിന് കഞ്ഞികുടിക്കാൻ ആദ്യമൊക്കെ പ്രയാസം ഉണ്ടെങ്കിലും ക്രമേണ ഇഷ്ടപ്പെടാൻ തുടങ്ങി. ആ ഇഷ്ടത്തിന്റെ പ്രധാനകാരണം കറികളിൽ വരുന്ന മാറ്റങ്ങളാണ്. ഒരുദിവസം കിഴങ്ങ് ആണെങ്കിൽ അടുത്തദിവസം ചെറുപയർ ആയിരിക്കും. അതുപോലെ തേങ്ങാച്ചമ്മന്തി, ചക്കപ്പുഴുക്ക്, കടലക്കറി, അച്ചാർ, ഉപ്പുമാങ്ങ തുടങ്ങിയവയും കറികളായി വരാറുണ്ട്.

മണിക്കുട്ടിയുടെ കാര്യം അങ്ങനെയല്ല; അവൾക്ക് കഞ്ഞി എന്നു പറഞ്ഞാൽ കണ്ടുകൂട. എങ്കിലും, അമ്മയുടെ ഭീഷണിയിൽ കുറച്ചൊക്കെ കുടിക്കും. പലഹാരം കിട്ടിയാൽ അതെല്ലാം അവൾ ധാരാളം തിന്നും. രാവിലെതന്നെ പലഹാരം ഉണ്ടാക്കുന്ന പതിവ് വടക്കെ വീട്ടിലോ ചേരണിയിലെ മറ്റു വീടുകളിലോ ഇല്ല.

ഞായറാഴ്ച വീട്ടിലെ പതിവുകൾ മാറും. അന്നുരാവിലെ ഉമിക്കരി കൊണ്ട് പല്ലുതേച്ചശേഷം മണിക്കുട്ടി അച്ഛനെ കാത്തിരിക്കും. അച്ഛൻ മണിക്കുട്ടിയെ ചുമലിൽ കയറ്റിയിട്ട് വീട്ടിൽനിന്നും ഇറങ്ങും. നേരെ നാരാണേട്ടന്റെ ചായപീടികയിലേക്ക്, ഇപ്പോഴാണെങ്കിൽ ആദിഷിന്റെ കൈ പിടിച്ചിട്ടുണ്ടായിരിക്കും.

തെക്കുഭാഗത്തുകൂടി ഇന്ദിരേച്ചിയുടെ വീടിനു പിന്നിലൂടെ വായനശാലയുടെ അരികിലൂടെ അവർ നാരാണേട്ടന്റെ ചായപീടികയിൽ കടന്ന് അവിടെയുള്ള ബെഞ്ചിൽ ഇരിക്കും. എന്തിനാണെന്നോ? നല്ല ചൂടുള്ള ചായ കുടിക്കാൻ, അതോടൊപ്പം ചൂടുള്ള പുട്ടും ഇഷ്ടും കഴിക്കാൻ, അതൊരു രുചിയാണ്, മറക്കാനാവാത്ത രുചി.

ചേരണിയിലെ ആളുകൾക്ക് ചായകുടിക്കണമെന്ന് തോന്നിയാൽ കടപ്പുറത്തെ നാരാണേട്ടന്റെ ചായപീടികയിൽ വരണം. ആരെങ്കിലും വിരുന്നുവന്നാൽ വീട്ടുകാർ സ്വന്തം മക്കളെ തൂക്കുപാത്രവുമായി ഓടിക്കുന്നത് എപ്പോഴും തീയെരിയുന്ന സമാവറിലെ വെള്ളത്തിൽ പാലും പഞ്ചസാരയും ചേർത്തിളക്കി നാരാണേട്ടൻ ഉണ്ടാക്കുന്ന ചൂടുള്ള ചായ വാങ്ങിവരാനാണ്. ചിലനേരത്ത് വീടുകളിൽ കാപ്പിക്കുരു വറുത്തുപൊടിച്ച് ചക്കരകാപ്പിയോ വെല്ലകാപ്പിയോ ഉണ്ടാക്കുമെങ്കിലും അവിചാരിതമായി വീട്ടിൽവരുന്ന ബന്ധുക്കൾക്കും സുഹൃത്തുക്കൾക്കും ചായ കൊടുക്കാൻ കടപ്പുറത്തെ പീടികയിൽനിന്ന് വാങ്ങണം.

വായനശാലയുടെ അടുത്ത പറമ്പിലാണ് നാരാണേട്ടന്റെ ചായപീടികയും ഒപ്പം സാധനങ്ങൾ വിൽക്കുന്ന പീടികയും. റേഷനരി കിട്ടാത്ത കാലത്ത് വീട്ടിൽ ചോറ് വെക്കണമെങ്കിൽ നാരായണേട്ടന്റെ പീടികയിലെ അരി വാങ്ങണം. അവിടെ സാധനങ്ങൾ തീരുമ്പോൾ കണ്ണൂരിൽ പോയി ആവശ്യമുള്ളതെല്ലാം കൊണ്ടുവരുന്നത് കാളവണ്ടിയിൽ കയറ്റിയിട്ടാണ്. കണ്ണൂരിൽ കച്ചവടം നടത്തുന്ന മണിക്കുട്ടിയുടെ അച്ഛൻ ഇക്കാര്യത്തിൽ അയാളെ സഹായിക്കാറുണ്ട്. പീടികയിലെ സാധനങ്ങളുടെ കൂടെ വീട്ടിലേക്ക് വേണ്ട അരിയും അതേ വണ്ടിയിൽ അച്ഛൻ കൊടുത്തുവിടാറുണ്ട്. എന്നാൽ, നാരാണേട്ടന്റെ പീടിക നാട്ടിലൊട്ടാകെ അറിയപ്പെട്ടത് അവിടെ പുട്ടും ഇഷ്ടും ഉള്ളതു കൊണ്ടാണ്. നാരാണേട്ടന്റെ പുട്ടുനിർമ്മാണം കാണുന്നവർ അത് നോക്കിയിരുന്നുപോകും.

കുതിർത്ത പച്ചരി ഉരലിലിട്ട് പൊടിച്ചു വറുത്തതുമായി വയലിനക്കരെയുള്ള വീട്ടിൽനിന്നും നാരാണേട്ടൻ രാവിലെതന്നെ പീടികയിലേക്ക് വരും. എന്നിട്ട് ഇന്ദിരേച്ചിയുടെ വീട്ടിലെ കിണറിൽനിന്നും രണ്ട് മൺപാത്രത്തിൽ വെള്ളം കൊണ്ടുവരും. പീടികയുടെ കോലായിൽ അടുപ്പിനരികിലുള്ള പലകയിലിരുന്ന് എല്ലാവരും കാൺകെയാണ് പുട്ടുനിർമ്മാണം.

ആദ്യം പച്ചത്തേങ്ങ ഉരിച്ചശേഷം ഉടച്ച് രണ്ട് മുറിയാക്കും. ചിരവയിൽ ഇരുന്ന് തേങ്ങമുറികൾ ഓരോന്നായി കിണ്ണത്തിൽ ചെരണ്ടിവെക്കും. ഉപ്പുചേർത്ത വെള്ളം പച്ചരിയിൽ ഒഴിച്ച് കുഴക്കുമ്പോഴൊരു മണം വരാനുണ്ട്. ഒന്നര അടി നീളമുള്ള മുളയിൽ ചൂടികൊണ്ട് ചുറ്റിക്കെട്ടിയ പുട്ട് ഒണ്ട കഴുകിയശേഷം അതിന്റെ ഉള്ളിൽ

അടിവശത്ത് ചിരട്ടച്ചില്ലിട്ട് ദ്വാരം അടക്കുന്നു. ചിരണ്ടിയ തേങ്ങ അല്പം പുട്ട്ഒണ്ടയിൽ ഇടുന്നതോടൊപ്പം മുകളിലായി കുഴച്ച അരിപ്പൊടി കുഞ്ഞിക്കിണ്ണം നിറയെ അളവെടുത്ത് ഇടുന്നു. പ്രത്യേകം മിനുസപ്പെടുത്തിയ ഈർക്കിലികൊണ്ട് പുട്ടിന്റെ സ്ഥാനം നേരെയാക്കിയിട്ട് അതിനുമുകളിൽ തേങ്ങയും അരിപ്പൊടിയും വീണ്ടും ഇടുന്നു. ഒണ്ടയുടെ മുകളറ്റം എത്തുന്നതുവരെ ഈ പരിപാടി തുടരുന്നു.

അതിനിടയിൽ മണ്ണുകൊണ്ടുള്ള പകുതി വെള്ളം നിറച്ച പുട്ടുപാനി അടുപ്പത്തുവെച്ച് തീ കത്തിക്കുന്നുണ്ടാവും. വെള്ളം തിളച്ച് ആവി വന്നാൽ അരിനിറച്ച പുട്ടിന്റെ ഒണ്ട പാത്രത്തിന്റെ മുകളിൽ ഉറപ്പിക്കുന്നു. തുണിയുടെ അരമീറ്റർ നീളമുള്ള നേരിയ നാട വെള്ളത്തിൽ മുക്കിയിട്ട് നനവോടെ പാത്രത്തിന്റെ കഴുത്തും ഒണ്ടയും ചേർത്ത് ചുറ്റുന്നു. കുറച്ചുസമയം കഴിയുമ്പോൾ അരിപ്പുട്ട് വെന്ത് ആവിയുടെ മണം പരിസരത്താകെ പരക്കുന്നു.

അപ്പോൾ തീ കത്തുന്ന മറ്റൊരു അടുപ്പിലെ മൺകലത്തിൽ കടലക്കറി വേവുന്നുണ്ടാവും. വെന്ത കടലക്കറിയിൽ ഉപ്പും മുളകും തേങ്ങയും ചേർത്ത് കടുക് വറുത്തിട്ടാൽ ഇഷ്ടു തയ്യാർ. ഇതെല്ലാം ആദ്യാവസാനം ആസ്വദിക്കുന്നവർ ഹൃദ്യമായ രുചികരമായ മണം മൂക്കിൽ വലിച്ചുകയറ്റുന്നു. അതിനുശേഷം രണ്ടുകഷ്ണം പുട്ടും കൂടെ ഇഷ്ടും തിന്നാതെ പീടികയിൽനിന്ന് ഇറങ്ങിപ്പോകാറില്ല. രുചികരമായ പുട്ട്, രുചികരമായ ഇഷ്ടു ഒപ്പം ചൂടാറാത്ത ചായയും.

ഞായറാഴ്ച അച്ഛനോടൊപ്പം മണിക്കുട്ടിയും ആദിഷും ചായപ്പീടികയിൽ വന്നപ്പോൾ പുട്ടും കടലയും കൂടാതെ വാഴപ്പഴവും ഉണ്ടായിരുന്നു. അതെല്ലാം വയറുനിറയെ തിന്നശേഷം തിരികെവരുന്ന വഴിയിൽ കടപ്പുറത്ത് ഇറങ്ങിയപ്പോൾ നാലുപേർ ചൂണ്ടയിടുന്നത് കണ്ടു. അവർ പിടിച്ച മീനുകൾ ഓരോന്നിനേയും തൊട്ടുകൊണ്ട് അച്ഛൻ പേര് പറഞ്ഞുകൊടുത്തു,

‘ഏട്ട, സ്രാവ്, കൊഴുത്തല, ആവോലി, പാര, വേളൂരി, കോലി, കൊയല, കറ്റ്ല."

മീനുകളെ പരിചയപ്പെടുത്തി തിരിച്ചുപോരാൻ നേരത്ത് ചൂണ്ടയിടുന്നവർ വലിയൊരു സ്രാവും രണ്ട് കറ്റ്ലമീനും അച്ഛന് കൊടുത്തു. കിട്ടിയ മീനുകളെ കൈയിലെടുത്ത് വീട്ടിൽ വന്നപ്പോൾ ശൈലയേയും സുരേശനേയും കണ്ടു. ആദിഷിനേയും മണിക്കുട്ടിയേ

യും വീട്ടിലേക്ക് വിളിക്കാൻ വന്നതാണവർ; അവിടെ വിരുന്നുസൽക്കാരം നടക്കുന്നുണ്ട്.

മണിക്കുട്ടിയും ആദിഷും നല്ല കുപ്പായങ്ങൾ ഇട്ട് അവരുടെ കൂടെ പോകാൻ നേരത്ത് അനേകം നിർദ്ദേശങ്ങൽ തരാൻ അമ്മ മറന്നില്ല. വെളിയിൽപോയി തോട്ടിലെ വെള്ളത്തിൽ കളിക്കാതെ നേരത്തെ വരണമെന്ന് പ്രത്യേകം പറഞ്ഞു.

നാലുപേരും വീട്ടിൽനിന്നും ഇറങ്ങി തെക്കെയിൽ എത്തിയപ്പോൾ ഇന്ദിരേച്ചിയും അമ്മയും മുറ്റത്തിരുന്ന് ഓല മടയുകയാണ്. അടുത്ത പറമ്പാണ് ആനേന്റെ കടപ്പുറം; പണ്ടുകാലത്ത് ആനകളെ കെട്ടിയിടുന്ന കടപ്പുറം. ശരിക്കുള്ള ആനകളാണ്, എങ്ങനെയെന്നോ?

പണ്ടൊരു കാലത്ത് ചേരണിനാട്ടിൽ വലിയൊരു അമ്പലം ഉണ്ടായിരുന്നു; മൂലോത്ത് അമ്പലം എന്ന പെരുംതൃക്കോവിൽ. അവിടത്തെ ഉത്സവനാളിൽ ആറാട്ടിനായി ആനകൾ കടലിൽ ഇറങ്ങിയശേഷം തിരിച്ചുവന്നാൽ കെട്ടിയിടുന്ന കടപ്പുറമാണ് ആനേന്റെ കടപ്പുറം. കടൽത്തീരത്തെ കൂറ്റൻ തെങ്ങുകളിലാണ് ആനകളെ കെട്ടിയിടാറ്. തിരികെ അമ്പലത്തിൽ പോകുന്നതിനുമുൻപ് കുളങ്ങരക്കണ്ടി കുളത്തിലെ ശുദ്ധജലത്തിലിറങ്ങി ആനകൾ വീണ്ടും കുളിക്കാറുണ്ട്. ഇപ്പോൾ അമ്പലം ഇല്ല, ടിപ്പു സുൽത്താന്റെ പടയോട്ടത്തിന് അമ്പലം തല്ലിപ്പൊളിച്ചെന്ന് പറയുന്നു അതിന്റെ അവശിഷ്ടങ്ങൾ ചേരണി വയലിന്റെ കിഴക്കെകരയിൽ ഇപ്പോഴും കാണാം. ആളുകൾ ഇറങ്ങാത്തതിനാൽ കുളങ്ങരക്കണ്ടിയിലെ കുളം പൊട്ടക്കുളമായി മാറി.

ആനേന്റെ കടപ്പുറത്ത് എത്തിയ ആദിഷ് രണ്ട് കാര്യങ്ങൾ പരിചയപ്പെട്ടു. ഒന്ന് മുരിങ്ങമരം, രണ്ട് കടലാസുപൂവ്, കടപ്പുറംചാലിലെ ഒരേയൊരു മുരിങ്ങമരം ആനേന്റെ കടപ്പുറത്തുള്ള വീടിന്റെ അടുക്കള ഭാഗത്താണ്. ആ മരത്തിലുള്ള മുരിങ്ങക്കായ നാട്ടുകാരുടെ പൊതുസ്വത്താണ്. നിറയെ കായ്ക്കുന്ന മരത്തിലെ മുരിങ്ങക്കായകൾ പറിച്ചെടുക്കുമ്പോൾ ഓഹരിവെച്ച് നാട്ടുകാർക്കെല്ലാം കൊടുക്കും.

പിന്നെയുള്ള അത്ഭുതം മുരിക്കുമരത്തിലെ കടലാസുപൂക്കളാണ്. കൂർത്ത മുള്ളുകളോടു കൂടിയ കടലാസുപൂവ് ചെടിയുടെ വള്ളികൾ, മുള്ളുകൾ നിറഞ്ഞ വലിയൊരു മുരിക്കുമരത്തെ ചുറ്റിവ

ളഞ്ഞിരിക്കയാണ്. മുരിക്കുമരം പുഷ്പിച്ചതിനാൽ ചെഞ്ചോര നിറമുള്ള പൂക്കളിൽനിന്ന് പലതരം പക്ഷികളും ശലഭങ്ങളും അണ്ണാനും തേൻ കുടിക്കുന്നുണ്ട്. അതിനെ ചുറ്റിപ്പിണഞ്ഞ കടലാസുപൂവ് വള്ളി നിറയേ ആയിരക്കണക്കിന് റോസ് നിറമുള്ള പൂക്കൾ. മണമോ തേനോ ഇല്ലെങ്കിലും കടലാസുപൂക്കളുടെ സൌന്ദര്യം അപാരമാണ്. ആകാശം മുട്ടുന്ന മരം നിറയേ പൂക്കൾ കൊണ്ട് വസന്തം തീർത്തിരിക്കുന്നു.

കടലാസുപൂവുകളെ ആസ്വദിച്ചുകൊണ്ട് അവർ ശൈലയുടെയും സുരേശന്റെയും വീടായ പീച്ചയിൽ എത്തി. ഓടുമേഞ്ഞ വീടാണെങ്കിലും നിർമ്മാണം പൂർത്തിയായിട്ടില്ല. വീടിന്റെ ചുമരുകൾ വെള്ളപൂശാത്തതിനാൽ മൺകട്ടയും കല്ലുകളും കാണാം. വീട്ടിലെത്തിയപ്പോൾ ശൈലയുടെ അമ്മയും അമ്മുമ്മയും അവരെ സ്വീകരിച്ചു.

ആ ദിവസം ശൈലയുടെ ഇളയമ്മയുടെ കുഞ്ഞിന്റെ പേരുവിളിയാണ്. ഇളയമ്മ ഒരുമാസം മുൻപാണ് പെൺകുഞ്ഞിനെ പ്രസവിച്ചത്. ഭർത്താവിന്റെ വീട്ടുകാർ വന്ന് കുഞ്ഞിന് പേരിടുന്ന ചടങ്ങാണ്. അവർ വീട്ടിലെത്തിയപ്പോൾ പേര് വിളിക്കാൻ വന്ന ബന്ധുക്കളൊക്കെ ചായ കുടിക്കുകയാണ്. അല്പസമയം കഴിഞ്ഞപ്പോൾ കുഞ്ഞിനെ കുളിപ്പിച്ച് കണ്ണെഴുതി പൊട്ടുതൊട്ട് പൗഡറിട്ട ശേഷം നിലത്തിരിക്കുന്ന പ്രായമുള്ള സ്ത്രീയുടെ മടിയിൽകിടത്തി വെള്ളിഅരഞ്ഞാണം അരയിൽ കെട്ടി. പിന്നീട് പേരുവിളിച്ചുകൊണ്ട് കോപ്പയിലുള്ള പാലിൽ സ്വർണ്ണമോതിരം മുക്കി കുഞ്ഞിന്റെ വായിൽ വെച്ചുകൊടുത്തു.

"ശ്യാമള പാലുകുടിച്ചോ."

ഓരോ ആളും വന്ന് കുഞ്ഞിനെ പേരുവിളിച്ചശേഷം മോതിരം കൊണ്ട് പാല് കൊടുത്തു,

"ശ്യാമള പാലുകുടിച്ചോ."

മുതിർന്നവരുടെ ഊഴം കഴിഞ്ഞപ്പോൾ കുട്ടികളാണ്. അവർ ഓരോരുത്തരായി വന്ന് കുഞ്ഞിന് പാല് കൊടുത്തശേഷം പേര് വിളിച്ചു,

"ശ്യാമള പാലുകുടിച്ചോ."

മണിക്കുട്ടിയും ഒടുവിൽ ആദിഷും മുന്നോട്ടുവന്നു. മോതിരം പാലിൽ മുക്കി കുഞ്ഞിന്റെ വായിൽ വെച്ചുകൊണ്ട് ആദിഷ് പറ

ഞ്ഞു,

"ശ്യാമള പാലുകുടിച്ചോ."

ഉച്ചയാവുന്നതുവരെ അവിടെ വന്നവർ ആദിഷിനോട് പലകാര്യങ്ങളും സംസാരിച്ചു. അവർ പറഞ്ഞതൊന്നും ആദിഷിന് മനസ്സിലായില്ല; ആദിഷ് പറയുന്നത് അവർക്കും മനസ്സിലായില്ല. ഉച്ചഭക്ഷണശേഷം പേരുവിളിക്കാൻ വന്നവരെല്ലാം പോയി. അതിനുശേഷം സുരേശനോടൊപ്പം മണിക്കുട്ടിയും ശൈലയും ആദിഷും വീടിനു പിറകിലൂടെ ഒഴുകുന്ന പീച്ചത്തോടിന്റെ അടുത്തേക്ക് പോയി. തോട്ടിൻകരയിൽ ഏതാനും കുട്ടികൾ ചൂണ്ടയിടുന്നുണ്ട്. മണ്ണിരയെ ഇരയാക്കി ചൂണ്ടക്കൊളുത്തിൽ കോർത്ത് വെള്ളത്തിലിട്ട് മീൻ പടിക്കുകയാണവർ. ഏതാനും മത്സ്യങ്ങൾ കരയിൽ കിടന്ന് പിടയുന്നുണ്ട്.

അവയെ ചൂണ്ടിയിട്ട് ശൈല പറഞ്ഞു,

"നോക്ക് ആ മീനിന്റെ പേരാണ് കൈച്ചൽ, തോട്ടിൽ മാത്രമേ ഇണ്ടാവുകയുള്ളൂ."

"തോട്ടിൽ ഏതൊക്കെ മീനുകളാണ് ഉള്ളത്."

മണിക്കുട്ടിയുടെ സംശയത്തിന് ഉത്തരം പറഞ്ഞത് സുരേശനാണ്,

"തോട്ടിൽ പലതരം മീനുകളുണ്ട്; അവയൊന്നും കടലിൽ ഇല്ലാത്തതാണ്."

"ഏതൊക്കെയാണ്, അവയുടെ പേര്?"

"തോട്ടിലുള്ളത് ഇരിമീൻ, ചെമ്മീൻ, കൈച്ചൽ, കയ്യൻ, മുശു, പൊട്ടൻ, ആരൽ, പിന്നെ ചിലപ്പോൾ പുഴഞ്ഞണ്ടിനെയും കിട്ടും. കൂട്ടത്തിൽ നല്ല രുചിയുള്ളത്, ഞണ്ട്."

വെള്ളം കുറവായതിനാൽ വീതികൂടിയ തോട്ടിലൂടെ ഇറങ്ങിനടക്കാൻ കഴിയും. സുരേശൻ ഇറങ്ങിയപ്പോൾ അവന്റെ കാൽമുട്ടിനു താഴെയാണ് വെള്ളം. അതുകണ്ടപ്പോൾ മറ്റുള്ളവർക്കും വെള്ളത്തിൽ ഇറങ്ങിനടക്കാൻ കൊതിയായി.

സുരേശന്റെ കാലുകൾക്കിടയിലൂടെ ചെറുമീനുകൾ നീന്തുന്നത് കണ്ടപ്പോൾ ആദിഷിനും വെള്ളത്തിലിറങ്ങി കളിക്കാൻതോന്നി. പതുക്കെ ആദിഷും പിന്നാലെ മണിക്കുട്ടിയും ശൈലയും ഇറങ്ങിയപ്പോൾ രസകരമായ അനുഭവം. തെളിഞ്ഞ വെള്ളത്തിലൂടെ നടന്നുകൊണ്ടിരിക്കെ, കാലുകൾക്കിടയിലൂടേ ചെറുമീനുകൾ

കൂട്ടമായി ഓടിക്കളിച്ചപ്പോൾ ഉച്ചത്തിൽ പൊട്ടിച്ചിരിച്ചുകൊണ്ട് കൂവിയാർത്തു. വെള്ളത്തിനടിയിലെ പതപോലുള്ള സാധനം കൈനിറയെ എടുത്തിട്ട് ശൈല ചോദിച്ചു,

"ചമിണീ ഇത് പിടിച്ചോ, എന്താണെന്നറിയോ?"

"ഇതെന്താണ്?"

"ഇതാണ് ചെമ്മീനിന്റെ മുട്ട, എപ്പോഴെങ്കിലും കണ്ടിട്ടുണ്ടോ?"

"ഇല്ല, ആദ്യമായി കാണുകയാണ്"

മണിക്കുട്ടിയുടെ ഇരുകൈകളിലും നിറഞ്ഞ പതപോലുള്ള സുതാര്യമായ സാധനത്തെ ആദിഷ് ആശ്ചര്യത്തോടെ നോക്കി.

******

32

കടലാഴങ്ങളിലെ ഒളിച്ചുകളി

അറബിക്കടലിലെ കാറ്റിന് ഉപ്പിന്റെ രുചിയുണ്ടെന്ന് ആദിഷിനോട് അമ്മമ്മ പറഞ്ഞു. അത് ശരിയാണെന്ന് അറിയാൻ അവൻ പരിശോധിച്ചു നോക്കി. എങ്ങനെയാണെന്നോ?

ഒരുദിവസം ചെറിയൊരു തെങ്ങിൻതൈയുടെ ഓലയിൽ നക്കിയപ്പോൾ ഉപ്പിന്റെ രുചി. ഓലയിൽ പതിക്കുന്ന കാറ്റിൽ നിന്നായിരിക്കണം ഉപ്പ് വന്നത്. ഇവിടത്തെ കാറ്റിൽ ഉപ്പ് കലർന്നതുകൊണ്ട് ജനങ്ങളുടെ ആരോഗ്യം കൂടുതലാണെന്ന് ഇന്ദിരേച്ചിയുടെ അമ്മയും പറഞ്ഞു. അതുകൊണ്ടല്ലേ, സമീപത്തൊന്നും ആശുപത്രികളും ഡോക്റ്ററും ഇല്ലാത്തത്. ഉപ്പിന്റെ രഹസ്യം ആദിഷ് പരിശോധിച്ചത് പറമ്പിൽ തേങ്ങ പറിക്കുന്ന ദിവസമാണ്.

സ്കൂൾ അടച്ചിട്ട് ഒരുമാസം കഴിഞ്ഞു. അതിനിടയിൽ മണിക്കുട്ടിയും ആദിഷും നാലാം ക്ലാസിലേക്ക് ജയിച്ചെന്ന് പറഞ്ഞത് സുധാകരനാണ്. പാസായവിവരം അറിയാൻ പോയത് അവൻ മാത്രമാണ്. അടുത്ത വീടുകളിലെ ജയനും കാർത്തികയും തോറ്റപ്പോൾ മറ്റുള്ളവരെല്ലാം ജയിച്ചു. സ്കൂൾ തുറക്കുന്നതിനു മുൻപ് കണ്ണൂരിൽനിന്നും നാലാം ക്ലാസിലെ പുസ്തകങ്ങൾ വാങ്ങിത്തരുമെന്ന് അച്ഛൻ പറഞ്ഞു.

സ്കൂളിന്റെ ഓർമ്മകൾ ചേർന്നതാണ് ചിലദിവസം കുട്ടികളുടെ കളികൾ. കളിവീടിനു പകരം കുട്ടികൾ സ്കൂൾ കളിയിലാണ്. കൂട്ടത്തിൽ ഒരാൾ ടീച്ചറാവും, പഴയ പുസ്തകങ്ങളും ആഴ്ചപ്പതിപ്പുകളും നോക്കിയിട്ട് ടീച്ചർ പഠിപ്പിക്കുമ്പോൾ മറ്റുള്ളവരെല്ലാം അച്ചടക്കമുള്ള വിദ്യാർത്ഥികളായി ഇരിക്കും. കളിക്കുന്ന കൂട്ടത്തിൽ ശൈല ഉണ്ടെങ്കിൽ അവളായിരിക്കും ടീച്ചർ. ചോക്കും ചൂരലും പുസ്തകവും ആയി ഉയർന്ന കല്ലിൽ അവളിരുന്നശേഷം നില

ത്തിരിക്കുന്നവരോട് ചോദ്യങ്ങൾ ചോദിക്കും. ഉത്തരം പറയാത്തവരെ അടിക്കാൻ അവൾക്കിഷ്ടമാണ്. അടി കൊള്ളാറുണ്ടെങ്കിലും ആദിഷിന് സ്കൂൾ കളി ഇഷ്ടമാണ്.

രാവിലെതന്നെ തേങ്ങപറിക്കുന്ന ജോലിക്കാർ വന്നപ്പോൾ ആദിഷിനും മണിക്കുട്ടിക്കും സന്തോഷമായി. വയലിനക്കരെ ഉള്ള രാഘവേട്ടനും കൊട്ടേട്ടനും കൊണ്ടുവന്ന നീളമുള്ള ഏണി പറമ്പിലെ ഉയരമുള്ള തെങ്ങിൽ ചാരിവെച്ചു. ഏണിയിൽ ചവിട്ടി മുകളിലോട്ട് കയറി തെങ്ങിന്റെ മുകളിലെത്തിയശേഷം തേങ്ങകൾ ഓരോന്നായി പറിച്ച് താഴെയിട്ടു. ഏതാനും കുട്ടികൾ വന്ന് തേങ്ങയെല്ലാം എടുത്ത് വീടിന്റെ വടക്കുവശത്തായി ഒരിടത്ത് കൂട്ടിയിട്ടു.

തേങ്ങ പറിക്കുന്നത് ആരുടെ പറമ്പിലാണെങ്കിലും ചേരണിയിലെ കുട്ടികൾക്ക് ആഘോഷമാണ്. അഞ്ചും പത്തും കുട്ടികൾ അവിടെയെത്തി തേങ്ങയും ഓലയും മടലും എടുത്ത് വീടിനരികിലായി കൂട്ടിയിടും. ഇടക്ക് പച്ചോലകൊണ്ട് ആട്ട ഉണ്ടാക്കിയും ഓലപ്പീപ്പി ഉണ്ടാക്കി ഒരുവശത്ത് ഊതിയിട്ട് പലതരം ഒച്ചയുണ്ടാക്കിയും കളിക്കും. കുട്ടികൾ വരുന്നത് വീട്ടുകാർക്ക് സഹായം ചെയ്യാനാണെങ്കിലും അവരെ വെറും കൈയ്യോടെ വിടാറില്ല.

തേങ്ങ പറിച്ചശേഷം തൊഴിലാളികൾക്ക് കൂലി കൊടുക്കുന്നത് തേങ്ങകൾ തന്നെയാണ്. തെങ്ങുകയറ്റ തൊഴിലാളികൾ ഇഷ്ടമുള്ളത്രയും തേങ്ങകൾ കൂലിയായി എടുക്കും. വലിയ തേങ്ങകളെടുത്ത് അവയെല്ലാം രണ്ടുവീതം കൂട്ടികെട്ടി സ്വന്തം ഏണിയുടെ മുകളിൽ തൂക്കിയാണ് തൊഴിലാളികൾ തിരിച്ചു പോകുന്നത്. കൂലി കിട്ടിയ തേങ്ങകൾ നാരാണേട്ടന്റെ പീടികയിൽ വില്പനനടത്തിയിട്ട് പണം വാങ്ങുക പതിവാണ്.

തൊഴിലാളികൾക്ക് കൂലി കൊടുത്തശേഷം കുട്ടികൾക്ക് ഓരോ തേങ്ങവീതം കൊടുക്കും. ഇതിനിടയിൽ ജോലിക്കാർക്ക് ഭക്ഷണം കൊടുക്കുമ്പോൾ കുട്ടികൾക്കും കൊടുക്കും. പിന്നെ, തേങ്ങ പറിക്കുമ്പോൾ ലഭിക്കുന്ന രുചികരമായ ഇളനീരിന്റെ വെള്ളവും കാമ്പും കുട്ടികൾക്ക് തിന്നാൻ കിട്ടും. തെങ്ങ് കയറ്റക്കാർക്ക് തേങ്ങ കൂലി, മാങ്ങ പറിക്കുന്നവർക്ക് മാങ്ങ കൂലി, കൃഷി ചെയ്യുന്നവർക്ക് വിളവ് കൂലി, ഗ്രാമത്തിലുള്ളവരുടെ ശീലങ്ങൾ ഇങ്ങനെയാണ്.

വടക്കെയിൽ തേങ്ങ പറിച്ചപ്പോൾ ഉച്ച കഴിഞ്ഞു. തെങ്ങുകയറ്റക്കാർ ഏണി താഴെവെച്ച് ഉച്ചഭക്ഷണം കഴിക്കാൻ വന്നപ്പോൾ വീ

ട്ടിലെ കുട്ടികൾക്കൊപ്പം ഇന്ദിരേച്ചിക്കും സുധാകരനും സുരേശനും ശൈലക്കും കൂടി ഭക്ഷണം കൊടുത്തു. അതിനുശേഷം എല്ലാവരും തണലിൽ വിശ്രമിക്കുകയാണ്; അദ്ധ്വാനത്തിനുശേഷം ഇത്തിരിവിശ്രമം. വീടിന്റെ തെക്കുഭാഗത്തുള്ള തണലിൽ തെങ്ങോല വിരിച്ച് ജോലിക്കാർ അതിൽ കിടന്നുറങ്ങുകയാണ്. ഉച്ചക്കുശേഷം വരയിലെ പറമ്പിൽ പോയി ധാരാളം തെങ്ങിന്മേൽ കയറാനുണ്ട്.

കടപ്പുറംചാലിലെ ആളുകൾ പൊതുവേ വിശ്രമിക്കാൻ മടിയുള്ളവരാണ്. എപ്പോഴും എന്തെങ്കിലും ചെയ്തുകൊണ്ടിരിക്കണം. കടലിലെ തിരമാലകളെപ്പോലെ എന്നും എപ്പോഴും ചലിച്ചുകൊണ്ട് ജീവന്റെ തുടിപ്പ് നിലനിർത്തുന്നവരാണ്. ഉച്ചത്തിൽ സംസാരിച്ച് ഒച്ചയും ബഹളവും ഓട്ടവും ചാട്ടവും കുട്ടികളുടെ പതിവാണ്. ഇന്ദിരേച്ചി ഉച്ചത്തിൽ വിളിച്ചാൽ നാല് വീടുകൾക്കപ്പുറം ചേരണി വയലിൽ ജോലി ചെയ്യുന്ന മാതുഅമ്മ വിളികേൾക്കും.

ഉച്ചഭക്ഷണം കഴിഞ്ഞ് വേറുതെ ഇരിക്കുമ്പോൾ സുധാകരൻ പറഞ്ഞു,

"നമ്മക്ക് ഒറ്റിക്കൂക്കി കളിക്കാം."

"പറമ്പിലുള്ള ഒളിച്ചുകളിയല്ലേ? ഞാനും ഉണ്ട്."

ആദിഷ് പറഞ്ഞപ്പോൾ എല്ലാവരും ഉഷാറായി; തെങ്ങു കയറ്റക്കാർ ഉണരുമ്പോഴേക്കും കളിക്കാം. ഇന്ദിരേച്ചി വടക്കെ മുറ്റത്തെ പപ്പായമരം അച്ച് ആക്കിയിട്ട് പറയാൻ തുടങ്ങി,

"കണ്ണാരം പൊത്തിപ്പൊത്തി, കണ്ണിൽച്ചൂരൽ കുത്തിക്കുത്തി
കാണാത്ത പിള്ളേരെല്ലാം ഒളിച്ചോ, ഒളിച്ചുകഴിഞ്ഞോ?
അന്നെപ്പോലത്തെ ചങ്ങായിമാരെ കാണാനായോ ആയോ?"

മണിക്കുട്ടിയും ആദിഷും പടിഞ്ഞാറ് ഓടി, ശൈല വീടിന്റെ കിഴക്കുവശത്തേക്ക് ഓടി, സുധാകരൻ തെക്കെ വരാന്തയുടെ അരികിൽ ഒളിച്ചു, കിണറിന്റെ അരികിലൊളിച്ച സുരേശൻ അവസാനം വിളിച്ചുപറഞ്ഞു,

"ആയിന്, ആയിന്,"

പടിഞ്ഞാറ് ഓടിയ മണിക്കുട്ടി ചെറിയൊരു തൈത്തെങ്ങിന്റെ കുഴിയിൽ ഒളിച്ചപ്പോൾ ആദിഷ് നേരെ കടപ്പുറത്തേക്ക് നടന്നു. പറമ്പ് അവസാനിക്കുന്ന ഭാഗത്തുള്ള വലിയൊരു തെങ്ങിൽ മുറുകെ പിടിച്ചുകൊണ്ട് കടലിലേക്ക് നോക്കിയപ്പോൾ അവൻ ഞെട്ടി.

മുന്നിലാകെ വെള്ളം! അതുവരെ ഉണ്ടായിരുന്ന കടൽത്തീരം അപ്രത്യക്ഷമായിരിക്കുന്നു. തീരത്തെ വെളുത്ത പൂഴിയുടെ സ്ഥാനത്ത് തിരമാലകൾ ഒഴുകുന്നു.

വട്ടക്കല്ലിനും ചേരക്കല്ലിനും മുകളിൽ വെള്ളം ഉയർന്നതിനാൽ അവയൊന്നും കാണാനില്ല. അവൻ പിടിച്ചിരിക്കുന്ന തെങ്ങിന്റെ തൊട്ടുമുന്നിലൂടെ വെള്ളം ഒഴുകി മറിയുകയാണ്. കൂട്ടുകാരെ വിളിക്കാൻ ശ്രമിച്ചെങ്കിലും ശബ്ദിക്കാനായില്ല. അരികിലുള്ള തെങ്ങ് മുറുകെ പിടിച്ചുകൊണ്ട് ആദിഷ് അകലേക്ക് നോക്കി. കടലിലൊട്ടാകെ തിളക്കം, നീലാകാശം നീലസമുദ്രവുമായി ചേരുന്ന ചക്രവാളം മിന്നുകയാണ്. വെള്ളിനിറത്തിൽ തിളങ്ങുന്ന മത്സ്യങ്ങൾ തിരമാലകളോടൊപ്പം ഒന്നിനുപിറകെ മറ്റൊന്നായി ഒഴുകിവരികയാണ്.

അപൂർവ്വമായ ദൃശ്യം മുന്നിൽ കാണുന്ന ആദിഷ് മറ്റെല്ലാം മറന്നു. ഒളിച്ചുകളിയും കൂട്ടുകാരും മനസ്സിൽനിന്ന് അപ്രത്യക്ഷമായി. ആറബിക്കടലിൽ ചക്രവാളത്തിനു സമീപം അനേകം മത്സ്യങ്ങൾ ചാടിക്കളിക്കുകയാണ്. കൂട്ടത്തിൽനിന്നും വലിയൊരു ഡോൾഫിൻ വെള്ളത്തിനു മുകളിൽ ഉയർന്നുവന്ന് കൈനീട്ടി വിളിച്ചു,

"ആദിഷ്"

ശരിക്കും കേട്ടു, വിളിക്കുന്നത് കറുപ്പിലും വെള്ളയിലും തിളങ്ങുന്ന ഡോൾഫിൻ തന്നെ.

"ആദിഷ്, ആദിഷ്."

ഡോൾഫിൻ മേലോട്ട് ചാടി ഇരുകൈകളും ഉയർത്തി വിളിക്കുകയാണ്. താഴോട്ടിറങ്ങി നേരെയങ്ങ് നടന്നാലോ? ആദിഷ് കൂടുതലൊന്നും ചിന്തിക്കാതെ തെങ്ങിൽനിന്നുള്ള പിടിവിട്ട് നേരെ കടലിലേക്ക് ഇറങ്ങി. ആദ്യം അടിത്തട്ടിലുള്ള മണലിലൂടെ, പിന്നീട് പായലും കക്കകളും നിറഞ്ഞ് വഴുതുന്ന കല്ലുകളിലൂടെ നേരെ കടലിന്റെ അടിത്തട്ടിലേക്ക് വഴുതിയിറങ്ങി.

പാറകൾക്കെല്ലാം പച്ചനിറമാണ്, കല്ലുമ്മക്കായകളുടെ പച്ചനിറം. വടക്ക് വട്ടക്കല്ല് മുതൽ തെക്ക് ചേരക്കല്ല് വരെ കടലിനടിയിലെ പാറക്കൂട്ടങ്ങൾ ഉയർന്നും താഴ്ന്നും കാണപ്പെട്ടു. ആഴക്കടലിലെ പാറക്കെട്ടുകളും ചെളിയും മണലും തെളിഞ്ഞ് കാണുന്ന അപൂർവ്വമായ ദൃശ്യം. കടലിനടിയിൽ ഒളിച്ചിരുന്ന പാറകൾ ഉച്ചവെയിലേറ്റ് വിവിധ നിറങ്ങളിൽ തിളങ്ങുന്നു. കടലിലേക്ക് ക്ഷണിച്ച

ഡോൾഫിൻ എവിടെയാണ്? അവനെ കണാനേയില്ല.

ചുറ്റുപാടും നോക്കിയപ്പോൾ ഒരു ചിത്രത്തിലും കാണാത്ത സുന്ദരമായ ലോകം. ഭംഗിയുള്ള കാഴ്ചകളെല്ലാം കടൽ ഒളിപ്പിച്ചു വെക്കുകയാണെന്നറിഞ്ഞ് ആദിഷ് ആശ്ചര്യപ്പെട്ടു. എത്ര സുഖമായിട്ടാണ് വെള്ളത്തിനടിയിലൂടെ നടക്കാൻ കഴിയുന്നത്. ശരീരഭാരം അറിയാതെ കരയിൽ നടക്കുന്നതിലും എളുപ്പത്തിൽ ഒഴുകിനടക്കുകയാണ്. ഇങ്ങനെ കടലിലിറങ്ങി നടക്കാൻ ആർക്കും തോന്നാതിരുന്നത് വലിയൊരു നഷ്ടമാണ്. എങ്ങും വർണ്ണപ്രളയം...

ഈ ഭംഗിക്കു മുന്നിൽ മഴവില്ലുകൾ തോറ്റുപോകും. ഇവിടെ ഏഴല്ല, എഴായിരം നിറങ്ങൾ മിന്നിമറയുകയാണ്. കരയിലുള്ളതിനെക്കാൾ ഭംഗിയുള്ള അനേകം ചെടികളിൽ നിറയെ പലതരം നിറമുള്ള പൂക്കൾ വിടർന്നിരിക്കുന്നു. മത്സ്യങ്ങൾ മാത്രമല്ല, ഇതുവരെ കാണാത്ത ഒട്ടനേകം ജലജീവികൾ പൂക്കൾക്ക് ചുറ്റുമായി നൃത്തം ചെയ്യുകയ്യാണ്. എല്ലാം മറന്ന് കടലിനടിയിൽ മായാലോകത്തിലൂടെ ആദിഷ് ചുറ്റിനടന്നു, ഇവിടെനിന്നും ഇനിയൊരു തിരിച്ചുപോക്ക്, അതിനെക്കുറിച്ച് ചിന്തിക്കാനേ വയ്യ.

പെട്ടെന്നാണ് വലിയൊരു മത്സ്യത്തെ കണ്ടത്. സമീപമുള്ള പാറക്കെട്ടിനെക്കാൾ വളരെ വലുത്. പുറത്തുനിന്നും നോക്കിയാൽ ശാന്തമായി കാണുന്ന കടലിന്റെ അടിത്തട്ടിൽ ഇത്രയും വലിയ മത്സ്യം ഉണ്ടാവുമെന്ന് ആദിഷ് ചിന്തിച്ചിരുന്നില്ല. മത്സ്യം അവനെ നോക്കുകയാണ്. അതിന്റെ കണ്ണിലൊരു ഭീകരഭാവം. പെട്ടെന്ന്, ഒരുനിമിഷം കൊണ്ട് എല്ലാം സംഭവിച്ചു. മത്സ്യം ഓടിവന്ന് ആദിഷിനെ വിഴുങ്ങി.

എങ്ങും അന്ധകാരം, ശൂന്യത... ജനിക്കുന്നതിനു മുൻപുള്ള, മരണത്തിനു ശേഷമുള്ള അജ്ഞാതലോകം. ആദിഷ് എവിടെയോ എത്തിച്ചേർന്നു.

ചേരണി കടപ്പുറത്ത് നാട്ടുകാരെല്ലാം കൂടിനിൽക്കുകയാണ്. തിരമാലകൾ ഒഴുകിപ്പോയ തീരത്തെ പൂഴിയിൽ പിടഞ്ഞുമരിച്ചത് ആയിരക്കണക്കിന് മത്സ്യങ്ങൾ. അവയെ ആരും നോക്കുന്നതേയില്ല. എല്ലാവരുടെയും കണ്ണുകൾ കടലിലെ തിരയൊഴുക്കിലാണ്.

"ആദിഷ്?"

കടലിൽ മുങ്ങിത്തപ്പിയവരും തോണിയിൽകയറി തിരയാൻ പോയവരും കൂടുതൽ അകലേക്ക് പോകാനാവാതെ തിരിച്ചെത്തി. അ

ങ്ങോട്ട് ഇറങ്ങുന്നവരെയെല്ലാം കൂറ്റൻ തിരമാലകൾ കരയിലേക്ക് തന്നെ വലിച്ചെറിയുകയാണ്. മണിക്കുട്ടിയും കൂട്ടുകാരും കരഞ്ഞു കരഞ്ഞ് ക്ഷീണിച്ചു; നാട്ടുകാരെല്ലാം പൊട്ടിക്കരഞ്ഞു. ഉച്ചത്തിൽ കരഞ്ഞില്ലെങ്കിലും ചിലർ സങ്കടം സഹിക്കാനാവാതെ കണ്ണീരൊപ്പി. സൂര്യൻ കടലിൽ താഴ്ന്നു, തീരത്ത് അന്ധകാരം നിറയാൻ തുടങ്ങി. ആളുകളെല്ലാം തിരികെപോരാൻ നേരത്ത് വലിയമ്മാവൻ പറഞ്ഞു,

"കാട്ടിൽനിന്നും വന്നവൻ കടലിലേക്ക് പോയി."

****

33

കറുപ്പു നിറമുള്ള മാസ്ക്

വെള്ളിയാഴ്ച അതി രാവിലെ സീസൈഡ് ഇംഗ്ലീഷ്മീഡിയം പ്രൈമറി സ്കൂളിൽ അവർ ഒത്തുചേർന്നു. പ്രിൻസിപ്പാളിന്റെ ക്യാബിനിൽ വാതിൽ അടച്ചുകൊണ്ടുള്ള രഹസ്യയോഗമാണ്. പ്രിൻസിപ്പാൾ സുഹാസിനി ജോസഫിന്റെ ടേബിളിനു ചുറ്റുമായി സ്കൂൾ മാനേജർ ആസിഫ് തമ്പിയും വിനീഷ് കോൺട്രാക്റ്ററും രാജീവ് സാറും ഇരുന്നു. നാലുപേരുടെ മുഖത്തും മാസ്ക് ഉണ്ടെങ്കിലും അന്യോന്യം തിരിച്ചറിയാം. മറ്റുള്ളവർ പറയുന്നതൊന്നും മനസ്സിലാവാതെ ഇരിക്കുകയാണ് പച്ചനിറമുള്ള മാസ്ക് കെട്ടിയ മാനേജൻ ആസിഫ് തമ്പി. കൊൺട്രാക്റ്റർ വിനീഷ് ചെട്ടിയാർ ഉച്ചത്തിൽ പറഞ്ഞു,

"സർ, യൂ മേ പ്ലീസ് അണ്ടർസ്റ്റാന്റ് ദി സിറ്റുവേഷൻ. ദെയർ ആർ മെനി ലാർജ് ട്രീസ് ഇൻ യുവർ കോമ്പൗണ്ട്. ഇഫ് ദി ന്യൂസ് ഈസ് ലീക്ഡ് ഔട്ട് എബൗട്ട് ചോപ്പിംഗ് ഓഫ് ലാർജ് ട്രീസ്, എൻവയർമെന്റൽ ആക്റ്റിവിസ്റ്റ്സ് വിൽ നോട്ട് അലൗ."

"മാനേജർ സർ, ദിസ് ഈസ് ദി ഐഡിയൽ ടൈം."

കോൺട്രാക്റ്ററേ അനുകൂലിച്ച് പ്രിൻസിപ്പാൾ പറഞ്ഞപ്പോൾ മാനേജർക്ക് സംശയം,

"അതുകൊണ്ടൊന്നും വലിയ മെച്ചമില്ല. അല്ലെങ്കിൽതന്നെ സ്കൂൾ നടത്തുന്നത് നഷ്ടമാ."

"ദെൻ വാട്ട് ഷാൽ ഐ ഡു മാഡം?"

കോൺട്രാക്റ്ററുടെ ചോദ്യം കേട്ടപ്പോൾ പ്രിൻസിപ്പാൾ ഒന്നുകൂടി ഓർമ്മിപ്പിച്ചു,

"ലുക്ക് മാനേജർ സർ, ദിസ് ഈസ് ദി ബസ്റ്റ് ടൈം; യൂ വിൽ ഗെറ്റ് സം മണി."

"ഇപ്പോൾ തന്നെ മരം മുറിക്കണോ എന്നാണ് ഞാൻ ചിന്തിക്കുന്നത്."

കൂടുതൽ പണം കിട്ടാനാണ് മാനേജർ ശ്രമിക്കുന്നത്.

"വി ലോസ്റ്റ് വൺ ഓഫ് ദി സ്റ്റുഡന്റ്സ് ഇൻ ദാറ്റ് കോർണർ. ഹിസ് പേരന്റ്സ് ഹേവ് അപ്രോച്ച്ഡ് ദി കോർട്ട് ഫോർ കോമ്പൻസേഷൻ. ഇറ്റ് ഈസ് ബെറ്റർ റ്റു സെൽ ദി ട്രീസ്."

രാജീവ് വാരിയർ പറഞ്ഞകാര്യം മാനേജർക്ക് മനസ്സിലായി, അദ്ദേഹം പറഞ്ഞു,

"ഞാൻപറയുന്ന കേഷ് കിട്ടണം എന്നാലേ വിൽക്കുന്നുള്ളൂ."

അതുകേട്ട് കൊൺട്രാക്റ്റർ പറഞ്ഞു,

"ഫസ്റ്റ് ഓഫ് ഓൾ ഐ വാണ്ട് റ്റു ഇൻസ്പക്റ്റ് ദി ട്രീസ്, ദേർ ആഫ്റ്റർ വി കേൻ ടോക്ക് എബൌട്ട് ദി മണി."

നാലുപേരും മുറിയുടെ വാതിൽ തുറന്ന് വെളിയിലിറങ്ങി വടക്കോട്ട് നടന്നു. മരക്കൂട്ടങ്ങളെ ലക്ഷ്യമാക്കി നടക്കുമ്പോൾ കിണറിന്റെ അരികിലെത്തി. ആഴമുള്ള കിണറ്റിലേക്ക് എല്ലാവരും നോക്കിയപ്പോൾ മാനേജർ പറഞ്ഞു.

"ഇതില് ഇഷ്ടംപോലെ വാട്ടർ ഉണ്ടല്ലോ, മഴക്കാലം ആയതുകൊണ്ടാവും."

"ഗ്രൗണ്ട് വാട്ടർ യൂസ് ചെയ്യരുതെന്നും ബോട്ടിൽ വാട്ടർ മാത്രമേ യൂസ് ചെയ്യാവൂ, എന്നൊരു ഓർഡർ സർക്കാർ ഇറക്കുമെന്ന് കേട്ടു. അപ്പോൾ ഇതൊക്കെ ക്ലോസ് ചെയ്യേണ്ടിവരും."

വെള്ളത്തെക്കുറിച്ച് പ്രിൻസിപ്പാൾ പറഞ്ഞപ്പോൾ കോൺട്രാക്റ്റർ പറഞ്ഞു,

"ഐ ആം വെയിറ്റിങ്ങ് ഫോർ സച്ച് ആൻ ഓർഡർ; ഇഫ് യൂ ഗിവ് മി കോൺട്രാക്റ്റ്, മൈ കമ്പനി കേൻ സപ്ലൈ ഓൾ ദി വാട്ടർ ബോട്ടിൽ നീഡഡ് ഫോർ യുവർ സ്കൂൾ."

"അതൊക്കെ ടെണ്ടർ വിളിക്കാതെ എങ്ങനെയാ?"

"തിങ്ക് അബൗട്ട് ഇറ്റ് അറ്റ് ദാറ്റ് ടൈം. വേഗം നടക്കു, ഫ്രെഡേയാ, കുട്ടികൾ വരാറായി."

രാജീവ് സാർ പറഞ്ഞതുകേട്ട് അവർ വേഗത്തിൽ നടന്നുതുടങ്ങി.

നടക്കുന്നതിനിടയിൽ കോൺടാക്റ്റർക്കൊരു സംശയം,

"ഇവിടെയൊരു പ്രോബ്ലം ഉണ്ടായത് എന്തായി?"

"ഓ, ദാറ്റ് വാസ് ഫോർ ഡെയ്സ് ബിഫോർ, വൺ ബോയ് ഫ്രം തേർഡ് സ്റ്റാൻേർഡ് വാസ് ഫൗണ്ട് മിസ്സിംഗ്. പോലീസ്മെൻ ആന്റ് ഫയർ ആന്റ് റ്സ്ക്യു സർവീസ് സേർച്ച്ഡ് ഓൾ അറൗണ്ട് ഹിയർ."

"പിറ്റേദിവസം എല്ലാവരും ചേർന്ന് സ്കൂൾ കോമ്പൗണ്ട് അട്ടിമറിച്ചു'

"എന്നാലും, വെയർ ഈസ് ദാറ്റ് ബോയ്?"

മാനേജർക്ക് സംശയമായി,

"കുട്ടി എവിടെയാണെന്ന് അറിയാതെ കോർട്ടിൽ പോകാനോ? ഡെഡ്ബോഡി കിട്ടാതെ എങ്ങനെയാ കോമ്പൻസേഷൻ ചോദിക്കുന്നത്?"

"അതൊക്കെ ഇപ്പോഴും സേർച്ച് ചെയ്യുന്നുണ്ട്. അവനെവിടെ എന്ന പ്രോബ്ലത്തിന് ആൻസർ കിട്ടാതിരിക്കില്ല?"

രാജീവ് സാർ പറഞ്ഞത് ശ്രദ്ധിക്കാതെ അവർ മുന്നോട്ട് നടന്നു.

മരങ്ങൾ തിങ്ങിവളരുന്ന സ്ഥലത്ത് അവർ നാലുപേരും നടന്നെത്തി. വലിയ മരങ്ങളും അതിനൊപ്പം ചെറുമരങ്ങളും കുറ്റിച്ചെടികളും പിന്നെ നിലത്ത് പറ്റിച്ചേർന്ന് മുൾച്ചെടികളും പുല്ലുകളും ചേർന്ന് തീരപ്രദേശത്തുള്ള പട്ടണത്തിലെ ഇത്തിരിയിടത്ത് തിങ്ങിവളരുന്ന കാടിന്റെ പച്ചപ്പ് കണ്ടപ്പോൾ അവരെല്ലാം ആശ്ചര്യപ്പെട്ടു. മുള്ളും കല്ലും ചവിട്ടി മാറ്റിക്കൊണ്ട് ചെറിയ കാടിനകത്ത് അവർ കടന്നപ്പോൾ പച്ചിലക്കൂട്ടത്തിന്റെ ഇടയിൽ ആകാശം മുട്ടുന്നത്ര ഉയരത്തിൽ വലിയ നാല് മരങ്ങൾ. കോൺട്രാക്റ്റർക്ക് ആശ്ചര്യം,

ജീവിതത്തിൽ ആദ്യമായാണ് ഇത്രയും വലിയ മരത്തെ കാണുന്നത്. അയാൾ മരത്തിനുചുറ്റും നടന്നിട്ട് പറഞ്ഞു,

"ഊയ്യന്റപ്പാ ഇതെന്തൊരു തടിയാണ്"

മരത്തെ വീണ്ടും വീണ്ടും നോക്കുമ്പോൾ മാനേജർ പറഞ്ഞു,

"ആരും അറിയാതെ സ്കൂളില്ലാത്ത രണ്ടുദിവസത്തിനകം ഇവിടെന്ന് മുറിച്ചുമാറ്റണം. വല്ല പരിസ്ഥിതിക്കാരും വന്നാൽ മരംമുറി ഒരുകാലത്തും നടക്കില്ല."

മാനേജർ പറയുന്നത് കേൾക്കാതെ കോൺട്രാക്റ്റർ പറഞ്ഞു,

"നാല് മരങ്ങളാണ്. ഞാനൊരു വില പറയാം."

"വില കുറക്കാനൊന്നും പറ്റില്ല, ഇതുപോലുള്ള മരങ്ങൾ നാട്ടിലിപ്പോൾ കിട്ടാനില്ല."

മാനേജർ പറഞ്ഞത് ശ്രദ്ധിക്കാതെ അയാൾ ഓരോ മരത്തേയും ചുറ്റിനടന്ന് തടവിയും മുട്ടിയും നോക്കാൻ തുടങ്ങി. ആകാശം മുട്ടുന്നതരത്തിൽ പച്ചിലക്കുട പിടിച്ച് ഓരോമരവും തല ഉയർത്തി നിൽക്കുന്നു. മുതിർന്ന നാലുപേർ കൈകൊർത്തു പിടിച്ചാൽ മാത്രം ഒതുങ്ങുന്ന ആ മരങ്ങൾ അപൂർവ്വമായവ ആണെന്ന് കോൺടാക്റ്റർക്ക് മനസ്സിലായി. എന്തു വിലകൊടുത്തും അതെല്ലാം വാങ്ങണമെന്ന് ഉറപ്പിച്ചുകൊണ്ട് മരത്തെ തലോടിക്കൊണ്ട് ചുറ്റിവരുമ്പോൾ പെട്ടെന്നയാൾ ഞെട്ടി, മുന്നിൽ അവിശ്വസനീയമായ കഴ്ച, അവിടെയൊരു കുട്ടി. ഉടുതുണി ഇല്ലാത്ത ആൺകുട്ടിയെ കണ്ടപ്പോൾ വിനീഷ് ചെട്ടിയാർ അലറിവിളിച്ചു,

"ഓടിവായേ."

ഒച്ചകേട്ട് ഓടി വന്നവരും ആ കാഴ്ച കണ്ടു, മരച്ചുവട്ടിൽ മുക്കാൽ ഭാഗത്തോളം മണ്ണിനടിയിൽ ഒരു കുട്ടി കിടന്നുറങ്ങുന്നു. അവനെ പിടിച്ചുയർത്തിയ രാജീവ് വാരിയർ ഉച്ചത്തിൽ പറഞ്ഞു,

"യാ, ദിസ് ഈസ് ആദിഷ് മേനോൻ, വാട്ട് എ സർപ്രൈസ്?"

പ്രിൻസിപ്പാൾ സന്തോഷം കൊണ്ട് വിളിച്ചുകൂവി,

"വി ഗോട്ട് ദി മിസ്സിംഗ്ഗ് ബോയ്; ഓൾ ഓഫ് അസ് ആർ നൌ സെയ്ഫ്"

പ്രിൻസിപ്പാൾ അടുത്തുവന്ന് പരിശോധിച്ചപ്പോൾ കുട്ടിക്ക് ജീവനുണ്ടെന്ന് മനസ്സിലായി. രാജീവ് സാർ അവന്റെ ദേഹം തടവി ചൂടുപിടിപ്പിക്കാൻ തുടങ്ങി. അതിനിടയിൽ മാഡം പോലീസ് സ്റ്റേഷനിലും ഹോസ്പിറ്റലിലും ഫോൺ ചെയ്തു. കുട്ടിയെ കണ്ടുകിട്ടി പ്രശ്നങ്ങൾ ഒഴിവായതിൽ മാനേജർ സന്തോഷിച്ചപ്പോൾ കോൺട്രാക്റ്റർ പരിഭ്രമിച്ചു കൊണ്ട് ചോദിച്ചു,

"നാലുദിവസം മുൻപ് കാണാനില്ലെന്ന് പറഞ്ഞത് ഇവനെയാണോ? അപ്പോൾ മരത്തിന്റെ കച്ചവടം ഇന്ന് നടക്കില്ലേ?"

അദ്ദേഹത്തിന്റെ ചോദ്യത്തിന് ആരും മറുപടി പറഞ്ഞില്ല.

രാജീവ് സാർ ഓടിപ്പോയി ബോട്ടിലിൽ വെള്ളവുമായി വന്നു. മണ്ണിൽ കിടക്കുന്ന കുട്ടിയുടെ മുഖത്ത് വെള്ളം തളിച്ചപ്പോൾ അവനുണർന്നു. കൈപിടിച്ച് ഇരുത്തിയശേഷം മുഖത്ത് ധാരാളം വെള്ളമൊഴിച്ചു. പതുക്കെ കണ്ണുതുറന്ന് ചുറ്റുപാറ്റും നോക്കിയപ്പോൾ

ആദിഷ് ഞെട്ടി!

"അപ്പോൾ മത്സ്യം വിഴുങ്ങിയതല്ലേ? ചേരണിക്കടപ്പുറത്ത് എന്താണ് ഉണ്ടായത്? മണിക്കുട്ടി എവിടെയാ ഒളിച്ചത്?" അവന്റെ മനസ്സിൽ അനേകം സംശയങ്ങൾ, ആദിഷ് ഉണർന്നെന്ന് മനസ്സിലാക്കിയ പ്രിൻസിപ്പാൾ ചോദിച്ചു,

"ടെൽ മി ബോയ്, വാട്ട് ഹേപ്പൻഡ് റ്റു യൂ?"

മറുപടി പറയാനാവാതെ നിന്നപ്പോൾ മറ്റൊരു ശബ്ദം, ഇടിയൻ രാജുസാർ,

"വേർ വെയർ യു ഓൾ ദീസ് ഡെയ്സ്? വി ആർ എഫ്രെയ്ഡ് ഓഫ് യുവർ മിസിംഗ്. നൗ യൂ ലുക്ക് ആൾറൈറ്റ്. വി ആർ കോളിങ്ങ് യുവർ പേരന്റ്സ്, ടെൽ മി വാട്ട് ഹേപ്പൻഡ്?"

അപ്പോൾ ഇനിയങ്ങോട്ട് മലയാളം ഇല്ല, പറഞ്ഞാൽ പണിഷ്മെന്റ്.

രാജീവ്സാർ നൽകിയ വെള്ളം കുടിച്ച് പതുക്കെ എഴുന്നേറ്റു നിന്നപ്പോൾ മൂക്കും വായയും കറുത്ത മാസ്ക് കൊണ്ട് മൂടിയ ഏതാനും സ്റ്റൂഡന്റ്സ് ആദിഷിനെ ചൂണ്ടി ഉച്ചത്തിൽ പറഞ്ഞു,

"ഹായ്, ലുക്ക് അറ്റ് ദാറ്റ് അഗ്ലി ബോയ് വിത്തൗട്ട് ഡ്രസ് ഓർ മാസ്ക്, ഷെയിം ഷെയിം!"

അടുത്തുവന്ന കുട്ടികളെ രാജീവ്സാർ ഓടിച്ചു. അപ്പോഴാണ് ദേഹത്ത് ഡ്രസ്സില്ലെന്ന് ആദിഷ് അറിയുന്നത്. അതെല്ലാം എവിടെപ്പോയി? ആകെയൊരു ചമ്മൽ, ഷെയിം ഷെയിം.

അതിനിടയിൽ മാനേജർ മറ്റുള്ളവരോട് പറഞ്ഞു,

"കുട്ടിയുടെ പേരന്റ്സ് എത്തുന്നതുവരെ ഉടുക്കാതെ ഇങ്ങനെ നിൽക്കണമല്ലോ. എന്താ ചെയ്യുക? മാസ്ക് പോലും ഇല്ലാതെ, നാണക്കേട് മാത്രമല്ലല്ലോ, രോഗാണുക്കൾ പകരില്ലേ?"

"മാസ്ക് വേണണെങ്കിൽ എന്റെ പോക്കറ്റിലുണ്ട്."

രാജീവ് സാർ പോക്കറ്റിൽനിന്നും വെളിയിലെടുത്ത 'കറുപ്പ് നിറമുള്ള മാസ്ക്' നിവർത്തി ആദിഷിന്റെ വായയും മൂക്കും പൊതിഞ്ഞുകെട്ടി.

****

www.ingramcontent.com/pod-product-compliance
Lightning Source LLC
LaVergne TN
LVHW100805051026
849519LV00006B/1975
* 9 7 8 9 3 4 9 7 2 7 2 2 9 *